# நெம்பர் 40, ரெட்டைத் தெரு

# நெம்பர் 40, ரெட்டைத் தெரு

இரா. முருகன்

எழுத்து பிரசுரம்

Title: Nembar 40 Rettai Theru
Author's Name: Era. Murugan

Published by Ezutthu Prachuram



Ezutthu Prachuram
(An imprint of Zero Degree Publishing)
No. 55(7), R Block, 6th Avenue,
Anna Nagar,
Chennai - 600 040

Website: www.zerodegreepublishing.com
E Mail id: zerodegreepublishing@gmail.com
Phone : 89250 61999

Ezutthu Prachuram First Edition: March 2023
ISBN: 978-93-95511-01-8
TITLE NO EP: 422

Cover Design & Layout: Vijayan, Creative Studio
Printed at Clictoprint, Chennai, India

# ஒன்று

**ஊ**ர். அப்படிச் சொன்னால் போதும். கிராமமா அது? நிச்சயமாக இல்லை. வயலும், வரப்பும், வாய்க்காலும், மதகும் அங்கே இல்லை. காரைக் கட்டிடங்கள் அணிவகுக்கும் தெருக்கள், ஊருணி, குளங்கள், கடைகள், பள்ளிக்கூடங்கள் உண்டு. அப்புறம் அரண்மனை ஒன்று. கிராமத்தில் அரண்மனை எல்லாம் இருக்குமா என்ன?

அதை நகரம் என்று கூப்பிடலாமா? வேண்டாம். அப்புறம், அங்கே ஏழெட்டு சினிமா தியேட்டர், தெருவுக்கு ஒன்றாக அடுக்குமாடிக் குடியிருப்பு, குறுக்கும் நெடுக்குமாக ஓடும் ஆட்டோ ரிக்ஷாக்கள், கூட்டம், இரைச்சல் எல்லாம் உண்டா என்று கேள்வி எழலாம். இதற்கெல்லாம் இல்லை என்று வருத்தத்தோடு பதில் சொல்ல வேண்டி வரும். வருத்தம் என்ன, மகிழ்ச்சியோடு சொல்லலாம். ஊரில் அதெல்லாம் ஏதும் கிடையாது.

நடுவாந்திரமாக ஒரு சிவன் கோவில். நேர் மேற்கே சுந்தரராஜப் பெருமாள் கோவில். இந்தக் கோவில்களை ஒட்டி நீண்டு கிடக்கும் சிவன்கோவில் தெரு, பெருமாள்கோவில் தெரு. இந்த இரண்டு தெருவுக்கும் நடுவில் ரெட்டைத்தெரு. ரெட்டைத்

தெருவிலிருந்து ஒரு பத்து வயதுப் பையன் காரியமே கண்ணாக கடைத்தெருவுக்கு நடந்துகொண்டிருக்கிறான். நடந்து கொண்டிருக்கிறேன்.

ஊரில் குடிதண்ணீர் ஊருணியை ஒட்டி, வடக்கில் ஒரு கடைவீதி. தென்கிழக்கில் இன்னொரு கடைவீதியும் உண்டு. காந்தி பெயரில் ஒன்று. நேரு பெயரில் அடுத்தது. நான் நடப்பது காந்தி வீதிக்கு. தலைபோகிற காரியம். இன்றைக்கு முடித்தாகணும்.

சாயந்திர வெயில் தாழ்ந்து இருட்டு மெல்ல ஊர்ந்து கொண்டிருக்கிறது. மார்கழிக் குளிர் தயங்கித் தயங்கி எட்டிப் பார்க்கும் நேரம். அரைவருடப் பரீட்சை முடிந்து பள்ளிக்கூடம் அடைத்துச் சார்த்தி ஏழெட்டு நாளாகிறது. லீவு விடக் காத்திருந்ததுபோல் கிறிஸ்துமஸ் வந்துவிடும். ராஜாசத்திரத் தெரு ஆசீர்வாதம் வாத்தியார் வீட்டில் சீரியல் செட் விளக்கு வைத்து அலங்கரித்த ஜோடனையோடு அது போன வாரம் வந்தது. இந்த கிறிஸ்துமஸுக்கும் அவர் வீட்டில் போய் கேக்கும், முறுக்கும், நன்னாரி சர்பத்தும் சாப்பிட்டு வந்தாகி விட்டது. கிறிஸ்துமஸ் கேக் சாப்பிட்டானதும் அடுத்து நினைவில் வரவேண்டிய விஷயம் காலண்டர். பிறக்கப் போகிற ஆயிரத்துத் தொள்ளாயிரத்து அறுபத்து மூன்றாம் வருடத்துக்கான காலண்டரை வாங்கத்தான் நான் காந்தி வீதிக்கு இதோ நடந்துகொண்டிருக்கிறேன்.

தனலட்சுமி ஜவுளிக்கடை வாசலில் ஒரு நிமிடம் நிற்கிறேன். ஏழெட்டுப் பேர் கூட்டமாக நின்று மஞ்சளும் சிவப்புமாகத் துணி தேர்ந்தெடுத்து விளக்கு வெளிச்சத்தில் பிடித்துப் பார்த்துக் கொண்டிருக்கிறார்கள். 'நயம் சரக்கு அண்ணே. நேத்துத்தான் பம்பாயிலேருந்து வந்தது' என்று கடைக்காரர் சொல்லியபடி கல்லாவுக்குக் கீழே குனிகிறார். யார் எப்போது துணி வாங்கப் போனாலும் அவர் கடையில் முந்திய நாள்தான் புத்தம் புதியதாக வந்து இறங்கிய பம்பாய்த் துணி எப்படிக் கொடுக்க முடிகிறது என்று தெரியவில்லை. சாயம் போகாத, துவைத்தால் சுருங்காத துணி அது.

ஜவுளிக்கடைக்காரர் துணிப் பொட்டலத்தோடு கல்லாவுக்குக்

கீழேயிருந்து எடுத்த காகிதக் குழலையும் கொடுக்க, வாங்க வந்தவர் முகம் நூறு வாட் பல்ப் போட்டதுபோல் பிரகாசமாகிறது. வெங்கடாஜலபதி படம். கீழே 'நாணயம், நம்பிக்கை. நவநாகரிக ஜவுளிகளுக்கு தனலெட்சுமி ஸ்டோர், காந்தி வீதி...' மிச்ச இடத்தில் சின்னச் சதுரங்களாக, வரப்போகிற பனிரெண்டு மாதங்களும் நெருக்கியடித்து நிற்கின்றன.

இந்தமாதிரி காலண்டர்கள் நிறைய எனக்குக் கிடைக்கும். இன்னும் மூன்று வாரம் பொறுத்தால், பொங்கல் நேரத்தில் சிவகாசியிலிருந்து மாமா வரும்போது கொண்டுவருவார். தனலெட்சுமி ஜவுளிக்கடை சீட்டித் துணி உருளைக்கு பாதி சைஸில் காலண்டருக்கு மேல் காலண்டராகச் சுற்றி அவர் எடுத்து வருவதை எல்லாம் ஒவ்வொன்றாகப் பிரித்து வார்னிஷ் பெயிண்ட் வாடையை முகர்ந்து அனுபவித்தபடி வீட்டுக் கூடம் முழுக்கப் பரத்தி வைக்கிற வழக்கம்.

குருவாயூர் கிருஷ்ணன், குழந்தை ஏசு, தலையில் கங்கை பொங்கிப் பெருக சிவன், ராம பட்டாபிஷேகம், நடனமாடுகிற வினாயகர் என்று பெரிய படங்களின் கீழ் தமிழ்நாட்டில் ஏதேதோ ஊர் வர்த்தக நிறுவனங்கள் பெயர் தட்டுப்படும். படத்தில் ஓரமாகக் கிறுக்கி இருக்கும் ஓவியர் பெயர் அனேகமாக ராஜு என்று முடியும்.

இந்த காலண்டரை எல்லாம் வீடு வீடாகப் படியேறி இஷ்ட மித்திர பந்துக்களுக்கு விநியோகித்துவிட்டு மாமாவோடு கூட வரும்போது சிவகாசியில் வருடம் முழுக்க இந்தமாதிரி காலண்டர் உற்பத்தி எல்லா மொழியிலும் நடக்கிறதாக மாமா சொல்வார்.

அவரிடம் மலையாளம், தெலுங்கு காலண்டர் சாம்பிளுக்குக் கேட்டு இரண்டு வருடமாகிறது. இன்னமும் தரவேயில்லை.

தனலெட்சுமி ஜவுளிக்குப் பத்துக்கடை தள்ளி, வெற்றிவேல் முடிதிருத்தகம். இங்கே மாட்டுவதற்கு என்றே சிவகாசியில் தனியாகக் காலண்டர் அச்சடிப்பார்கள். சரோஜாதேவி, சைராபானு என்று திரைப்பட நட்சத்திரங்கள் நேராகப் பார்க்காமல் ஒரு பக்கமாகத் திரும்பி நிற்கிறவை அதெல்லாம்.

‘சிசர்ஸ் கட் செய்யுங்க அண்ணே’ என்று மாதம் ஒருநாள் நான் மன்றாடுவதைக் காதிலேயே வாங்காமல், பெரிய சைஸ் கரப்பான்பூச்சி மாதிரி இறக்கை விரித்தபடி, கூர்மையான பற்களோடு ஊர்கிற ஒரு மிஷினால் வெ.வேல் என் பின்னந்தலையில் ஆழமாகவும் அழுத்தமாகவும் உழுவார். காலண்டரில் தேவிகா ஓரப் பார்வை பார்த்தபடி நமுட்டுச் சிரிப்புச் சிரிப்பார்.

ரங்கராஜு சைக்கிள்கடையில் ஏழெட்டு வருடக் காலண்டர் வரிசையாகத் தொங்குகிறது. எல்லாமே எம்.ஜி.ஆர் படம்தான். புது வருடத்துக்கு இன்னொரு எம்.ஜி.ஆர் படம்தான் சுவர் ஏறும். இன்னும் ஒரு காலண்டர் மாட்ட அங்கே இடம் இருக்கிறது. அடுத்த வருடம் எம்.ஜி.ஆர் உள்ளே வரக் கொஞ்சம் கஷ்டப்படலாம்.

ஐயப்பன் பெட்டிக்கடையில் தட்டி வைத்து வரிசையாக சணல் கயிற்றில் கட்டி கர்ப்பிணிப் பெண் போல வயிறு பெருத்த தினசரி காலண்டர்கள் தொங்குகின்றன. அதையெல்லாம் காசு கொடுத்து வாங்கிப் போகிறவர்கள் யாரென்று தெரியவில்லை.

ஆனாலும் புதுவருடம் பிறந்ததும் எல்லார் வீட்டிலும் சடம்பு கட்டி முன் அறையில் எடுப்பாகத் தொங்கி அலங்கரிக்க எப்படியோ ஒரு புது நாள்காட்டி வந்துவிடுகிறது.

ஆவன்னா றூனா மளிகைக் கடைக்குப் போய்ச் சேர்ந்துவிட்டேன். என் காலண்டர் பயணத்தின் இலக்கு. மாதாந்திர மளிகைப் பொருள் வாங்குகிற கடை. அரிசி, உளுந்தில் இருந்து, பாட்டியம்மா கஷாயம் வைக்க திப்பிலி, சுக்கு, பனங்கல்கண்டு வரை சளைக்காமல் பொட்டலம் கட்டிக் கொடுத்து அனுப்புகிற ஆவன்னா றூனாதான் தினசரி தேதி கிழிக்கக் காலண்டரும் வருடாவருடம் சப்ளை செய்கிறவர்.

போனவருடம் ஒரு புகையிலைக் கம்பெனி காலண்டரைக் கொடுத்து அனுப்பிவிட்டார். தோளில் புறாவோடு நடிகை சாவித்திரி உற்றுப் பார்த்தபடி இருந்த நாள்காட்டி. திருப்பிக் கொடுத்துவிட்டு, ‘வீட்டுலே மாட்டுறதா லட்சணமா’ ஒரு காலண்டரைக் கடையிலிருந்து வாங்கிவர நான்தான்

அனுப்பப்பட்டேன். இரண்டு மணி நேரம் மிளகாய்வற்றல் வாடைக்கு நடுவே காத்திருந்த அந்த நாள் மறுபடி வராமல் இருக்க, இந்த வருடம் முன்னெச்சரிக்கையாக நானே கிளம்பிவிட்டேன்.

ஆவன்னா றூனா அன்போடு நீட்டிய தினசரி காலண்டரில் ராகுகாலம், எமகண்டம், நாள், நட்சத்திரம், கிழமை எல்லாம் வழக்கம்போல் கொசகொசவென்று மை உலர்ந்து திட்டுதிட்டாகத் தீற்றி இருக்க, மேலே கலரில் அம்மன் படம். அச்சு அசலாக சாவித்திரி சாயல் அம்மனுக்கு. வீட்டில் அம்மனைத் திருப்பி அனுப்ப மாட்டார்கள்.

# இரண்டு

**ஊ**ரில் ரெட்டைத் தெருவுக்கு ஒரு முகம் உண்டு. கிழடு தட்டிக் கொண்டிருக்கும் அந்த முகம் தலையில் டர்பன் கட்டியிருக்கும். கொஞ்சம் சிடுசிடுவென்று இருக்கும். இங்கிலீஷ் சரளமாகப் புரண்டு வரும் நாக்கு. லா பாயிண்ட்களைத் தூக்கத்தில் எழுப்பிக் கேட்டாலும் சொல்லக்கூடிய மூளையும் டர்பனுக்கு உள்ளே உண்டு. ஊர்ப் பிரமுகர்களில் முக்கால்வாசிப்பேர் டர்பன் கட்டிய ரெட்டைத் தெரு வக்கீல்கள்.

இருநூறு வருடம் முன்னால் ஊர் உருவானபோது, இந்தத் தெருவில் மட்டும் இரண்டு வசத்திலும் வீடுகட்டிக் குடிவந்தார்களாம். எங்கள் வரிசை வீடுகள் நீளவாக்கில் விரிந்து, கொல்லைப் பக்கம் கதவைத் திறந்தால் ஒற்றைத் தெருவில் முடியும். அந்தத் தெருக்காரர்கள் ஒரே வசத்தில் வீடு எழுப்பி, தினசரி எழுந்திருக்கும்போது எங்கள் முதுகுப் பக்கம் மட்டும் பார்க்கக் கிடைத்தவர்கள்.

நான் கொல்லைக் கதவைத் திறந்தால் பளிச்சென்று மின்னல் வெட்டும். மொட்டைத்தலையில் எண்ணெய் தேய்த்துக்கொண்டு, வீட்டுத் திண்ணையில் பிரகாசமான பல்ப் எரிய மணி வாத்தியார் கடியார ரிப்பேர் செய்வதில் மூழ்கியிருப்பார். பள்ளிக்கூடம் போகிற நேரம் தவிர சுவர்க் கடியாரம், கைக்கடியாரம், அலாரம்

கடியாரம் என்று பெரிய முள்ளைத் துரத்தும் சின்ன முள், வினாடி முட்களின் மாயாலோகத்தில் மூழ்கியவர் அவர். அந்தத் தலையில் முடியெல்லாம் கொட்டுவதற்கு முந்திய சம்மர் கிராப் புகைப்படத்தை பள்ளிக்கூடப் பழைய ஆண்டுமலரில் பார்த்திருக்கிறேன். மின்னல் என்று பட்டப்பெயர் அதற்கு அப்புறம் வந்த கிளாஸ் பையன்கள்தான் கொடுத்திருக்க வேண்டும்.

வாத்தியார் வீட்டு வாசலுக்குப் பக்கத்தில் ஒரு ரோடுரோலர் அடிக்கடி தட்டுப்படும். அந்த வீட்டுக்காரர் சாலை போடுகிற உத்தியோகத்தில் இருந்ததாகச் சொன்னார்கள். தாசில்தாரும் மற்ற கவர்மெண்ட் உத்தியோகஸ்தர்களும் அழுக்கு அரசாங்க ஜீப்பில் அங்கேயிங்கே அலைவதைப் பார்த்திருக்கிறேன். ஆத்திர அவசரத்துக்கு ரோடுரோலரை ஓட்டிப் போகமுடியுமா என்று தெரியவில்லை.

கடியார ரிப்பேர், ரோடுரோலர், மிளகாய்ப்பொடியும், சீயக்காய்ப்பொடியும் நறநறவென்று அரைத்துக்கொட்டித் தும்ம வைக்கும் மில் போன்ற இடைஞ்சலான சமாச்சாரங்கள் ஒற்றைத் தெருவை நிறைத்திருந்ததால் அந்தத் தெருப்பையன்களும் ரெட்டைத் தெருவுக்குத்தான் சாயந்திரம் விளையாட வருவார்கள்.

விளையாட்டின்போது பந்தை மட்டையில் வீசியடித்தால் அது போய்த் தஞ்சம் புகும் இடம் ஃபண்ட் ஆபீஸ் மாடியாக இருக்கும். ஃபண்ட் ஆபீஸ் என்றால் என்ன என்று பெரியவர்களை விசாரித்தால் பேங்கு மாதிரி என்பார்கள். 'ஃபண்ட் ஆபீஸ் முழுகிப் போச்சு. கோர்ட்டுலே இருபது வருஷமா கேசு இழுத்துட்டுக் கிடக்கு' என்றும் மறக்காமல் சொல்வார்கள். மூழ்கியதற்கான அடையாளமே இல்லாமல் சுக்காக உலர்ந்த சுவர்கள் காரை பெயர்ந்து கிடக்க, மாடியில் அந்த ஆபீசுக்கு உள்ளே வயசானவர் ஒருத்தர் உட்கார்ந்து, சதா பழைய நோட்டுப் புத்தகங்களைப் புரட்டி ஏதோ எழுதியபடியிருப்பார்.

'என்னடா வேணும்?'

'பந்து உள்ளே விழுந்துடுத்து தாத்தா.'

'அடிச்சவனுக்குப் பந்து போன இடம் தெரியும். பந்துக்குத் தெரியுமோ அது வந்து சேர்ந்தது எங்கேன்னு?'

அவர் மர அலமாரிக்குக் கீழேயிருந்து உருண்டுவரும் பந்தைக் கையில் எடுத்து வைத்துக்கொண்டு அதைப் பார்த்துக் கேட்பார். தேடிப்போன நாங்கள் பத்து விநாடி மௌனம் அனுஷ்டித்து முடிக்கும்போது, பந்தை எங்கள் கையில் கொடுத்துவிட்டு அவர் பழைய புத்தகத்தைப் புரட்டப் போய்விடுவார்.

பந்து ஃபண்ட் ஆபீஸ் மாடியேறாத பொழுதுகளில் சாயந்திர வெயிலில் சைக்கிள் விட்டுக்கொண்டு போகிற காலேஜ் வாத்தியார்கள் மேல் படும். சைக்கிள் ஹாண்டில்பாரில் வைத்திருந்த கூடையில் விழுந்த பந்தைக் கேட்டுத் துரத்திப்போன பேராசிரியர்களை அப்புறம் ஏழெட்டு வருடம் கழித்து மனதாலும் அறிவாலும் பின்தொடர்ந்திருக்கிறோம். தமிழ்ப் புதுக்கவிதை, சோவியத் இலக்கியம், மலையாளச் சிறுகதை என்று புது உலகங்களைக் காட்டிய அவர்கள் சைக்கிளை நிறுத்தாமலேயே பந்தை விட்டெறிந்துவிட்டு பேச்சைத் தொடர்ந்தபடி போவார்கள்.

மும்முரமாகப் பந்து விளையாடுகிறபோது ஒருநாள் சாயந்திரம் இன்னொரு சின்னப் பையன் காரில் வந்து எலிமெண்டரி ஸ்கூல் மாஸ்டர் வீட்டு வாசலில் இறங்கினான். மாஸ்டருக்கு எதிர்த்த வக்கீல் வீட்டம்மா அந்தப் பையனுக்கு காரில் வைத்தே ஆப்பிள் எல்லாம் கொடுத்து கன்னத்தைக் கிள்ளினாள். 'களத்தூர் கண்ணம்மா படத்துலே அம்மாவும் நீயேன்னு பாடற பிள்ளை' எல்லாரும் சொன்னார்கள். எலிமெண்டரி ஸ்கூல் மாஸ்டருக்கு உறவாம். சாயந்திர நேரத்தில் கிரிக்கெட் விளையாட அனுப்பாமல் கமல்ஹாசனை வீட்டுக்குள் கூட்டிப்போய் விட்டார் மாஸ்டர்.

சமயத்தில் பந்து வக்கீல் ஆபீசுக்குள் புகுந்துவிடும். டர்பன் கட்டிய வக்கீல்களின் ஆபீசில் படியேறிப் பந்தைக் கேட்டால் இங்கிலீஷில் பாய்ந்து வரும் கேள்விகளை எதிர்கொள்ளவேண்டி வரும். பதிலும் இங்கிலீஷில் எதிர்பார்க்கப்படும். அதில் வினைச்சொல், இறந்த காலம், நிகழ்காலம், கஷ்ட காலம் தப்பாக இருந்தால் உடனடியாகத் திருத்தப்படும். 'ரென் அண்ட்

மார்ட்டீன் கிராமர் புத்தகத்தை அந்தக் காலத்தில் கதைப் புத்தகம் மாதிரி வாசிப்போம்' பந்தைக் கொடுக்கும்போது வக்கீல்கள் வழக்கமாகச் சொல்வது இது. அதெல்லாம் எதுக்கு? ரென் அண்ட் மார்ட்டினைப் பாராயணம் செய்தால் வருங்காலத்தில் டர்பன் கட்டிக்கொள்ள வேண்டிவரும். குதிரை வண்டியில் கோர்ட்டுக்குப் போகவேண்டி இருக்கும் மூல நோக்காட்டுக்குக் களிம்பு வாங்கிவர குமாஸ்தாவை அடிக்கடி டாக்டர் வீட்டுக்கு அனுப்ப வேண்டியிருக்கும். டாக்டர் எல்லாத்துக்கும் ஒரே களிம்புதான் தருவார்.

வக்கீல் மாதவன் டர்பன் எல்லாம் கட்டுவது இல்லை. இளவயசு. சாந்தமான முகம். அவர் தலையை அடிக்கடி நாங்கள் அடித்த பந்து பதம் பார்த்ததுண்டு. குமாஸ்தா கோபப்பட்டாலும், அவரை அடக்கிவிட்டு, சகஜமாகச் சிரித்தபடி நின்றபடிக்கே பௌலிங் போடுவதுபோல் எங்களைப் பார்த்துப் பந்தை எறிவார். 'ஜில்லுனு பானைத் தண்ணி இருக்கா தம்பி' எதிர் வீட்டு சவுந்தரராமனை எப்போது அவர் கேட்டாலும் வெங்கல கூஜா நிறைய ஆரஞ்சு ஜூஸ் நிறத்தில் ஊருணித் தண்ணீரோடு சவுந்தரராமன் ஓடி வருவான்.

வக்கீல் மாதவன் அப்புறம் தேர்தலில் நின்றார். சட்ட அமைச்சரானார். பக்கத்து ஊர்தான் தொகுதி. எங்கள் ஊராக இருந்தால், எங்களுக்கு ஓட்டு இருந்தால் நிச்சயம் அவருக்குத்தான் போட்டிருப்போம். ரென் அண்ட் மார்ட்டினை ஞாபகப்படுத்தாத காரணத்துக்காகவே.

வக்கீல் மாதவன் அறிஞர் அண்ணா கட்சி. அண்ணாவும், கலைஞரும், நாவலரும் மற்ற பெரிய தலைவர்களும் பங்கெடுத்துக்கொண்ட மாநாடு ரயில்வே ஸ்டேஷன் போகிற வழியில் ஆவாரங்காட்டுப் பொட்டலில் நடந்தது.

'வரப்போற எலக்ஷன்லே அண்ணாதான் ஜெயிப்பார்' - எங்களுக்கு இரண்டு வருடம் மூத்த பள்ளிக்கூட சீனியர்கள் சொன்னார்கள். அண்ணா வந்தால் இந்தி வாத்தியார் பிரம்படி இருக்காது.

அருமையாக அலங்கரித்த ரதத்தில் அண்ணா கையை அசைத்துக்கொண்டு ஊர்வலமாக வந்தார். எங்கள் வீட்டு

வாசலில் ரதம் நின்றுபோய்விட்டது. அண்ணா புன்சிரிப்போடு இறங்கி நடக்க ஆரம்பித்தார்.

அந்தக் கால முரசொலி மலர் கிடைத்தால் பாருங்கள். அட்டையில் பெரிய புகைப்படம் தட்டுப்படும். அண்ணா, ரதம், எங்கள் வீட்டு வாசல். கம்பிக் கதவுப் பக்கம் தொளதொளவென்று நிஜார் அணிந்துகொண்டு கையில் மட்டையும் பந்துமாக நான்.

## மூன்று

**எ**ன்னமோ தெரியவில்லை, பெருமாள் கோயில் எப்போதும் அமைதியில் மூழ்கியிருக்கும். தொடர்ந்து அவதாரம் எடுத்து முடித்த அசதியோடு ஓய்வெடுக்க எங்கள் ஊரைத்தான் பெருமாள் தேர்ந்தெடுத்ததால் பண்டிகை, நாதஸ்வரம், அதிர்வேட்டு எல்லாம் வேணாம் என்று சொல்லிவிட்டு விச்ராந்தியாகச் சாய்ந்து படுத்துவிட்டதாகக் கேள்வி.

சிவனோ உற்சாகப் பிரியராக ஒன்று முடிந்து அடுத்த கொண்டாட்டத்துக்குத் தயாராகிக் கொண்டிருப்பார். முக்கியமாக மார்கழி வந்தால் போதும். மாதம் பிறக்க இரண்டு நாள் முந்தி வக்கீல் குமாஸ்தா வெங்கடேசனுக்குக் கனவிலோ அல்லது அவர் சதா சுமந்துகொண்டு நடக்கிற ஹோ அண்ட் கோ டைரியில் கொட்டை எழுத்தில் போட்டோ ஞாபகப்படுத்தி, பட்டு உத்தரீயத்தைத் தேடவைப்பார். வெங்கடேசன் அந்தப் பழைய உத்தரீயத்தை தியாகி டெய்லர் கடைக்கு எடுத்துப் போகும்போது கூடவே போகிற எங்களுக்கு வெண்பொங்கல் வாசனை மனதில் மிதந்து வரும்.

‘அடுத்த வருஷமாவது புது முண்டாசு வாங்கிடுங்க, சாமிகளே. ஊசி நுழைய எடமே இல்லாமே ஒட்டுப்போட்ட நூல்தான்

முழுக்க இருக்கு'. தியாகி டெய்லர் எப்படியோ தையல் இயந்திரத்தில் அந்தப் பட்டு உத்தரீயத்தை முன்னாலும் பின்னாலும் இழுத்துப் பிடித்துக் கிழிசலை அடைத்துத் தருவார். 'பொழச்சுக் கிடந்து எங்க வக்கீலய்யாவுக்கு நல்லதா நாலு கேசு வரட்டும் பார்க்கலாம்' குமாஸ்தாவுக்கு நம்பிக்கை இருந்தது.

மார்கழி விடிகாலையில் தலையில் அந்தப் பட்டுத் துணியைத் தோளில் வழிகிற கம்பீரமான முண்டாசாகக் கட்டிக்கொண்டு மீசை இல்லாத பாரதியார் மாதிரி வெங்கடேசன் சிவன் கோவில் சந்நிதானத்துக்கு முன்னால் நிற்பார். திருப்பள்ளி எழுச்சியும், திருவெம்பாவையும் ஒவ்வொரு பாட்டாகப் பாடி நிறுத்த, சுந்தரேசக் குருக்கள் பின்னால் வளைந்த காலை உந்தி திருவாச்சி விளக்கில் தீபாராதனை கொளுத்தி சிவனுக்குக் காட்டுவார். மடைப்பள்ளியில் வெண்பொங்கல் தயாராகிற வாடை சுகமாகக் காற்றில் மிதந்து வர, நாங்கள் திருவெம்பாவை கவுண்ட்-டவுனில் கவனமாகக் கன்னத்தில் போட்டுக்கொண்டு காத்திருப்போம். விடியற்காலம் சீக்கிரம் கிளம்ப வேண்டியிருப்பதால், சிலநாள் குளிக்காமல் பிரசாதம் வாங்கப்போன குற்றத்துக்காகவும் இப்படிக் கன்னத்தில் போட்டுக்கொள்வது உண்டு.

"போற்றி எல்லா உயிர்க்கும்" வெங்கடேசன் கடைசி திருவெம்பாவைப் பாடி முடிப்பார். உத்தரீயத்தை அவிழ்த்து ஜாக்கிரதையாக மடித்து அஞ்சால் அலுப்பு மருந்து பெயர் எழுதிய துணிப்பையில் அடைத்துக் கொண்டிருக்கும்போது கோவில் மடைப்பள்ளி சுயம்பாகி மாதேசுவரன் ஒரு வெங்கலப் பாத்திரத்தில் ஆவி பறக்க வெண்பொங்கலை, மேலே ஒரு செம்புத் தட்டால் மூடி எடுத்து வருவான். பிளாஷ் போட்டோ எடுக்கிறதுபோல் அரைவினாடிக்கும் குறைவாக அந்தத் தட்டைத் தூக்கிப் பிடித்து சிவனுக்கு உள்ளே இருக்கிற நைவேத்தியத்தைக் காட்டி டப்பென்று உடனே மூடிவிடுவான் மாது. உள்ளே இருந்தபடிக்கே கையை நீட்டிச் சிவனோ, குருக்களோ, முண்டாசை அவிழ்த்த திருவெம்பாவை குமாஸ்தாவோ தட்டோடு பிடுங்கிக்கொண்டு போய்விடலாம் என்ற பயம் காரணமாக இருக்குமோ என்னமோ.

உபயதாரர்களுக்கு ஆளுக்கு இரண்டு கட்டி பொங்கல், காளாஞ்சியாக வெற்றிலை, பாக்கு, ரொம்பவே கனிந்த இத்தனூண்டு பூவன் பழம், தினசரிப் பத்திரிகையை நீளவாக்கில் கிழித்து மடித்த பொட்டலத்தில் விபூதி, குங்குமம், பூமாலையில் நறுக்கிய நாலு ஜவந்திப்பூ எல்லாம் வழங்கும்வரை பொறுமையாகக் காத்திருப்போம். இலை நறுக்கில் வைத்து மாது எங்கள் கையில் தொப்பென்று போடுகிற அந்தப் பொங்கலின் ருசி வாழ்க்கையில் அப்புறம் வேறு எந்தப் பொங்கலிலும் கிடைத்தது இல்லை.

மார்கழி மாதம் பஜனைக் கோஷ்டிகளின் மாதம். முதல் பஜனை, கோவில் தாற்காலிக நிர்வாகி கந்தன் ஃபான்ஸி ஸ்டோர் ராமநாதன் வகையறாக்கள் கோவில் வாசலில் இருந்து தொடங்கி ஊர் முழுக்கச் சுற்றி வலம் வருவது. சிரஸ்தார் சேஷன், ரிடையரான வாத்தியார் சிவராமன், ஸ்டாம்ப் வெண்டர் தாத்தா போன்ற 'அறுபது பிளஸ்' ஆத்மாக்களின் இந்தக் கோஷ்டியில் யாராவது ஒருத்தரே கையில் ஜால்ராவோடு லாகவமாக பிடியரிசிப் பெட்டியையும் வயிற்றோடு கட்டித் தூக்கிக்கொண்டு நடப்பார். ஒவ்வொருத்தரும் இழுக்கும் ராகம் ஒவ்வொரு திசைக்குமாகப் பறக்க, வேற்றுமையில் ஒற்றுமையாக 'நாதன் நாமத்தை நான் மறவேனே, மறவேனே' என்று இந்த கோஷ்டி ஒரு தேவாரத்தை உண்டு இல்லை என்றாக்கி முடித்து அடுத்த பயமுறுத்தலுக்குத் தயாராகும். பாதிப் பாட்டில் ராமநாதன் தனி சுருதியில் 'ஹரி ஹரி' என்று சத்தமாகச் சொல்வார். யார் வீட்டு வாசலிலோ அரிசி போடத் தயாராக யாரோ நிற்கிறதாக அர்த்தம். பிடியரிசிப் பெட்டிக்காரர் நாதன் நாமத்தில் மூழ்கி இருந்தால், அடுத்த வேண்டுகோள் 'ஹரிசி-வா, ஹரிசி-வா' என்று இன்னும் இரைச்சலாக வரும். இந்த இரைச்சல் இல்லாவிட்டால் தினசரி திருவெம்பாவை பாடிமுடித்ததும் கையில் வந்து விழும் பொங்கல் அளவு கம்மியாகிவிடலாம்.

'அரிசி' பஜனைக்கு அடுத்தது ராஜுத்தெரு பஜனை. இந்தத் தெருவில் சகலரும் சதா தெலுங்கில் மாட்லாடிக் கொண்டிருப்பார்கள். காரம் மணம் குணம் நிறைந்த பட்டணம் பொடி, பெப்ஸ் என்ற இருமல் மாத்திரை வில்லை,

கோரோஜனை (அப்படி என்றால் என்ன?) என்று கலந்து கட்டியாக விற்கும் கங்காராஜ் அண்ட் கோ கடைக்காரர், எந்தக் காலத்திலேயோ பிரிண்டிங்க் பிரஸ் நடத்திய ஹிட்லர் மீசைப் பெரியவர், பம்புசெட் மோட்டார் ரிப்பேர்கடை முதலாளி என்று சங்கீதத்தோடு எந்த விதத்திலும் தொடர்புபடுத்திப் பார்க்க முடியாத பெரிசுகள் மார்கழி வந்தால் தெப்பக்குளத்தில் குளித்துவிட்டு, நெற்றி முழுக்க நாமத்தைப் பரக்கப் போட்டுக் கொண்டு படு குஷியாகக் கிளம்பிவிடுவார்கள். நாலு ஆர்மோனியம், சிப்ளாக்கட்டை, அப்புறம் பிரம்மாண்டமாக ராமர் பட்டாபிஷேகப் படம். அதன் மேல் சன்னமான பட்டுத்துணி - திருவெம்பாவை குமாஸ்தா முண்டாசு மாதிரி கிழிசல் இல்லாதது - அலங்காரமாக வழிந்தபடி இருக்கும். அழகான தெலுங்கில் அற்புதமாகப் பாடியபடி இந்த ராஜுத் தெரு மனிதர்கள் நாலுவீதி சுற்றி முடிக்க நடுப்பகல் ஆகிவிடும்.

இந்தத் தன்னார்வக் குழுக்களோடு போட்டி போட தாசில்தார் பஜனை கோஷ்டி வந்து சேர்ந்தது. ஆர்.டி.ஓ ஆபீசில் எங்கேயோ இருந்து ஒரு தாசில்தாரை ஊருக்கு டிரான்ஸ்பர் செய்துவிட்டார்கள். குழந்தை குட்டி இல்லாத அந்த மனுஷர் ஆபீசில் சிவப்பு நாடா சுற்றிய ஃபைல்களை அப்படியும் இப்படியும் நகர்த்திய நேரம் போக, மிச்சப் பொழுதெல்லாம் பாடுவதிலேயே குறியாக இருந்தார். 'பரிபாலித முதுகுந்தா, வேணும் தயை, நந்த நந்தன நந்தன முடிதன, அருள்வாய்' என்று தமிழா, இல்லை பாலி, சுமத்ரா பாஷையா என்று முடிவாகச் சொல்ல முடியாத மொழியில் கீச்சுக் குரலில் பாடியபடி ஆபீஸ் விடுமுறையான ஞாயிற்றுக்கிழமைகளில் தாளத்தைத் தட்டிக்கொண்டு நகர்வலம் வருவார் இவர். தனியாக வந்தால் பிரச்சனை இல்லை. தாசில்தார் என்பதால் அவர் ஆபீசில் டவாலி சேவகர் தொடங்கி, லோயர், அப்பர் டிவிஷன் குமாஸ்தாக்கள், டென்-ஏ-ஒன் என்ற டெம்பரவரி கிளார்க்குகளில் பலபேரும் தாசில்தாருக்குப் பின்னால் மரியாதையான இடைவெளி கொடுத்துக் கூடவே நடந்து வருவார்கள். 'மூன்றாவது சம்பளக் கமிஷன் தீர்ப்பை நடப்பாக்கு' என்று அரசாங்கத்திடம் முறையிடும் என்.ஜி.ஓ ஊர்வலம் மாதிரி இருக்கும் இது.

தாசில்தார் பதவி மாறிப்போகும்போது ரயில்வே ஸ்டேஷன் கொள்ளாத கூட்டம். இனிமேல் அவர் திரும்பி வரமாட்டார் என்று தீர்மானப்படுத்திக்கொண்ட என்.ஜி.ஓக்கள் 'நந்த நந்தன நந்தன முனிதன' என்று கையைத் தட்டிப் பாடியபடி திரும்பிப் போய்க் கொண்டிருந்தார்கள்.

# நான்கு

ரெட்டைத் தெருவுக்கும் சாப்பாட்டுக்கும் அப்படி ஒரு பிணைப்பு. ஒன்றுக்கு மூன்றாக மெஸ்கள் தெருவில் அங்கங்கே இடத்தைப் பிடித்து நாள்முழுக்க சுகமான சாப்பாட்டு வாடையைப் பரப்பியபடி இருக்கும். தெரு மத்தியில் கர்னாடக சங்கீத மெஸ். சாப்பிட வருகிறவர்களுக்கு ஆகாரத்துக்கு முந்தியோ அப்புறமோ ஒரு கீர்த்தனை சொல்லிக்கொடுக்கிற ஏற்பாடோ அல்லது சங்கீதம் கேட்டபடி சாம்பார் சாதத்தை ஒருகை பார்க்க வசதியோ எல்லாம் இல்லை. வீட்டம்மா மூணு வேளை சாப்பாடு போடுகிற மெஸ் நடத்தினாள். அவங்க வீட்டுக்காரர் திண்ணையில் சுருதிப் பெட்டியோடு உட்கார்ந்து சரிகம என்று சுரம் இழுத்துப் பாடச் சொல்லிக் கொடுத்தார். ஆத்திரம் அவசரத்துக்கு சங்கீதக்காரர் சமையல்கட்டில் பொடிமாஸ் செய்ய வாழைக்காயை அரிவாள்மணையில் நறுக்கிக் கொண்டிருப்பார். ஆனாலும், அவர் வீட்டுக்காரி திண்ணையிலோ உள்கட்டிலோ பாட்டுப்பாடிக் கேட்டதில்லை.

அம்மாவுக்கு அடுப்புப் பக்கம் போகக் கூடாத நேரம், பாட்டியம்மா ‘ஒருபொழுது’ உபவாசம், திடுதிப்பென்று உறவினர் வருகை போன்ற நேரங்களில் கையில் இரண்டு எவர்சில்வர் தூக்குகளோடு மெஸ் படியேற என்னைத்தான் அனுப்புவார்கள்.

'ஓரகத்தியோட பேத்தி. ராமேஸ்வரத்திலே மட் ஓய்பா இருக்கா. உனக்கு அக்கா முறை ஆகணும்டா குழந்தே. மிஸ்ஸிலே போய் புது ஈடா நாலு இட்லி வாங்கி வா.'

பாட்டி, மெஸ்ஸை மிஸ்ஸாக்கி மிட் ஒய்பை மட் ஒய்ப் ஆக்கினாலும் கர்னாடக சங்கீத மெஸ் இட்லியைப் பார்த்த மாத்திரத்திலேயே 'உளுந்து போதாது', 'சரியா வேகலை' போன்ற அழுத்தமான விமர்சனங்களை முன்வைத்துவிடுவாள்.

நானூறு பக்க நாவலைப் படிக்காமலேயே கிண்டிக் கிழித்துத் தோரணம் கட்டும் இந்தக் கால இலக்கிய விமர்சகர்களுக்கு அவளே முன்னோடி.

ஆனாலும் மெஸ் இட்லிக்கும் அவளுக்கும் ஒரு லவ்-ஹேட் ரிலேஷன்ஷிப் இருந்தது - விமர்சகர்களும் இலக்கியமும்போல.

மெஸ் நடத்த பஞ்சாயத்து போர்ட் அனுமதி வாங்கவில்லை என்று ஒருதடவை ஆபீசர் ஒருத்தர் வந்து தக்காளி ரசத்தையோ தண்ணீர் ஏகத்துக்கு விளம்பிய அவரைக்காய் சாம்பாரையோ கண்ணாடிக் குடுவையில் அடைத்துக்கொண்டிருந்ததாக சீதரன் சொன்னான்.

இலையில் சாதத்தோடு சுடச்சுட வார்த்துப் பிசைந்து விழுங்க வேண்டிய சங்கதியை எல்லாம் சயன்ஸ் வாத்தியார் பிராணவாயு தயாரிக்கிற மாதிரி குடுவையில் நிரப்பிப் பரிசோதித்துக் கொண்டிருப்பார்களா என்று தெரியவில்லை.

ஆனாலும், சீதரன் அறிக்கை வெளியான ஒரு வாரத்தில் பஞ்சாயத்து ஆபீசிலிருந்து கூட்டமாக சைக்கிள்களில் வந்திறங்கி ஒரு கூட்டம் கர்னாடக சங்கீத மெஸ்ஸில் புகுந்தது. தம்பூராவையும் இலைக்கட்டையும் ஒரு பக்கமாக நகர்த்திவிட்டு அவர்களுக்குக் கல்யாணச் சாப்பாடு மாதிரி பரபரப்பாகப் பரமாறிக்கொண்டிருந்தபோது, நாலு இட்லி, கெட்டிச் சட்னிக்காக நான் மணிக்கணக்கில் காத்திருக்க வேண்டிப் போனது.

சங்கீத மெஸ் தவிர இன்னொரு நட்சத்திர மெஸ்ஸுும் தெருவில் உண்டு. நட்சத்திரம் என்றால் த்ரீ ஸ்டார், ஃபைவ் ஸ்டார்

அந்தஸ்து என்று அர்த்தம் இல்லை. சினிமா நட்சத்திரம் கிருஷ்ணையா நடத்திய மெஸ்ஸாக்கும் அது.

வஞ்சிக்கோட்டை வாலிபனா அல்லது மிஸ்ஸியம்மாவா என்று தெரியாது. நான் சினிமா பார்க்க ஆரம்பிப்பதற்கு முந்தைய ஏதோ ஒரு ஜெமினி கணேசன் படம். ஜெமினி, பி.பி.சீனிவாஸ் குரலில் ஏக்கத்தோடு பாடுவார். அப்புறம் மனதில் பதிந்த கதாநாயகியைப் படம் வரைய உட்காரும்போது வர்ணம், பிரஷ் போன்ற முக்கிய சமாச்சாரங்கள் இல்லாதது தெரியும்.

'யாரங்கே!' அவர் கையைத் தட்ட, ஒரு தட்டில் வர்ணப்பொடி, தேங்காய்மட்டை பிரஷ் எல்லாம் வைத்து எடுத்துக்கொண்டு, சின்னதாக உச்சிக்குடுமியோடு கிருஷ்ணையாதான் கம்பீரமாக நடந்துவருவார்.

கட்டை, குட்டையாக, குடுமி, கடுக்கன் அலங்காரத்தோடு கிருஷ்ணையா மெஸ் வாடிக்கையாளர்களோடு எப்போதும் ஒரு பத்து வருடத்துக்கு முந்திய தமிழ் சினிமா அல்லது அரசியல் பற்றி உரக்கப் பேசிக்கொண்டிருக்க, அவர்கள் கோதுமை ரவை உப்புமா, கோதுமை சப்பாத்தி, கோதுமை தோசை என்று பத்திய போஜனமாக உள்ளே தள்ளிக்கொண்டிருப்பார்கள். நீரிழிவு வியாதி உள்ளவர்களுக்காக மட்டும் நடத்தும் மெஸ்ஸோ என்னமோ தெரியாது, நான் போனபோதெல்லாம் 'இட்லி தீர்ந்து போச்சு; ரவாதோசை வேணும்னா போடச் சொல்றேன்'. கிருஷ்ணையா ஜெமினி கணேசன் மாதிரி உள்ளே பார்த்துக் கைதட்டுவார். 'மெஸ்ஸியம்மா' தலை சமையலறை இருட்டுக்கு வெளியே ஒருவினாடி தட்டுப்பட்டு மறையும்.

'பக்தவத்சலம் ஆட்சியிலே அரிசிக்கு ஆலாப் பறக்க வேண்டியிருக்கு. ராஜாஜி திரும்ப வரணும்.'

கிருஷ்ணையா மெஸ்ஸில் ராஜாஜி என்ன, அறிஞர் அண்ணாவே வந்து ரூபாய்க்கு மூணுபடி அரிசி கொடுத்தாலும், ரவா உப்புமாதான் சாப்பிடக் கிடைக்கும்.

இந்த இரண்டு மெஸ் தவிர தெருக் கோடியில் பொரிகடலைக் கடைக்கு எதிரில் செல்லூரார் மெஸ் உண்டு. பக்கத்தில் மாஜிஸ்டிரேட் கோர்ட்டுக்கு வரும் கட்சிக்காரர்களுக்காக,

பிரத்யேகமாக கல்தோசையும், உளுந்து வடையும், சுண்டலும் விற்கிற இந்த மெஸ், கோர்ட் விடுமுறைக் காலத்தில் தூங்கப் போய்விடும்.

பள்ளிக்கூடம் அரைப் பரீட்சை, முழுப் பரீட்சைக்கு அடைத்து லீவு விடுவதுகூடத் தாமதமாகலாம். கோர்ட், வக்கீல் ஆபீஸ் போன்ற பெரியவர்கள் புழங்கும் இடங்கள் நாள்நட்சத்திரம் தவறாமல் வெகேஷனுக்காக அடைத்துப் பூட்டப்படுவது வாடிக்கை.

பஞ்சாயத்து போர்ட் பிரசிடெண்டாக இருந்த அண்ணவாரு ராதாகிருஷ்ணன் ரெட்டைத் தெருவாசிதான். அவர் மெஸ் எதுவும் வைக்கவில்லை. ஆனால், காந்தி வீதியில் ஏழெட்டு பெஞ்ச் போட்டு உடுப்பி ஓட்டல் என்று நடத்திக் கொண்டிருந்தார். பெரியவர்கள் காப்பி குடிக்கப் படியேறும் இடம் இது.

நாலு வீட்டில் தோசைக்கு அரைத்து, குடிதண்ணீர் கொண்டுவந்து ஊற்றி வரும் சொற்ப வருமானத்தில் காலத்தை ஓட்டிக்கொண்டிருந்த குட்டிகிருஷ்ணனின் அம்மா இறந்தபோது அவனும் வீட்டுக்காரியும் அதே நாலுவீட்டிலும் அண்டையிலும் தகனத்துக்காக யாசகம் வாங்கிய பணத்தோடு படியேறிய இடம் இந்த ஓட்டல்.

அக்கம்பக்கத்துப் பெரியவர்கள் இதை இளக்காரமாகச் சொல்லும்போது பாட்டியம்மா சொல்லுவாள் - ‘பாவம், அகப்பை நோக்காடு. குத்தம் சொல்லக் கூடாது.’

மெஸ்கள், ஓட்டலைவிட ரெட்டைத் தெருக்காரர்களை அதிகம் ஆகர்ஷித்த சாப்பாட்டுக்கடை ஒன்றும் உண்டு. சிவன்கோவில் தெரு முனையில், கங்காராஜ் அண்ட் கோவுக்கு அடுத்து இடிந்து விழுந்துகொண்டிருக்கும் பழைய வீட்டுத் திண்ணையில், ராமராயர் பகல் நேரத்தில் பஜ்ஜிக்கடை போடுவார்.

மதியம் கோர்ட் இடைவேளையின்போது குதிரை வண்டியில் வீட்டுக்குப் போகிற வக்கீல்கள், சைக்கிளில் கேஸ்கட்டோடு வருகிற குமாஸ்தாக்கள், பள்ளிக்கூட வாத்தியார்கள் என்று ஒரு பெரிய கூட்டம் ஊரில் உண்டு. காலையில் எட்டு மணிக்கு

இலைபோட்டுச் சாப்பிட்டுவிட்டுப் போகிற விநோதப் பழக்கம் உள்ளவர்கள்.

மதியம் பட்டப் படைக்கிற வெயிலில் ராமராயர் எண்ணெய்ச் சட்டி வைத்து காரசாரமாக உற்பத்தி செய்து தள்ளுகிற பஜ்ஜி, தவலைவடை, மற்றும் சுவியன், போளி வகையறாக்கள் அடுப்பை விட்டு வெளியே வந்த நிமிடமே எண்ணெய் கசிய பழைய தினசரியில் சுற்றி பரபரப்பாகச் சாப்பிட்டு முடிக்கப்படும்.

அருகருகே நின்று அன்னியோன்னியமாகப் பேசியபடி மிளகாய் பஜ்ஜி சாப்பிட்ட வக்கீல்கள் அந்தக் காரம் குரலில் வழிய மாஜிஸ்ட்ரேட் கோர்ட் படியேறி எதிரும் புதிருமாகப் பொறிபறக்க வாதிடும்போது, ராமராயர் எண்ணெயைத் தூக்குப் பாத்திரத்தில் வழித்து ஊற்றிவிட்டு, மீதித் தவலைவடையைப் பிரம்புத் தட்டில் பரத்திக்கொண்டு, ஊருணிப் பக்கம் முன்சீப் கோர்ட்டை நோக்கி நடப்பார். அங்கேயும் நீதியை நிலைநாட்டத் தன்னாலான ஒத்தாசையைச் செய்கிற அவசரம் நடையில் தெரியும்.

# ஐந்து

பங்குனி மாதம் பிறந்தால் சிவன் கோவிலில் கொடி ஏற்றுவார்கள். இது சுதந்திர தினத்துக்கு ஹெட்மாஸ்டர் ஏற்றி, பத்து நிமிஷம் காந்தி, நேரு என்று பேசிவிட்டு, வரிசையில் நிற்க வைத்து ஆரஞ்சு மிட்டாய் கொடுத்து அனுப்புகிற சமாச்சாரமில்லை.

சிவன் கோவிலில் நடக்கும் பங்குனி உத்திரத் திருவிழாவுக்கான கொடி. சிவனுக்கு இல்லை, சுப்பிரமணிய சுவாமிக்குத்தான் பத்து நாள் உற்சவம், திருக்கல்யாணம் அப்புறம் தேர்.

கிட்டத்தட்ட முழு வருடப் பரீட்சை லீவோடு இது சேர்ந்து வருவதால், பத்து நாளும் வீட்டில் இருக்கும் நேரத்தைவிட திருவிழா மண்டகப்படி நடக்கிற இடங்களில் சுற்றுகிறதுதான் அதிகமாக இருக்கும்.

பங்குனி உத்திரக் கொடியேற்றியதும், வெளியூர்ப் பயணம் எல்லாம் வைத்துக்கொள்ளக் கூடாது என்று எந்தக் காலத்திலேயோ எழுதாத சட்டம் இருந்ததாகத் தெரிகிறது.

ஆனால் ஊருக்குப் போகாமல் இருக்க முடியாது. முக்கியமாக அப்பா.

போட் மெயில் என்ற ராமேஸ்வரம் எக்ஸ்பிரசில் வந்து இறங்கி, கான்வாஸ் பையோடு வீட்டுவாசல்படி ஏறுகிறவராகத்தான் அவர் இன்னும் என் நினைவுகளில் இருக்கிறார்.

அவர் அடுத்தபடி ஆபீஸ் டூர் போக ஆயத்தமாகும்போது கோவில் கொடியேற்றியிருக்கும் என்பதால், வீட்டில் ரேழிக்குப் பக்கத்து காமிரா அறையில் எப்போதும் ஒரு துணிப்பையில் ஒரு பழைய கதர் வேட்டி, கைவைக்காத பனியன், குற்றாலத் துண்டு அடைத்துத் தயாராக வைத்திருக்கும்.

அதாவது கோவில் உற்சவத்துக்கு முன்பே அவர் பிரயாணம் போகத் தயாராகி, ஊரின் எல்லையில் மூட்டைமுடிச்சைக் கொண்டு சேர்த்துவிட்டாராம். அது எப்படி, குனிந்தால் தலை இடிக்கிற எங்கள் வீட்டு அறைக்குள் ஊர் எல்லை வந்து நுழைந்தது என்று தெரியாது.

பங்குனி உத்திரத்தின்பொழுது பத்து நாளும் சாமி புறப்பாடு உண்டு. சாயந்திரம் ஓலையைக் கொளுத்தி தெருத் தெருவாக இழுத்துப் போவதற்கு பையன்களுக்குள் உக்கிரமான போட்டி நடக்கும். சாமி வரும் தெருவைச் சுத்தப்படுத்தவாம் இது.

கொளுத்திய ஓலையோடு பீடித் துண்டு, பல்பொடி மடித்த காகிதம், ரேஷன் அரிசி வாங்கினதற்கான ரசீது, ஜெயவிலாஸ் பஸ் டிக்கட் என்று தெருவோடு கிடக்கும் சகலமானதும் புகைந்து எரிந்து கதம்ப வாடையைக் கிளப்பும்.

முதல் இரண்டு நாள் மண்டகப்படி உற்சவமும் சாமி புறப்பாடும் சாதாரணமாகத்தான் இருக்கும். பரம்பரை பரம்பரையாக சீரோடு வாழ்ந்து நொடித்துப்போன குடும்பங்கள் வீம்புக்காக இன்னும் விடாமல் நடத்துகிற உற்சவம் அதெல்லாம். ஒற்றைத் தீவட்டி, நிறைய இடம் விட்டுக் கட்டிய பூமாலை சார்த்திய பழைய பல்லக்கு, நகரா என்கிற ஒற்றை மேளம், சாமி பல்லக்கோடு கூட வேகுவேகுவென்று நடக்கிற குருக்கள் வீட்டுக் கடைசிப் பையன் என்று அதிசிக்கனமாக நடந்தேறும் இந்த ஊர்வலங்களுக்கு அப்புறம் காந்தி வீதி, நேரு வீதி வியாபாரிகள் போட்டி போட்டுக்கொண்டு பெரிய தோதில் தினசரி மண்டகப்படி நடத்த ஆரம்பிப்பார்கள்.

மண்டகப்படி நடக்கிற இடத்தில் கூரைக் கொட்டகை போட்டு ராத்திரி சரியாக ஏழு மணிக்கு கச்சேரி வாடிக்கையாக இடம்பெறும். ஒரு வருடம் திருச்சியிலிருந்து நகாஸ் என்று ஒரு பாடகர் வந்து சீர்காழி, டி.எம்.எஸ் பாட்டு நாலைந்து பாடினார். சட்டென்று 'சிங்காரவேலனே தேவா' என்று அச்சு அசலாக எஸ்.ஜானகி குரலுக்குத் தாவி, தொடர்ந்து மூக்கை விரலால் பொத்திக்கொண்டு காருகுறிச்சி அருணாசலத்தின் நாதஸ்வர இசையையும் எடுத்துவிட்டாரே பார்க்கலாம்! விசில் சத்தம் காதைப் பிளந்தது.

இன்னொரு தடவை, அருமையாக ஆர்மோனியம் வாசித்தபடி 'ஆடாது அசங்காது வா கண்ணா' பாடிய பித்துக்குளி முருகதாஸிடம், 'சம்பூர்ண ராமாயணம்' படத்தில் ராவணன் பாடுகிற ராகமாலிகை பாடச்சொல்லித் துண்டு சீட்டு யாரோ அனுப்பியபோது அவர் முடியாது என்று மறுத்துவிட்டார்.

ஒருதடவை ஜவுளிக்கடைக்காரர்கள் மண்டகப்படிக்கு போலீசில் அனுமதி வாங்கி, நடுத்தெருவை அடைத்து வெள்ளைத்திரை வைத்து 'நீலக்கடலில் நிம்மதியான உலகம்' சினிமா போட்டார்கள். இங்கிலீஷ் படம். கடலுக்கு அடியில் எடுத்தது. வெள்ளைக்காரர்கள் சுறாமீனையும், திமிங்கிலத்தையும் காட்டி பேசிக்கொண்டே இருந்தார்கள். அதற்கும் சிவன்கோவில் திருவிழாவுக்கும் என்ன சம்பந்தம் என்று தெரியவில்லை.

என்றாலும் தியேட்டருக்கு வெளியே சினிமா, அதுவும் ஓசியில் என்பதால் சாயந்திரம் நாலுமணியிலிருந்து அந்தப் பிராந்தியமே அமளிதுமளிப்பட்டது.

படத்தை அவ்வப்போது புரஜக்டரில் ரீல் மாற்ற நிறுத்தி, 'புகையிலை வாங்கினால் காகித விசிறி இனாம்' என்று அறிவிப்பு வேறே. புகையிலை விற்று, படம் முடிந்து ஊர்வலம் கிளம்ப சாமியும் பொறுமையாக ரதத்தில் காத்துக்கொண்டிருந்தார் பாவம்.

மண்டகப்படி விசேஷங்கள் முடிந்து ராத்திரி ஒன்பது மணிக்கு சாமி புறப்பாடாகும்போது, முன்னால் கரக ஆட்ட கோஷ்டி நையாண்டி மேளத்தோடு ஆர்ப்பாட்டமாகக் கிளம்பிப்

போகும். நிறையப் பவுடர் ஒற்றி, ஜிகினாவை புருவத்தைச் சுற்றி ஒட்டிக் கண்மை இட்ட அந்தப் பெண்கள் கையில் தவறாது கைக்கடியாரம் காணப்படும்.

ஒவ்வொரு தெருமுனையிலும் பத்து நிமிடம் நிறுத்தி 'மாமா மாமா மாமா', 'எலந்தப்பழம்' போன்ற ஜமுனாராணி, எல். ஆர்.ஈஸ்வரி பாட்டுகளுக்குத் தலையில் கரகத்தோடு வியர்த்து வடிந்து அவர்கள் நடனமாடுவார்கள்.

புதிதாகத் தார் போட்ட தெரு நடுவில் வைத்த ஒரு ரூபாய்க் காசைத் தலையில் வைத்த கரகம் நழுவாமல் குனிந்து, கண் இமையால் பற்றி எடுப்பதைப் பார்க்க என்னமோ பாவமாக இருக்கும்.

'லஜ்ஜை கெட்ட கூத்தா இருக்கே' முழுக்கப் பார்த்து முடித்த பெரியவர்கள் மேல் துண்டைப் போர்த்திக்கொண்டு நடக்கும்போது நாங்கள் நாதஸ்வர கோஷ்டி பின்னால்.

தெருமுனையில் நின்று ராகம் இழுத்து வெளியூர் நாதஸ்வர கோஷ்டிகள் வாசிக்கும். எல்லாருக்கும் பிடித்த 'தாமரை பூத்த தடாகமடி', 'கற்பகவல்லி நின் பொற்பதங்கள்' போன்றவை கூட்டம் அதிகமான நாலுதெரு சந்திப்புகளில் வாசிக்கப்படும்.

ஒருதடவை தாளக்காரப் பையனை (என் வயசுதான் அவனுக்கு) தூக்கக் கலக்கத்தில் தப்புத்தாளம் போட்டதற்காக நடுராத்திரி நேரத்தில் நாதஸ்வரக்காரர் பேயறை அறைந்ததைப் பார்த்தபின் நாதஸ்வரம் கேட்கப் போகவே பிடிக்கவில்லை.

சலவைக்காரர்கள் மண்டகப்படி விசேஷமானது. முழுக்க முழுக்க பூவால் நிறைத்து அலங்கரித்த புஷ்பப் பல்லக்கில்தான் உலா. பல்லக்கு தெருவுக்கு வருவதற்கு முன்பே தூக்கலான பூவாடை எங்கும் நீக்கமற நிறைந்து நிற்கும்.

மல்லிகை, ரோஜா, இருவாட்சி, தாழை, முல்லை, சம்பங்கி, பிச்சிப்பூ, கனகாம்பரம் என்று தழையத்தழையக் கட்டி ஊர்ந்து வரும் பல்லக்குக்கு முன்னால் சுந்தரேசுவரக் குருக்கள் மேல் துண்டால் மூக்கை சற்றே பொத்தியபடி நடப்பார்.

பூவாசனை தாங்காது ஒருதடவை தலைசுற்றி நடுத்தெருவில்

விழுந்துவிட்டதற்கு அப்புறம் இது. இந்த மண்டகப்படிக்கு நன்கொடை வசூல் செய்து சீட்டுக் குலுக்கல் நடத்தி, சருவப்பானை, எவர்சில்வர் டிபன்காரியர் பரிசாகத் தருவது வழக்கம். ராமன் லாண்டரி குடும்பத்தில் யாருக்காவது வருடாவருடம் பரிசு கிடைக்கும். அநேகமாக டிபன் காரியராகவே அது இருக்கும்.

தேருக்கு முந்தைய நாள் சாயந்திரம் கோவிலில் பருப்புத் தேங்காய், அக்னி வளர்த்து ஹோமம், ஆரத்தி, மஞ்சள், குங்குமம், நலுங்குப் பாட்டு எல்லாம் சேர, திருக்கல்யாண உற்சவம் மங்கலகரமாக நடக்கும்.

கல்யாணம் முடிந்த சுவாமி தம்பதி சமேதராக உலா போவது வரிசையாக மின்சார பல்ப் மாட்டிய வெள்ளி ரதத்தில். முன்னால் நீண்டு போகும் இரண்டு வரிசையாக, கழியில் பளிச்சென்று எரியும் டியூப்லைட் மாட்டி வயர் இழுத்துப் பிடித்துக்கொண்டு நடப்பார்கள்.

தூரத்திலிருந்து பார்க்கும்போது சகாயமாதா கோவில் திருவிழாவா, சுப்பிரமணிய சாமி உற்சவமா என்றே தெரியாது. எதற்குத் தெரியணும்? எல்லாமே சந்தோஷம்தான்.

# ஆறு

பங்குனி உத்திரக் கொடி ஏற்றி பத்தாவது நாள் தேரோட்டம். ஸ்கவுட் மாஸ்டர் லூர்துசாமி வாத்தியார் பள்ளிக்கூட வாசலில் காக்கி நிஜார், தொப்பி, விசில் சகிதமாக நடுப்பகலுக்கே ஆஜராகிவிடுவார். சாரணர் இயக்கத்தில் இருக்கப்பட்ட பிள்ளைகள் எல்லாம் அவர் தலைமையில் பொதுஜன சேவைக்குக் கிளம்பும் நேரம் இது.

தினசரி ஒரு நல்ல காரியமாவது செய்து குறிப்பேட்டில் எழுதி சபையில் படிக்க வேண்டிய கடமை சாரணர்களுக்கு உண்டு.

ஒரு தடவை முதல் பெஞ்சில் இருந்த நாலு பையன்களும், ‘அரண்மனை வாசல் பக்கம் போக்குவரத்து நெரிசலுக்கு இடையே வயதான ஒரு பெண்மணியைச் சாலையைக் கடக்க உதவினேன்’ என்று ஒரே குறிப்பு எழுதியிருந்தார்கள். என்ன விஷயம் என்று வாத்தியார் விசாரிக்க, ‘அந்தப் பாட்டியம்மா தெருவைக் கடக்க மாட்டேன்னு அடம்பிடிச்சாங்க’ என்று காரணம் சொன்னார்கள்.

சாரணர்கள் பள்ளி வாசலில் லெஃப்ட் ரைட் போட்டு, விசில் ஊதிக்கொண்டு, கயிற்றில் விதவிதமாக முடிச்சுப்போட்டு அவிழ்த்து தேர்க் காலத்தில் ஊர்ப் பாதுகாப்புக்குத் தயாராகிக்

கொண்டிருக்கும்போது, வீட்டில் இரண்டு விஷயம் இல்லாமல் போயிருக்கும்.

முதலாவது மின்சாரம். தேர் பிரம்மாண்டமாக நகர்ந்து எட்டு வீதியும் சுற்றித் தேரடிக்கு வரும்வரை, முன் ஜாக்கிரதையாகத் தேரோடும் வீதிகளில் மின்சார சப்ளை நிறுத்தப்பட்டிருக்கும்.

இன்னொரு சப்ளை நிறுத்தம் பேப்பர்க்காரர் நல்லையா நடத்துவது. காலையில் அவர் வீடுவீடாகச் சந்தாதாரர்களுக்கு வினியோகிக்கிற தினசரி பத்திரிகை, வாரப் பத்திரிகை சமாச்சாரங்கள் அன்று வீட்டு வாசலில் வந்து விழாது. பேப்பர் படித்தால்தான் காலைக் கடன் சுகமாகக் கழிக்க முடியும் என்று பழகி இருக்கும் பலருக்குக் கஷ்டம்.

குடும்பத் தொழிலான பழ வியாபாரத்திற்காகத் தேரடியில் கடைபோட்டு, நல்லையா கால்பரப்பி உட்கார்ந்து பலாப்பழத்தை எண்ணெய் தடவிய கத்தியால் அறுத்துக்கொண்டிருக்கும்போது, வென்னீர் குடித்த வக்கீல்கள் முந்தியநாள் பேப்பரைத் திரும்பப் படித்தபடி மனதில் நல்லையாவைக் குற்றவாளிக் கூண்டில் ஏற்றி இங்கிலீஷில் விசாரித்துக்கொண்டிருப்பார்கள். காலையில் பேப்பர் படித்து, காலைக் கடன் முடித்து, கிரமமாக நாளைத் தொடங்குவது தடைபட்ட கஷ்டம் அவர்களுக்கு.

கோயிலை ஒட்டிய தேரடியில் மரத் தேரைக் கழுவித் துடைத்து, ஜமுக்காளங்களை உருட்டி நீளமாகத் தழைகிற தோரணங்களை மாட்டி, பூவும், வாழையிலை, மாவிலையுமாக அலங்காரம் செய்யப்படும். நல்லையா கடையோடு நாலைந்து வளையல்கடை, கோலிசோடா கடை, பலூன்கடை என்று வரிசையாகத் தெருவோரமாக முளைத்திருக்கும்.

மலிவுவிலை சர்பத் கடையில் மூன்றுபைசா நாணயங்கள் அலுமினியப் பாத்திரத்தில் தண்ணீரில் மிதந்தபடி சர்பத் விலையைச் சொல்லிக்கொண்டிருக்கும். சுதந்திர இந்தியா அதற்கு முன்போ பின்போ வெளியிட்ட வேறு எந்தக் காசும் மிதந்ததில்லை.

கடையில் நீட்டினால், கண்ணாடி கிளாஸில் சாக்ரின் ஜாஸ்தியான, ஐஸ்கட்டி போட்ட சர்பத்தும் அப்புறம் மூணு

பைசாவுக்குக் குடிக்கக் கிடைக்கவில்லை.

சர்பத் கடைக்குப் பக்கத்தில் பொட்டல்வெளியில் கலர் கலராகக் கண்ணாடி வைத்து, சீரியல்செட் விளக்குப்போட்ட வண்டி. கரடு கரடாகத் திரண்ட கையும் காலுமாகக் கதாயுதத்தைத் தூக்கியபடி பயில்வான் தோரணையோடு நிற்கிற பீமசேனன் படம். எண்ணெயோ டால்டாவோ கசிந்து வழிகிற அல்வாவை மலைபோல் குவித்து வைத்துக்கொண்டு, 'தேகபலம் தரும் பீமபுஷ்டி அல்வா சாப்பிடுங்கள்; வலிமைக்கு விலை இருபத்தைந்து பைசா மட்டுமே' என்று சோனியாக ஒருத்தர் தொடர்ந்து கையில் ஒலிபெருக்கி வைத்து முழங்கிக் கொண்டிருப்பார். முறுக்குமீசை தவிர அவருக்கும் பீமசேனனுக்கும் வேறு ஒற்றுமை இருக்காது. அவ்வப்போது இருபத்தைந்து பைசா செலவில் உடனடியாகப் பீமசேனனாக உத்தேசித்து யாராவது காசை நீட்ட, பக்கத்தில் வைத்த ஒரு வாளால், அல்வா மலையிலிருந்து லாகவமாக ஐந்து செண்டிமீட்டர் நீள, அகலம் மற்றும் இரண்டு செண்டிமீட்டர் கனத்தில் ஒரு துண்டை வெட்டி பூவரச இலையில் வைத்து அல்வாக்காரர் தருவார். வாங்கிச் சாப்பிட்டவர்கள் இலையை விட்டெறிந்துவிட்டு கம்பீரமாகப் பார்த்தபடி நடப்பார்கள். அல்பமான ஒரு இருபத்தைந்து காசு வீட்டுப் பெரியவர்கள் கொடுத்திருந்தால் நான் இன்னேரம் பயில்வானாகியிருப்பேன்.

ஊரில் தேரோட்டம் என்றால் எப்படியோ மாஸ்கோவில் செய்தி தெரிந்து, ஆளனுப்பித் தெப்பக்குளம் பக்கம் பனந்தட்டி வைத்து அடைத்து சோவியத் புத்தகக் கடை போட்டுவிடுவார்கள். வழுவழு காகிதம். புரட்டினால் சுகமான வாடை. ஐந்து ரூபாய்க்கு லெனின் வாழ்நாள் முழுக்க எழுதியது, பேசியது சகலமும் ஏழெட்டு வெல்வெட் தலையணை சைஸ் புத்தகமாகக் கிடைக்கும். பீமபுஷ்டி அல்வா வாங்க இருபத்தைந்து பைசா கொடுக்காத வீட்டில் லெனினுக்காக ஐந்து ரூபாய் எப்படிப் பெயரும்?

சுற்றி ஏழெட்டு கிராமத்திலிருந்து புறப்பட்டு, தாரைதப்பட்டை முழங்க வடம் பிடிக்க வருகிற கூட்டத்தோடு உள்ளூர்வாசிகளும் சேர, சாயந்திரம் ஐந்து மணிக்கு அதிர்வேட்டுச் சத்தம் காதைப்

பிளக்கும். தேர் நிலையிலிருந்து நகர்ந்தாச்சு. இனி நாலு ஐந்து மணி நேரம் கழித்து அது நிலைக்குத் திரும்பும்வரை தேரடி வெறுமையாக, விடுமுறை விட்ட பள்ளிக்கூடம் போல் சுரத்தே இல்லாமல் இருக்கும். அப்போது போனால் அல்வா, பலாச்சுளை, சோவியத் புத்தகம் எல்லாம் இன்னும் மலிவாகக் கிடைக்கும் என்று பரவலாக நம்பிக்கை நிலவினாலும் யாரும் போவதில்லை.

தேர் ரெட்டைத் தெருவை அடைத்துக்கொண்டு ஆரவாரத்துக்கு நடுவே ஆயிரம் கைகள் வடம் பிடித்து இழுக்க மெல்ல நகரும்போது வீட்டுப் படியில் நின்றபடி ஒரு வினாடி சாமி தரிசனம். பெரிசுகள் கன்னத்தில் போட்டுக்கொண்டு வேல் வேல் என்று கூட்டத்தோடு உரக்க முழங்கும் நேரம் பார்த்துச் சத்தம் போடாமல் கூட்டத்தில் கலந்துவிடலாம். பின்னால் ஐநூறு பேர் தள்ள, முன்னால் இன்னொரு ஐநூறுபேர் மெல்ல நகர, கடகடத்து வரும் பெரிய மரச் சக்கரங்களைப் பார்த்தபடி, தேர்வடத்தை ஒரு வினாடி தொட்டு இழுத்து யாரோ பெரியவர்கள் அணைத்து அப்பால் அனுப்ப, அந்தப் பெரிய ஜனசமுத்திரத்தில் ஒரு துளியாகக் கரைவதில் இருக்கும் மகிழ்ச்சி இன்னொரு தடவை கிடைக்க என்ன வேணுமானாலும் தரலாம்.

நகர்கிற தேரில் இரண்டு புறத்திலும் நின்று கையை அசைத்து வடம் பிடிக்கும் கூட்டத்தை முன்னே செலுத்திக் கொண்டிருப்பவர்கள் பெரும்பாலும் ரிடையர்ட் போலீஸ்காரர்களாக இருப்பார்கள். அவர்கள் பின்னால், தேரில் உட்கார்ந்தபடியே நாதஸ்வரம் வாசித்து வருகிற நடேசன் நாயனக்காரர். பக்கத்தில், இரைச்சலுக்கு நடுவிலும் டமடம என்று தவிலை முழக்கியபடி கருப்பையாப் பிள்ளைவாள். ‘அளவா லேகியம் சாப்பிட்டா அம்சமா வாசிக்கலாம்’ என்று தவில்காரர் எங்களிடம் ஒருதடவை தேரோட்டம் முடிந்து சொன்னார். பீமபுஷ்டி அல்வா இல்லையாம் அது.

தேர் சிவன்கோவில் தெரு திருப்பத்தில் நிற்கும். குறுகிய திருப்பம். அது முடிவது வக்கீல் சுப்பண்ணா வீட்டு வாசலில். இன்னும் இருபது அடியில் அடுத்த கடைசித் திருப்பம். அது கடந்தால்

தேரடிதான். இந்த வளைவில் தேரைக் கொண்டுவர, இரண்டு பக்கத்திலும் வடம் பிடித்து இழுப்பவர்கள் நீண்ட வரிசையாக சுப்பண்ணா வீட்டு முன்வாசல் கடந்து, கூடம் வரை நுழைந்து பிடியை விடாமல் இழுக்க, தேர் தளுக்கும் மினுக்குமாகத் திரும்பும். ஊர் முழுக்க சுப்பண்ணா வீட்டுக் கூடத்தில் ஐந்து நிமிடம் கூடுவதும், அப்புறம் வந்த சுவடே தெரியாமல் அந்த இடம் திரும்ப அமைதியாவதும் வருடம் ஒருமுறை நடப்பது. சுப்பண்ணா காலமானபோது, 'தேர்க்கூட்டம்தான்' என்றார்கள் கலையாமல் அங்கே நின்ற கூட்டத்தைப் பார்த்தவர்கள்.

# ஏழு

ராத்திரிக் கச்சேரி நடத்தும்போது பேங்க் ஏஜெண்ட் கிட்டு தவறி விழுந்ததற்கு இரண்டு மாதம் கழித்து ஊரில் சங்கீத சபா தொடங்கப்பட்டது. இப்படிச் சொன்னால் புரியாது. பேங்கு ஏஜெண்டில் ஆரம்பிக்கலாம்.

கி.பி.ஆயிரத்துத் தொள்ளாயிரத்து அறுபதுகளில் வங்கி மேனேஜர்கள் என்ன காரணத்துக்காகவோ ஏஜெண்ட்கள் என்று அழைக்கப்பட்டார்கள். தொளதொளவென்ற பேண்ட் மாட்டிக்கொண்டு, சதா சிடுசிடுத்த முகத்தோடு இவர்கள் கிளார்க்கு, கேஷியர், டைப்பிஸ்ட் வகையறாக்களைக் கட்டி மேய்த்தபடி நாள்முழுக்க பேங்குக்குள் சுற்றிவருவார்கள்.

ராத்திரி ஏழுமணி போலத் தட்டுச் சுற்று வேட்டிக்கு மாறித் தெருமுனையில் ஜமா சேர்த்துக்கொண்டு வெற்றிலை போட்டபடி வம்பு பேசுவார்கள்.

பேங்க் ஏஜெண்ட் கிருஷ்ணமூர்த்தி என்ற கிட்டு ராத்திரி ஜமா சேர்த்துக் கொண்டு சிவன்கோவில் தெருவில் தன் வீட்டு வாசலில் உட்கார்ந்து கீர்த்தனம் பாடுவது வழக்கம். ‘பால கனகமய’ என்று தொடங்கி ஸ்வரம் பாடி முடிப்பதற்குள் கூட இருக்கப்பட்ட நண்பர்களான பள்ளிக்கூட ஹெட்மாஸ்டரோ அல்லது எதிர்வீட்டு டாக்டரோ, கோடிவீட்டு எஞ்சினியரோ,

‘அடாணாவிலே இந்த சஞ்சாரம் வரலாமோ?’ என்று சந்தேகத்தைக் கிளப்புவார்கள். வெற்றிலைக்குச் சுண்ணாம்பு தடவியபடி, கட்டைக் குரலில் அடாணா அதிகாரமாகத் தொடரும்.

ஏஜண்ட் வீடு நல்ல உயரமான வீடு. அகலமான ஐந்து வாசல்படி. இரண்டு பக்கத்திலும் யானை முகம் போல சின்னதாகச் சுவர்கள் படிகளை அணைத்து, கோயில் மண்டபவாசல் போல உயர்ந்திருக்கும். கச்சேரி செய்கிற ஏஜெண்ட் ஒரு பக்கத்துப் படிச் சுவர் உச்சியிலும் விமர்சகர்கள் எதிர்வசத்திலும் உட்கார்ந்திருப்பது வாடிக்கை. ராக ஆலாபனையின்போது ஐந்தாம்படி ஓரத்திலிருந்து தவறிப் பக்கத்துப் பள்ளத்துக்குள் விழுந்துவிட்டார் ஏஜெண்ட்.

நல்லவேளை அடி பலமாக இல்லை. டாக்டர் உடனே போட்டுவிட்ட பெரிய பிளாஸ்திரியோடு முழங்காலுக்கு பேண்டை சுருட்டி மடித்து விட்டுக்கொண்டு பத்துப் பதினைந்து நாள் சுற்றிவந்தார் அவர். நல்ல சங்கீதத்தைக் கேட்டு ரசிக்க ஊரில் நூறு பேராவது தேறுவார்கள் என்று அவருக்கும் சகபாடிகளுக்கும் அப்போது தோன்றியிருக்கலாம்,

சென்னையிலிருந்து ரிடையராகி வந்த காலேஜ் பிரின்சிபாலும் மெட்ராஸ் சபா நடவடிக்கைகளைப் பற்றி விலாவாரியாக எடுத்துரைத்து உற்சாகப்படுத்த, உள்ளூர் சங்கீத சபா சீக்கிரமே உதயமானது.

‘மாசம் ஒரு கச்சேரி. அரியக்குடி, செம்மங்குடி, குன்னக்குடின்னு வரிசையா வரப் போறாங்க. குடும்ப பாஸ் பத்து ரூபாய்தான்’.

ஊரின் பொதுநலத் தொண்டன் குப்பன் நிதானத்தில் இருக்கிற சாயங்கால நேரங்களில் வீடுவீடாக நோட்டீஸ் வினியோகிக்க, கொஞ்சம் பின்னால் ஏஜெண்ட், ஹெட்மாஸ்டர், டாக்டர், எஞ்சினியர் ஜமா தொடர்ந்து வந்து, சந்தா சேர்த்தது.

இப்படி ஊர்ப் பெரிய மனுஷர்கள் எல்லா வீட்டில் நுழைந்து அழைக்க, நடுத்தெருவிலும், சிவன்கோவில், பெருமாள்கோவில் தெருக்களிலும் கிட்டத்தட்ட எல்லாக் குடும்பங்களும் சபா அங்கத்தினராகி விட்டார்கள். பஜ்ஜி ராயர் கூட மைசூர்

சௌடையா வயலின் கச்சேரி வைக்க வேணும் என்ற நிபந்தனையோடு, எகனாமி கிளாஸ் டிக்கட் எடுத்தார்.

சபா ஆரம்பித்த உடனே இப்படி வெளியூர் பெரிய கைகளை மேடையேற்ற அவகாசம் இல்லை என்பதால் முதல் மாத நிகழ்ச்சிகள் உள்ளூர் மற்றும் பக்கத்து ஊர்த் திறமைகளோடு தொடங்கின. ஹைஸ்கூல் ஆடிட்டோரியம்தான் சபா அரங்கு.

நாயனம் நடேசனும், அவருடைய மருமகனான பக்கத்து ஊர்க் கோவில் நாதஸ்வரம் கிருஷ்ணனும் சேர்ந்து ‘கற்பகவல்லி நின் பொற்பதங்கள்’ பிடிக்க, கருப்பையா பிள்ளைவாள் மற்றும் அவர் சகலை முழக்கிய ஸ்பெஷல் தவுல் மற்ற சத்தத்தை எல்லாம் விழுங்கி ஆடிட்டோரியத்தை ஆட்டங்காண வைத்தது.

பாலக்காட்டிலிருந்து குடியேறிய கல்யாண சமையல் தாணு மாஸ்டர் மகள் ஓமனக்குட்டி பாட்டு கற்றுக்கொண்டு ஆலப்புழை ஆகாசவாணியில் பாடப் போனவள். குரல் சரியில்லை என்று திருப்பி அனுப்பிவிட்டதாகக் கேள்வி. மங்கல வாத்தியத்துக்கு அப்புறம் ஓமனக்குட்டி கச்சேரி.

நலுங்கு, நவராத்திரி, வளைகாப்பு என்று எங்கே கூப்பிட்டாலும் ஓமனக்குட்டி ‘பாவயாமி ரகுராமம்’ தான் பாடுவாள். சபாவிலும் அவள் வழக்கம்போல் கண்ணை இறுக்க மூடிக்கொண்டு ராமன் பிறப்பில் ஆரம்பித்து பட்டாபிஷேகத்தை நோக்கி மிக மெதுவாக ராகமாலிகையாக நகர, சபையில் பொறுமை போனது.

இந்த வேகத்தில் போனால் கச்சேரி முடித்து அடுத்து ஆவலாக எல்லாரும் காத்திருக்கும் நிகழ்ச்சி தொடங்க விடிகாலை ஆகிவிடும். பேசாமல் கர்னாடக சங்கீத மெஸ்கார அண்ணாவையே பாட வைத்திருக்கலாம். ஆனால் அவருக்குப் பாடிக்கொண்டே வாழைக்காய் நறுக்க அரிவாள்மணையும் தேவை.

ஒருவழியாகத் தாடகை வதத்தோடு ஓமனக்குட்டியின் கச்சேரி ஒத்திவைக்கப்பட, காதைப் பிளக்கிற கரகோஷம். அடுத்தபடியாக, ஹைஸ்கூல் ஆசிரியரும், நாடககர்த்தாவுமான கே.ஆர்.என் சார் எழுதி உள்ளூர் மக்களே முழுக்கப் பங்கு

பெற்ற 'விடை இல்லாத கேள்விகள்' சமூக நாடகம் ஆரம்பம்.

பாங்க் ஏஜெண்ட் மகன் நரேந்திரபாபு கதாநாயகனாகக் காதலித்தபடி மேடையில் குறுக்கும் நெடுக்குமாக அலைய, பள்ளிக்கூடத்தில் எனக்கு சீனியரான கிருஷ்ணகுமார் தலையில் டோபா முடியோடு காதலியாகக் கீச்சென்று வசனம் பேசினான்.

கதாநாயகிக்கு இரட்டை வேடம் என்பதால், ஜிக்கி பாடிய 'சின்னப் பெண்ணான போதிலே' இசைத்தட்டுக்கு நடனம் வேறே சுழன்று சுழன்று ஆட அடுத்த கைதட்டல்.

கதாநாயகியைப் பெண்பார்க்க ஹீரோ குடும்பத்தோடு வரும் காட்சியில் ஏஜெண்ட், டாக்டர், எஞ்சினியர் ஆகியோர் கவுரவ நடிகர்களாக மேடையில் தோன்றி ராத்திரி ஒன்பது மணி சுமாருக்கு, ஆறி அவலாய்ப்போன ராயர்கடை பஜ்ஜியும் சொஜ்ஜியும் சாப்பிட்டபோது உற்சாகத்தின் எல்லைக்கே ரசிகர்கள் போயிருந்தார்கள்.

அடுத்தடுத்த மாதக் கச்சேரிகளுக்கு ஆல் இந்தியா ரேடியோவில் பகல் நேரத்தில் அரைமணி நேரக் கச்சேரி செய்யும் வித்துவான்கள் வரிசையாக வரவழைக்கப்பட்டார்கள். செம்பை எங்கே, செம்மங்குடி எங்கே, காருகுறிச்சி எங்கே என்று கேட்டு அலுத்துப்போய் உள்ளூர் ரசிகப்பெருமக்கள் ரேடியோவில் கேட்ட குரல்களை முகங்களோடு தரிசிக்கப் பழகிக்கொண்டார்கள்.

வானொலியில் கச்சேரி செய்வதோடு, சப்தம் மட்டும் பின்னணி சிருஷ்டிக்கும் அகில பாரத நாடகங்களில் 'சிம்மாத்திரி, இந்தக் கடல் புறத்திலே உன் குரல் எனக்கு மட்டும் கேட்கறதே' என்று ஆந்திரக் கடலோரத்திலும், 'பஜாஜ் சாப், ஹோலிக்கு வர்ணத் தண்ணீரை என்மேல் தெளிக்காதீங்க, நான் கறுப்பாகவே இருந்துட்டுப் போறேன்' என்று தில்லி குடியிருப்பிலும் பல குரல் வசனம் பேசி நடந்த ஒரு வித்வான்-கம்-நடிகர் கச்சேரிக்கு வந்தபோது, வழக்கத்தைவிடப் பத்துப் பேர் கூடுதல். அப்போது ஹைஸ்கூல் ஆடிட்டோரியம் கிட்டாமல், பத்தாம் கிளாஸ் ஏ மற்றும் பி பிரிவுகளுக்கு இடையே இருந்த மர ஸ்கிரீன்களை நகர்த்திவிட்டு, பிதகோரஸ் தியரம் எழுதி விளக்கியிருந்த கரும்பலகைக்குக் கீழே கச்சேரி நடந்தது.

வாங்கிய டிக்கட் வீணாக வேண்டாம் என்பதற்காக இந்தக் கச்சேரிகளுக்கு என் வீட்டிலிருந்து நானும் மற்ற வீடுகளிலிருந்து அதேபடி கூட்டாளிகளான பையன்களும் மட்டுமே கட்டாயமாக அனுப்பப்படுவது அதிகரித்தது.

‘ப்ரோவோ பாரமா’, ‘தேவி ப்ரோவ சமயமிதே’, ‘நன்னு ப்ரோவ நடாதி வச்சிதிவோ’ என்று கச்சேரிக்குக் கச்சேரி கேட்டு, ஏதோ ஒரு மொழியில் ப்ரோவுதல் என்றால் கடவுள் சம்பந்தப்பட்ட விஷயம் என்ற முடிவுக்கு நாங்கள் வந்தபோது சங்கீத சபா ஓய்ந்துபோயிருந்தது.

அப்புறம் ஒரு ராத்திரி பாங்க் ஏஜெண்ட் திரும்ப வீட்டு வாசல்படி முகப்பில் ‘ஆத்மாராமா ஆனந்த ரமணா’ என்று கச்சேரி செய்வதைப் பார்த்தோம். டாக்டரும் எஞ்சினியரும் அவருக்கு இரண்டு பக்கத்திலும் பாதுகாப்பாக உட்கார்ந்திருந்தார்கள். அவர்கள் எதிர்ப்பக்கம் உட்கார்ந்திருந்தால், அடுத்த சங்கீத சபா ஆரம்பிக்கப்பட்டிருக்கலாம்.

# எட்டு

காலையில் பிரேயர் முடிந்து பள்ளிக்கூடம் தொடங்கியபோதே சண்டை ஆரம்பித்துவிட்டது. எலிமெண்டரி ஸ்கூல் என்பதால் சின்னப் பசங்களைச் சரியாகப் பிரார்த்தனை செய்யப் பயிற்சி தர, தினசரி ஒரு வாத்தியார் முதலில் பாட, பிள்ளைகள் தொடர்ந்து பாடுவது வழக்கம்.

நாலாவது வகுப்பு ஆசிரியர் கிருஷ்ணன் சார், 'விவேகானந்தா உன்னை நான் மறவேன்' என்று அன்றைக்குப் பாட நாங்கள் திரும்ப அதேபடி பிரார்த்தித்து விட்டு வகுப்பில் வந்து உட்கார்ந்தோம். மர ஸ்கிரீனுக்கு அந்தப் பக்கம் கனகவல்லி டீச்சர் எடுக்கும் ஐந்தாம் கிளாஸ். வகுப்பை சத்தம் போட விட்டுவிட்டு, நாலாங் கிளாஸ் உள்ளே கோபமாக எட்டிப் பார்த்தார் டீச்சரம்மா.

'விவேகானந்தா உம்மை நாம் மறவோம்' தான் சரியான பாட்டு என்பது அவருடைய வாதம். 'வாத்தியாரே தப்பாச் சொல்லிக் கொடுத்தா, பிள்ளைங்க என்னத்தை ஒழுங்கா படிக்கும்?' டீச்சர் இரைய, கிருஷ்ணன் சாருக்குச் சரியான பதில் கோபம்.

'உங்க வேலையைப் பார்த்துக்கிட்டுப் போங்க டீச்சர். தஞ்சாவூர் கிராமத்துலே வீட்டுக்காரம்மா புருஷனைக் கூப்பிடற மாதிரி

விவேகானந்தரை நீர், உம்மைன்னு அரை மரியாதையோட கூப்பிடக் கூடாது; ஆண்டவன் போல ஒருமைதான் சரி.'

கிருஷ்ணன் தஞ்சாவூர்க்காரர். நாலாம் கிளாஸ் வாத்தியார் என்பதால், ஐந்தாம் கிளாஸ் எடுக்கும் உள்ளூர் கனகவல்லி டீச்சரோடு ஒப்பிட்டால் ஒரு தட்டு கீழேதான்.

பள்ளி கரஸ்பாண்டெண்ட் சோமநாதன் சாவகாசமாக வீட்டில் பூஜை புனஸ்காரம் முடித்து சாப்பாட்டுக்கு அப்புறம் வாயில் தாம்பூலத்தோடு குடைபிடித்துக் கொண்டு பனிரெண்டு மணி சுமாருக்கு நுழைந்தார். அவர் தலையைக் காணும் வரைக்கும், நாலாம் கிளாசிலும் ஐந்தாம் கிளாசிலும் அரைகுறையாகப் பாடம் நடந்தபடி இருக்க, 'உம்மை'யா, 'உன்னை'யா வாக்குவாதம் ஆவேசமாகத் தொடர்ந்தது. கிடைத்த சந்தர்ப்பத்தைப் பயன்படுத்தி, நாங்கள் அவ்வப்போது ஒருவிரல், இரண்டு விரல் சைகைகளால் அனுமதி வாங்கி ஸ்கூல் வாசலில் கொடுக்காப்புளி வாங்க ஓடினோம்.

இந்தக் கொடுக்காப்புளி என்பது கொஞ்சம் வினோதமான தாவரவகை. இதை யார் வீட்டிலும் சமையல் செய்து பரிமாறிப் பார்த்ததில்லை. கொத்துக் கொத்தாக அவரைக்காய் மாதிரி கூறு கட்டி பள்ளிக்கூட வாசலில் கொடுக்காப்புளி விற்கிற பங்காரம்மா எங்கள் தலையைப் பார்த்ததும் 'அரிசி இருக்கா?' என்று ஆவலாக விசாரிப்பார்.

அரிசியோ குருணையோ கொடுத்தால், காசுக்குக் கிடைப்பதைவிட கொஞ்சம் அதிகமாக கொடுக்காப்புளி கிடைக்கும். அரிசிக்கு தமிழ்நாடு ஆலாகப் பறந்த நேரம் அது. எலிக்கறி சாப்பிடச் சொல்லி கவர்மெண்ட் சிபார்சு செய்ததாகக் கூடக் கேள்வி. ரேஷன் அரிசி போதாமல், கொடுக்காப்புளிக்கும், ஈச்சம் பழத்துக்கும், இலந்தைப் பழத்துக்கும் அரை உழக்கு அரிசி பண்டமாற்று கிடைக்காதா, ஒருவேளை கஞ்சிக்கு வழிபிறக்காதா என்று ஊருக்குச் சுற்றியிருந்த கிராமப்புறத்து ஏழைகள் அலைந்துகொண்டிருந்தார்கள்.

கிருஷ்ணஜயந்திக்கு நாவல்பழம் வாங்க என்று பாட்டியம்மா கொஞ்சம் அரிசி எடுத்துவைப்பது உண்டு. ஆனாலும்

கொடுக்காப்புளி வாங்க அரிசி எல்லாம் பள்ளிக்கூடம் போகிறபோது கிடைக்காது.

பாட்டியின் கிராம்புப் பையிலிருந்து மணக்க மணக்க கிளப்பிய ஓட்டைக் காலணா என்ற பழைய பைசா ரெண்டு, நல்லெண்ணெய் வாங்கி மீதி சில்லறையாகக் கிடைத்து வீட்டில் கொடுக்க 'மறந்துபோன' புது ஒற்றை நயாபைசா இரண்டு என்று பங்காரம்மாவிடம் கொடுத்தால், ஒரு சின்னக் குவியல் கொடுக்காப்புளி கைமாறும். ஒவ்வொன்றாக உரித்து வாயில்போட, இனிப்பும் துவர்ப்புமாக சுவர்க்கம் தட்டுப்படும். நிஜார் பாக்கெட்டில் மீதி கொடுக்காப்புளியை அடைத்துக்கொண்டு மூன்றாம் வகுப்பு வழியாக உள்ளே ஓடினால் ஸ்தானிஸ்லாஸ் சார் வழிமறிப்பார்.

'கண்ட கருமாந்திரத்தையும் தின்னு வயத்தைக் கெடுத்துக்கவா ஸ்கூலுக்கு வந்தீங்க' என்ற கூச்சலோடு பதுக்கிக் கொண்டு வந்ததை கஸ்டம்ஸ் அதிகாரி போலப் பிடித்து ஓரமாக வைப்பார். ஸ்கூல் விட்டதும் ஜன்னலுக்கு வெளியே விட்டெறியவாம்.

அறிவியல் பாடப் புத்தகத்தில் 'உடலுக்கு நலம் தரும் கீரை, வெண்டை, தக்காளி, வாழை' வகையறாக்களோடு கொடுக்காப்புளியையும் புத்தகம் போட்டவர்கள் சேர்த்திருந்தால் எவ்வளவு நன்றாக இருந்திருக்கும். 'தினசரி பிரேயருக்கு முன்னால் ஒரு கொத்து கொடுக்காப்புளி சாப்பிட்டுவிட்டுத்தான் வரவேண்டும்' என்று உத்தரவாகி, சாப்பிடாதவர்களை ஸ்டானிஸ்லாஸ் வாத்தியார் தண்டித்திருப்பார். (வாத்தியார் தட்டிப் பறித்த சரக்கை எல்லாம் விட்டெறிவதில்லை என்றும் வீட்டுக்கு எடுத்துப்போய் முழுக்கச் சாப்பிடுகிறார் என்றும் வதந்தி நிலவியதும் உண்மைதான்.)

எந்த கிளாஸ் ஆக இருந்தாலும் ஸ்தானிஸ்லாஸ் சார்தான் கைத்தொழில் ஆசிரியர்.

காதி போர்ட் கடையில் பளபள என்று பித்தளைச் சக்கரம் அடியில் மின்ன, மேலே நீளும் இரும்புக் குச்சியின் ஓரத்தில் அழகான வளைசலோடு வரும் தக்ளி கிடைக்கும். பதினாலு பைசாதான் விலை.

எடுத்துக் கொடுக்க ஒருத்தர், தக்ளியை விட நீளமான காகித பில் போட ஒருத்தர், சரிபார்த்துக் கையெழுத்துப் போட ஒருத்தர், காசு வாங்கிக்கொண்டு வாங்கின பொருளைக் கையில் கொடுக்க இன்னொருத்தர் என்று இந்தப் பதினாலு காசு வியாபாரத்துக்குக் கடையில் நாலுபேர் இருப்பார்கள்,

தக்ளியில் நூற்கப் பஞ்சு இரண்டு பைசாவுக்கு ஒல்லியான கொடுக்காப்புளிக் கொத்து மாதிரி கங்காராஜ் கடையில் பில் இல்லாமல் கிடைக்கும். வாத்தியார் அழகாக தன்னுடைய பழைய தக்ளியில் சன்னமான நூல் நூற்பார். 'இப்படி நூத்தே ரெண்டு மாசத்திலே நெஞ்ச வேட்டி' என்று தன் வேட்டியைக் காட்டுவார். வழிமறித்துப் பறித்த கொடுக்காப்புளி கொடுத்த பலத்தில் நெய்ததாக இருக்கலாம். கொஞ்சம் பழுப்பேறி, ஒன்றிரண்டு இடத்தில் ஒட்டுப்போட்டு இருக்கும் அது.

கதர்க் கடையில் பாரதி பாட்டுப் புத்தகம் கிடைக்கிறது என்றும், எல்லாரும் உடனே வாங்கி வகுப்புக்கு எடுத்துவர வேண்டும் என்றும் உத்தரவானது. இதுவும் பதினாலு பைசா தான் விலை. என்ன காரணமோ, காதி, கதர்க்கடை விற்பனை சமாச்சாரங்களுக்கு இப்படிப் பதினாலு பைசா விலையை சர்க்கார் விதித்திருந்தது. கூட்டமாகப் போய், பில் போடுகிற, காசு வாங்குகிற சடங்கு எல்லாம் முடிந்து கையில் அந்தப் பதினாலு காசு பாரதி பாட்டுப் புத்தகம் கிட்டியது. அதன் அழகைச் சொல்ல சட்டென்று வார்த்தை வரமாட்டேன் என்கிறது. மொத்தம் பத்துப் பாட்டு. கனமான தாளில், பல வர்ணத்தில் ஒவ்வொரு பாட்டோடும் கோபுலு வரைந்திருந்த அழகான படங்கள். எதை எதையோ சேர்த்து வைத்த நான் அந்தப் பொக்கிஷத்தைச் சேர்த்து வைக்கத் தவறிவிட்டேன். பக்தவத்சலம் சர்க்காரை இந்த ஒரு புத்தகத்துக்காகவே, அரிசி சர்க்கரை ரேஷன், இந்தி திணிப்பை எல்லாம் மீறிப் பொறுத்துக் கொள்ளலாம்.

முழுவருடப் பரீட்சைக்கு நாலு நாள் முன்னால் நாலாங் கிளாஸ் மர ஸ்கிரீனுக்குப் பின்னால் இருந்து எட்டிப்பார்த்து கனகவல்லி டீச்சர் சொன்னார் – "பசங்களா, அடுத்த செவ்வாய்க்கிழமை கல்யாணம். கோவில்லே வச்சு. வந்துடுங்க" அவருக்குத்தான்

கல்யாணம். மாப்பிள்ளை யார் என்று நாச்சம்மை கேட்டபோது, ‘உங்க சார்தான்’ என்றாள் டீச்சர் வெட்கத்தோடு சிரித்தபடி. கோபுலு படம் போட்ட பாரதியார் பாட்டுப் புத்தகம் போல கனகவல்லி டீச்சர் முகம் அப்போது அழகாக இருந்தது.

சம்பிரதாயமான பத்திரிகை வைத்து அழைக்காமல், அதுவும் சின்னப் பிள்ளைகள் கல்யாண விசேஷங்களுக்கு ஆஜராவது வீட்டில் தடைசெய்யப்பட்டிருந்ததால், கல்யாணத்துக்குப் போகமுடியவில்லை. ஆனாலும் அடுத்த வாரச் சந்தை தினத்தில் காய்கறிப் பையோடு டீச்சர் வீட்டில் நுழைந்தோம்.

‘கல்யாணக் கணக்கு எழுதின எம்ப்ளது பக்க நோட்டு எங்கே?’ வாத்தியார் தேடிக்கொண்டிருந்தார். ‘எம்ப்ளது இல்லே, எண்பது’ என்றாள் டீச்சர் அழுத்தந் திருத்தமாக. ‘உம்மை நாம் மறவோம்’ மாதிரி இன்னொரு போர் தொடங்கும் அபாயம் தட்டுப்பட்டது. ஆனால், ரெண்டு பேரும் சேர்ந்து சிரித்துக் கொண்டே ‘வாங்கடா பசங்களா’ என்றார்கள்.

# ஒன்பது

பழைய தெரு முனையில் திரும்பும்போதே சிரிப்புச் சத்தம் காதில் விழும். எல்லோரும் பெண்கள். எனக்கு ஏழெட்டு வயசு பெரிய மூத்தவளில் இருந்து, கிட்டத்தட்ட என் வயதில், பாவாடை சட்டை போட்ட கடைக்குட்டி வரை மொத்தம் ஆறு பேர். வீட்டுத் தோட்டத்தில் கிணற்றடிப் பக்கம் துணி துவைத்துக் கொண்டும், செடிகளுக்குத் தண்ணீர் ஊற்றியபடியும், வாளியில் சேந்திய தண்ணீரை மேலே தெளித்து விளையாடிக்கொண்டும் ஒரே நேரத்தில் அதில் நாலு பேராவது தட்டுப்படுவார்கள். ஒல்லியாக, வளர்த்தியாக, கண்ணில் மையும், தினசரி தலைகுளித்து நீண்ட தலைமுடியுமாக சிரிக்கும் முகங்களை ஒரு வினாடி அவசரமாகப் பார்த்து, சட்டென்று பார்வையை நேராகத் திருப்பித் தெருமுனையைக் கடப்பது வழக்கம்.

ஒரே வீட்டில் அடுத்தடுத்துப் பிறந்த ஆறு பெண்கள். ஊரில் சவுகரியமாக 'ஆறு புஷ்பம்' என்று ஒற்றைப் பெயரில் அவர்களைக் கூப்பிடப் பழகியிருந்தார்கள். 'பழைய தெருமுனையிலே, அதாம்பா ஆறு புஷ்பம் வீட்டுக்குப் பக்கம்' என்பதுபோல் அடையாளம் சொல்கிற தகவல்கள் சகஜமாகப் பரிமாறிக்கொள்ளப்பட்டன. அப்பா இல்லாத வீடு. ஆறு பெண்களையும் வளர்த்து ஆளாக்கும் அம்மா பெயர் என்ன?

அவர்கள் ஒவ்வொருத்தியின் பெயர்தான் என்ன? யாரும் யாரையும் கேட்டதில்லை.

ஆனாலும் எனக்குக் கொஞ்சம் தெரியும். அதாவது கடைக்குட்டிப் பெண் பெயர் மட்டும்.

'ஏடீ லஷ்மி, பராக்குப் பார்த்தபடி பல் தேய்ச்சு பேஸ்டை முழுங்கிடாதே. அப்புறம் பல்ப் போட்ட மாதிரி குடல் எரியும்.'

தென்னைமரப் பக்கம் நின்று பல் விளக்கிக் கொண்டிருந்தவளிடம், துணி துவைத்துக் கொண்டிருந்த மூத்த அக்கா சத்தமாகச் சொன்னபோது, நான் திரும்பிப் பார்த்தேன். லட்சுமி வாயெல்லாம் பேஸ்ட் நுரையோடு பெரிய கண்ணால் என்னைப் பார்த்துச் சிரித்தாள். முழங்காலுக்குக் கீழே தாழ்கிற அரைநிஜார் அணிந்த ஒரு பனிரெண்டு வயதுச் சோனிப் பையன் முதன்முதலாக குறுகுறுப்பு என்றால் என்ன என்று புரிந்துகொண்ட வினாடி அது.

ஆறு புஷ்பம் வீட்டில் மெஸ் நடத்தினார்கள். காலை நேரத்தில் தாவணி முந்தானையை இழுத்து இடுப்பில் செருகிக் கொண்டு, அம்பாரமாகக் குவித்த பத்துப் பாத்திரங்களைக் கழுவுகிறதும், தோட்டத்தில் கத்தரி, வெண்டை, கீரை பயிர் செய்வதும், தென்னை மரத்துக்குத் தண்ணீர் ஊற்றுவதும் மெஸ் சம்பந்தப்பட்டவை.

நான் சொன்னபோது குண்டுராஜு கள்ளச் சிரிப்புச் சிரித்தான். எட்டாம் கிளாசில் படித்தாலும் எனக்கு நாலு வயது சீனியர். அவனுடைய சைக்கிள் செயின் கழன்று போய் ஆறு புஷ்பம் வீட்டுக்கு அருகில் குனிந்து உட்கார்ந்து அதை மாட்டிக்கொண்டிருக்க, பின்சீட்டில் சவாரி செய்துவந்த நான் வார்த்தை சொல்லிக் கொண்டிருந்தேன்.

'நீ குழந்தைப் பிள்ளைடா' குண்டுராஜு சைக்கிள் நேரானதும், சிரிப்புச் சத்தம் கேட்கும் கிணற்றடியைப் பார்த்தபடி சைக்கிளை மிதிக்க, பின்னால் உட்கார்ந்த நான் குழப்பத்தோடு நேரே பார்த்தபடி இருந்தேன். லட்சுமியைப் பார்க்க ஆசை இருந்தும் அடக்கிக்கொள்ள வேண்டிப் போனது.

பாட்டியம்மா இட்லி வாங்கிவர அனுப்பிய ஒரு ராத்திரியில் கர்னாடக சங்கீத மெஸ் மட்டுமில்லாமல் ரெட்டைத் தெரு முழுக்க மின்சாரம் காணாமல் போயிருக்க, நான் சட்டென்று தீர்மானமெடுத்து பழையதெருப் பக்கம் திரும்பினேன். ஆறு புஷ்பம் மெஸ்ஸில் விளக்கு எரிந்துகொண்டிருந்தது. 'ராஜா மகள், ரோஜா மலர், என் ஆசை நிறைவேறுமா' என்று கொஞ்சம் பழைய சினிமாப் பாட்டு வீட்டுக்குள் இருந்து வந்தது. 'நாலு இட்லி, வெங்காயம் போடாத சட்னி' லட்சுமியிடம் இதைச் சொல்வதை மனதில் ஒத்திகை பார்த்தபடி படியேறினேன்.

'என்னடா தம்பி வேணும்?' எதிர்ப்பட்டது மூத்த அக்கா. கிராம்பு மென்றபடி வந்து நின்றாள். பாவாடை தாவணியில் இல்லாமல் பாந்தமாகச் சேலை உடுத்தியிருந்தாள் அவள்.

ஹைஸ்கூலுக்குப் புதிதாக வந்த விஸ்வநாதன் வாத்தியார் உள்ளே வந்ததும், என்னைப் பார்த்து முறைத்தபடி (அப்படித்தான் நினைத்தேன்) கூடத்துக்குப் போனதும், ஆறில் ஒரு புஷ்பம் ஏதோ சொல்ல ரெண்டு பேரும் உரக்கச் சிரித்ததும், கிராமபோனில் ஓய்ந்திருந்த ராஜா மகள் திரும்ப ஆசை நிறைவேறுமா என்று கேட்க ஆரம்பித்ததும் அப்புறம் நடந்தவை.

'விஸ்வநாதன் சார் ஆறு புஷ்பம் மெஸ்ஸிலே சாப்பிட்டு முடிச்சு நடு ராத்திரிக்குத்தான் காந்திவீதியிலே தன்னோட ரூமுக்குத் திரும்பிப் போறார்.' இதைச் சொல்லும்போதும் குண்டுராஜு கள்ளச்சிரிப்பு சிரித்தான்.

அந்த வருஷ நவராத்திரி நேரத்தில் ஆறில் மூத்தவள், ராஜா சவுண்ட் சர்வீஸ் குருநாதனைக் காதல் கல்யாணம் செய்துகொண்டு ரெட்டைத்தெருக் கடைசி 'வரதன் ஸ்டோர்' வீடுகள் ஒன்றில் குடியேறினாள். வீடுவீடாகப் போய் நவராத்திரிக் கொலுவுக்கு அழைக்கிற தெருப்பெண்கள் தன் வீட்டுப் படியேறாததை அவள் கிராம்பு மென்றபடி ஜன்னல் வழியே பார்த்துக்கொண்டிருந்தபோது பின்னால் சன்னமாக ராஜா மகள் கேட்டது.

சரஸ்வதி பூஜை சமயத்தில் அந்தப் பாட்டு எங்கள் வீட்டுக்கு எதிரே ரேடியோ ரிப்பேர்க்கார புஷ்பவனம் வீட்டுத்

திண்ணையில் கரகரவென்று கேட்க ஆரம்பித்து, குரல்வளையைத் நெரித்தாற்போல் கிரீச்சிட்டுப் பாதியில் நின்றது.

'பழைய ரேடியோகிராம். இதுக்கு ஸ்பேர் பார்ட் கிடைக்காது. ரிப்பேர் கொஞ்சம் கஷ்டம்தான்' புஷ்பவனம் மாமா சொல்ல, அவள் கிராமபோன் பெட்டியை சணல் பையில் அடைத்து எடுத்துவைக்க நான்தான் உதவி செய்தேன். கிராம்பு மணக்காமல் சிரித்தாள் அக்கா.

அப்புறம் ஒருநாள் நேரு வீதி காதர் கடையில் ஜாமெண்டரி பாக்ஸ் வாங்கிக் கொண்டிருந்தபோது, ஆறில் இன்னொரு புஷ்பம் சைக்கிளில் வந்து இறங்கியதைப் பார்த்தேன். பெண்கள் ஓட்டுகிற அந்த சைக்கிளை 'கல்யாணப் பரிசு' திரும்ப டூரிங் தியேட்டருக்கு வந்தபோது, 'வாடிக்கை மறந்ததும் ஏனோ' என்று பாடியபடி சரோஜாதேவி ஓட்டிப் பார்த்திருக்கிறேன். நேரில், அதுவும் என்னைவிட நாலைந்து வயது மட்டும் பெரிய பெண் ஒருத்தி லாகவமாக ஓட்டிவந்து நிறுத்திவிட்டு, காதர் கடைக்கு அடுத்த பேன்சி ஸ்டோரில் 'ரெமி ஸ்நோ, டால்கம் பவுடர் தாங்க' என்று கேட்டு வாங்கியது ஏதோ கனவில் நடக்கிறதுபோல் இருந்தது. அப்படியே அடுத்த தங்கப்பன் பழக்கடையிலும் நுழைந்து அவன் கொடுத்த பணத்தை கைப்பையில் வைத்தபடி நோட்டுப் புத்தகத்தில் குறித்துக்கொண்டாள். 'சித்தையா கம்பெனி' என்ற லேவாதேவி கடையில் கடன் வசூல் உத்தியோகமாம். ஒரு பெண் படியேறிக் கேட்டால், வராத கடனும் வசூலாகும் என்பதால் சித்தையா அந்தக் காலத்திலேயே பெண் ஊழியர்களை நியமித்தது ஆறு புஷ்பம் வீட்டிலிருந்து தொடங்கியது.

வெயில் காலத்தில் பாட்டியம்மா அப்பளம் இடுவது வழக்கம். வருடம் தவறாமல் தானே செய்துவந்த இந்தக் காரியம், அவள் சுகவீனப்பட்ட காரணத்தால் காண்ட்ராக்டில் விடப்பட்டது. செல்லூர் மெஸ்ஸம்மாதான் சப்ளையர்.

'உள்ளங்கையை விடச் சித்தெ பெரிசா, சுட்டா சிவக்காம, பொரிச்சா எண்ணெய் குடிக்காம, நல்ல வட்டமா வரணும். பெரண்டைச் சாறு தூக்கலா வேணும்.'

அப்பள உற்பத்திக்கு டிசைன் ஸ்பெசிபிகேஷன் கொடுத்த பாட்டியம்மாளிடம், 'தனியாப் போட கஷ்டம். கூட யாரையாவது சேத்துக்கறேன்' என்றாள் செல்லூரம்மா. அவளுடைய அசிஸ்டெண்ட் ஆறு புஷ்பங்களின் அம்மா என்பது பாட்டிக்குத் தெரியாது.

சாத்தப்பன் ஊருணிப் பக்கம் நான் குரங்குப் பெடலில் சைக்கிள் ஓட்டிப் போனபோது முன்னால் இரண்டு பேர் நடந்துகொண்டிருந்தார்கள். ஆறாவது புஷ்பம் லட்சுமியும் அவள் அம்மாவும். லட்சுமி தாவணி போட்டிருந்தாள். அவள் கொத்தாக அள்ளிக் கையில் வைத்திருந்தது, பக்கத்துக் கரட்டு பூமியில் பறித்த பிரண்டை.

'ஊரெல்லாம் தெரிய தூக்கிட்டு வரணுமாடீ இதை, தாவணிக்குள்ளே மறைச்சுக்கோயேன்.'

அவளுடைய அம்மா சொன்னாள்.

'நீயே உன் புடவைத் தலைப்புலே சுத்திக்கோ. என்னைப் பெத்த வயத்துலே பிரண்டை அடைச்சுக்கலாம்.'

லட்சுமி பிரண்டையை அம்மாவிடம் கொடுத்தபோது நான் சைக்கிள் மணியை அடித்து வழிகேட்டு அவர்களைக் கடந்து போனேன். அம்மாவும் பெண்ணும் சிரிக்கும் சத்தம் பின்னால் கேட்டபடி இருந்தது. அது சிரிப்பில்லை என்று தெரிய அப்புறம் எத்தனையோ காலமானது.

# பத்து

**வா**சல் திண்ணையில் ராத்திரி படுத்துத் தூங்குவதில் ஒரு பிரச்சனை உண்டு. புதன்கிழமை காலை இருட்டு வெளுப்பதற்குள் தெருவில் சத்தம் ஆரம்பமாகிவிடும். கடகட டொக், கடகட டொக் என்று ஒரே தாளத்தில் ஆடி அசைந்து ரெட்டை மாட்டு வண்டி ஒன்று மெல்லத் தெருவைக் கடக்கும். தெருவே நிசப்தமாக இருந்தாலும், தான் தூங்கிவிடக் கூடாது என்பதற்காகவோ என்னவோ, பெரிய குரலில் 'ஹாய் ஹாய்' என்று மூக்கணாங்கயிற்றை வலித்து ஓட்டியபடி மாடுகளைப் பார்த்துச் சத்தம் போடுவான் வண்டிக்காரன். வண்டிக்குள் இருந்து புதிதாகப் பறித்த கீரையோ வெண்டைக்காயோ மெலிதாகப் பச்சைவாடையைச் சுகமாகக் கிளப்பும். வாரச் சந்தைக்குப் போகிற வண்டி அது. அச்சாணி கடகடக்கிற சத்தம் ஓய்ந்ததும், விட்ட தூக்கத்தைத் தொடரப் போனால் அடுத்த வண்டி. இன்னொரு ஹாய் ஹாய். கும்மென்று மிளகாய் வாடை. பின்னாலேயே மற்றவை. வாழைத்தார், இலைக்கட்டு, தேங்காய், புளி, சேப்பங்கிழங்கு, கத்தரிக்காய், புடலை, அவரை. எழுந்திருக்க வேண்டியதுதான்.

எழுந்து என்ன செய்ய? பள்ளிக்கூடம் இருக்கிற நாள் என்றால் பல் விளக்கிவிட்டுத் தூங்கி வழிந்தபடி திரும்பத் திண்ணைக்கு

வந்தால் நேரம் வெளுத்திருக்கும். மகாயானா புத்தமதம் உருவான காலம், எட்டரை சதவிகித கூட்டு வட்டியில் ராமன் கிருஷ்ணனுக்குக் கொடுத்து ஏழு வருடம் மூன்று மாதம் நாலு நாள் கழித்து வசூல் செய்ய வேண்டிய தொகை, சரோஜினி நாயுடு எழுதிய பல்லக்குத் தூக்கிகள் பற்றிய கவிதை என்று கலந்துகட்டியாகப் படிக்க முயற்சி செய்யும்போது, சைக்கிளில் போனபடிக்கே நல்லையா விட்டெறிந்து போகிற பத்திரிகை தலையில் வந்து விழும். அவசரமாகப் புரட்டி பசூக் எஞ்சினியர் முந்தாநாள் மாட்சில் விக்கெட் கீப்பர் வேலை முடித்து ஓப்பனிங் பேட்ஸ்மேன் ஆக எடுத்த ரன் விவரம் பார்ப்பதற்குள் பேப்பர் பெரியவர்களால் பிடுங்கப்படும். மந்திரி வெங்கட்ராமன் தொழிற்பேட்டையைத் திறந்து வைத்துப் பேசிய விவரம் தெரியாவிட்டால் மண்டை வெடித்துவிடும் அவர்களுக்கு. பேப்பர் படித்து முடித்த கையோடு பையைத் தூக்கிக்கொண்டு வாரச் சந்தைக்குக் கிளம்பிவிடுவார்கள்.

பள்ளிக்கூடம் போய்ச் சேர்வதற்குள் ஊரில் வாரச் சந்தை நடக்கிற விஷயம் ஒலி, ஒளி, வாடை என்று எல்லா ரூபத்திலும் சுற்றிலும் சூழ்ந்து நிற்கும். ஆரம்பப் பள்ளி வாசலில் கொடுக்காப்புளிக் கடை இருக்கிற இடத்தில் மிருதங்கம் மாதிரி ஏதோ ஒரு பெரிய மரத்தையோ வேரையோ வைத்துக்கொண்டு, ‘உடம்புக்குக் குளிர்ச்சி’ என்று ஆரம்பித்து வேறே ஏதோ புரியாத விஷயம் எல்லாம் சொல்லி, ஐம்பது காசுக்கு ஒரு சில்லு வெட்டிவெட்டி விற்கிற வியாபாரம் ஜரூராக நடக்கும். சின்னப் பசங்களுக்கு அங்கே நிற்க அனுமதி இல்லை. பக்கத்தில் நாட்டு மருந்துக் கடை பரத்தி வைத்து ஒரு கிழவர் சும்மா உட்கார்ந்திருப்பார். அடுத்து இரண்டு பேர் சினிமா பாட்டு புத்தகம், பராசக்தி வசனம், பெரிய எழுத்து விக்கிரமாதித்தியன் கதை என்று அடுக்கி வைத்து, தேசிங்கு ராஜன் கதைப்பாட்டை எடுத்து உச்சக் குரலில் பாட ஆரம்பித்திருப்பார்கள். கைரேகை பார்க்கிறவர் எல்லோரையும் தனரேகை காட்டக் கூப்பிடுவார்.

புதன்கிழமை தோறும் ஹைஸ்கூல் கால்பந்து மைதானத்துக்குக் குறுக்கே நூறு இருநூறு பேர் தலையில் ஓலைக் கடகமும், அதைச் சுற்றித் தொங்கும் கடலெண்ணெய், இலுப்பெண்ணெய் வாங்கி அடைத்த பழைய பாட்டில்களுமாகக் கடப்பார்கள்.

ஊருணிப் பக்கம் தீர்க்கமான வாடையோடு சுழன்று கொண்டிருக்கும் வேப்பெண்ணெய்ச் செக்குகள் பக்கம் நடமாட்டம் அதிகம் இருக்கும். காற்றடிக்கும் போதெல்லாம் சந்தை மைதானத்திலிருந்து தக்காளியும், மாம்பழமும், கருவாடும், செம்மண்ணும் கலந்த ஒரு கதம்ப வாடை நாலாதிசையிலும் பரவியிருக்கும்.

கால்பரீட்சை, அரைப்பரீட்சை என்று விடுமுறை நாளில் சந்தை கூடும்போது, பெரியவர்களோடு பையைத் தூக்கிக்கொண்டு கறிகாய் வாங்கப் போகலாம். இப்படிப் போய், ஒத்தாசையாக கத்தரிக்காயும் வெங்காயமும் தேர்ந்தெடுத்து பிரம்புத் தட்டில் வைத்துக் கொடுத்தால், அது காய்கறிக் குவியலில் திரும்பக் கொட்டப்படும். அப்புறம் அவர்கள் தேர்ந்தெடுத்தது வாங்கப்படும். ‘இப்படிப் பார்த்து வாங்கணும்’ புத்திமதி வேறு. நான் எடுத்த கத்தரிக்காய்க்கும் அவர்கள் எடுத்ததற்கும் ஒரு வித்தியாசமும் இருக்காது. சமயத்தில் அது வாடியிருக்கும். ஆனாலும் ஒருதலைப்பட்ச தீர்ப்புதான்.

அப்புறம் பெரிய பையன்கள் கண்காணிப்பில் போவது, காய்கறி லிஸ்டும் காசும் கொடுத்துத் தனியாக அனுப்பி வைப்பது என்று படிப்படியாகப் பிரமோஷன் கிடைத்தது. பொங்கல் சந்தை விசேஷமானது. வழக்கமான சமாசாரங்களோடு கரும்பு, மஞ்சள் கொத்து, பரங்கிக்காய் என்று உபரியாக வாங்கப் போகும் நேரம் அது.

ரெட்டைத் தெருவிலிருந்து எங்கள் கோஷ்டி விடிகாலையில் கிளம்பிவிடும். இரண்டு தோளிலும் வழியும் காய்கறிப்பையும், கொடி போல உயர்த்திப் பிடித்த கரும்பும், பைக்கு வெளியே எகிறித் தரையைத் தொடும் மஞ்சள் கொத்துமாகத் திரும்பும்போது காலை எட்டு மணி பஞ்சாயத்து போர்ட் சங்கு ஊதி வயிற்றில் பசி கிளம்பியிருக்கும்.

காந்திவீதி ஜோதி கறிகாய்க்கடை புதன்கிழமை மூடப்பட்டு, பிராஞ்ச் ஆபீஸ் சந்தை வட்டாரத்தில் திறக்கப்படும். வாட்ட சாட்டமாக, பளிச்சென்று மூக்குத்தியும், லோலாக்குமாக கடைக்கார ஜோதி சந்தைக்கடை மைதானத்தில் காய்கறிக் குவியலுக்கு நடுவே உட்கார்ந்திருப்பாள். ஊரில் ஜோதிலட்சுமி

என்று பெயர் வைத்திருந்தார்கள். காதை மறைத்துத் தழையத் தழைய வாரி சினிமாக் கொண்டையும், பெரிய சாந்து பொட்டும், கழுத்து வியர்வையில் மெல்லிய திட்டாகத் தெரியும் முகப் பவுடருமாக, சதா வெற்றிலை போட்டு மென்று பக்கத்தில் துப்பியபடி இருப்பாள் ஜோதி. எப்பவும் கூட்டம் நெருக்கியடித்து நிற்கும் கடை இது. பெரும்பாலும் முப்பது வயதுக்கு மேற்பட்ட ஆண்கள். மற்ற கடைகளில் ஒவ்வொரு வெண்டைக்காயாக முனையில் ஒடித்துப் பார்த்து வாங்குகிறவர்கள் கூட இங்கே ஜோதி நிறுத்துக் கொடுப்பதை மறுபேச்சு இல்லாமல் வாங்கி, அசட்டுச் சிரிப்போடு பிரியாவிடை பெற்றுப் போவார்கள். சிலருக்கு அப்புறம் வீட்டில் ஸ்பெஷல் அர்ச்சனை நடக்குமாம்.

ஜோதிலட்சுமி ரசிகர்கள் சிபாரிசு செய்து அவளுக்குச் சந்தையில் கல் கட்டிடக் கடை ஒதுக்கித்தரத் தயாராக இருந்தார்கள். வெற்றிலை போட்டுப் பக்கத்தில் துப்பும் வசதி இல்லாத காரணத்தால் அவள் கோரிக்கையை நிராகரித்ததாக குண்டுராஜு தகவல் சொன்னான்.

மாம்பழம் சீசனில் ஜோதி கடையில் ஒவ்வொரு பழமாக முகர்ந்து பார்த்துத் தேர்ந்தெடுத்துக் கொண்டிருந்த சுப்பாணியிடம், 'தம்பி, அந்தப் பக்கம் கருவாட்டுக் கடை இருக்கு. போய் மோந்து பார்த்து வாங்கு' என்று ஜோதி இடக்காகச் சொன்னது ஊரில் பிரபலமான வசனமாக எடுத்துச் சொல்லப்பட்டது.

சந்தையில் கல்கட்டிடக் கடை ஒன்றில் நூல்கோல், காலிஃப்ளவர் என்று இங்கிலீஷ் காய்கறி மட்டும் விற்கப்படும். கடைபோட வாராவாரம் மதுரையிலிருந்து வருவார்கள். எல்லாரும் பேண்டும், மஞ்சள் டெர்லின் சட்டையுமாக கவர்மெண்ட் உத்தியோகத்தில் புதிதாகச் சேர்ந்தவர்கள் போல் இருப்பார்கள். வக்கீல் எம்.கே.ஆர் இந்தக் கடையில் தடதடவென்று இங்கிலீஷில் பேரம் பேசிக்கொண்டிருந்ததைப் பார்த்திருக்கிறோம். கடைக்காரர்களுக்குப் புரியாததால், பழைய தமிழ்ப்படத்தில் மேஜர் சுந்தரராஜன் போல் இங்கிலீஷில் சொல்லி உடனுக்குடன் மொழிபெயர்த்தபடி இருந்தார் அவர்.

இங்கிலீஷ் கடைச் சுவரில் அரும்பு மீசை வைத்த ஆண், பக்கத்தில் ஜிமிக்கி போட்ட பெண் தலைகள் வரைந்து நடுவில் இதயத்தைத்

துளைக்கிற அம்பு போட்டு, ‘குனசேகரன் சுகுனாவைக் காதலிக்கிறான்’ என்று ஆணியால் கீறியிருக்கும். போனமாதம் ஊரிலிருந்து வந்த போஸ்ட் கார்ட் தகவல்படி, இன்னும் அங்கே ஸ்பெல்லிங் மிஸ்டேக்கோடு ரொம்பவே வயசான குணசேகரன் சுகுணாவைக் காதலித்துக் கொண்டிருக்கிறாராம். சந்தைதான் வாராவாரம் கூடுவது இல்லை.

# பதினொன்று

வாழ்க்கையிலேயே முதல் தடவையாகப் பேண்ட் போட்டுக் கொண்டபோது சத்திய சோதனை ஏற்படும் என்று எதிர்பார்க்கவில்லை. பத்து வயதுப் பையன்களுக்கு, இடுப்புக்கு மேலே வார் வைத்த நிஜார்தான் அனுமதிக்கப்பட்ட உடுப்பு. ஆனாலும், தீபாவளி நேரத்தில் அழுது புரண்டு அடம் பிடித்து புது பேண்ட்க்கான அனுமதி வீட்டில் கிடைத்தபோது என்னைவிட சந்தோஷப்பட்டவர் குருசாமி டெய்லராகத்தான் இருக்கவேண்டும். ஊரில் பேண்ட் போடுகிறவர்கள் சொற்பம். அவர்களும் மதுரைக்குப் போய்த் தைத்து வாங்கி வந்துவிடுவது வழக்கம். குருசாமி டெய்லருக்கு பேண்ட் தைத்துப் பழக சந்தர்ப்பத்தை ஏற்படுத்திக் கொடுத்தது நான்தான். என்னை நிற்கவைத்து இஞ்ச் டேப்பால் காலில் ஆரம்பித்து கழுத்தைச் சுற்றிக்கூட ஏகப்பட்ட அளவெடுத்துக் குறித்துக்கொண்டு, கெட்டியான பைஜாமா போல் தைத்து எடுத்து வந்து கொடுத்தார். இடுப்பிலிருந்து கால்வரை நீண்டு வந்த அதன் பெயர் பேண்ட்தான்.

‘யார்கிட்டே பேண்ட் இருக்கு?’ பள்ளிக்கூட ஆண்டுவிழாவுக்கு மூன்று வாரம் முன்னால் கிருஷ்ணன் சார் வகுப்பில் விசாரித்தபோது நான் பெருமையோடு இரண்டு கையையும்

உயர்த்த, சாயந்திரம் நாகப்பன் வாத்தியாரைப் பார்க்கச் சொன்னார் அவர். 'இதான் வரவேற்புரை. சொல்லி, நிகழ்ச்சியை நீதான் ஆரம்பிச்சு வைக்கறே' நாகப்பன் நாலாக மடித்த ஒரு காகிதத்தை நீட்டினார். சென்னையில் ஏதோ பத்திரிகை ஆபீசில் ப்ரூஃப் ரீடர் என்ற உத்தியோகத்திலிருந்தாராம். 'மதராஸில் ஜலக் கஷ்டம்' என்று பத்திரிகையில் வழக்கமாக எழுதுகிற தொழிலாக இருக்கலாம் அது. வேலை பிடிக்காமலோ என்னமோ, டீச்சர் டிரயினிங் போய் வாத்தியாரானவர்.

காகிதத்தைப் பிரித்துப் பார்த்தேன். 'இன்று மார்ச் பதினைந்து!! 1963-ம் ஆண்டு! வெள்ளிக்கிழமை!! மாலை ஆறுமணி! வருக!!! வரவேற்கிறேன் உங்களை!' என்று இரண்டு பக்கத்துக்கு இருந்தது அந்த வரவேற்புரை. இப்படி வார்த்தைக்கு வார்த்தை ஒற்றை, ரெட்டை, சமயத்தில் மூன்று ஆச்சரியக்குறிகளை எப்படி உச்சரிப்பது என்று தெரியவில்லை. லேசாக, நடுவாந்திரம், அதிகமாக என்று பல தினுசில் ஆச்சரியப்பட மார்ச் பதினைந்தாம் தேதியில் என்ன விசேஷம் என்றும் புரியவில்லை. பத்திரிகையில் 'மதராஸில் ஜலக் கஷ்டம்' கூட ஒரே ஒரு ஆச்சரியத்தோடுதான் முடிந்ததாக நினைவு. அந்த ஆச்சரியகரமான வரவேற்புரை பாடத்தைவிடச் சீக்கிரமாக மனப்பாடம் செய்யப்பட்டு, கடகடவென்று ஆச்சரியப்பட இரண்டே நாளில் நான் தயார் ஆனேன்.

தினசரி சாயந்திரம் பள்ளிக்கூடம் விட்டதும் நாலரை மணிக்கு ஒத்திகை. வருஷம் தவறாமல் 'நேரு மாமா, ரோஜாவின் ராஜா, பஞ்சசீலம்' என்ற வார்த்தைகளோடு ஒரு பாட்டு இருக்கும். அந்தந்த வருடம் பிரபலமான சினிமாப்பாட்டு மெட்டில் இதையும் நாகப்பன் சார்தான் எழுதிக்கொடுப்பார். அந்த வருடம் 'பாட்டுப் பாடவா, பார்த்துப் பேசவா' மெட்டில் நேருமாமா வந்தார். இந்தப் பாட்டை கோஷ்டி கானமாக ஆமினா, கனகவல்லி, முத்தம்மா டீச்சர்கள் இசைக்க, நாலாவது மற்றும் ஐந்தாவது வகுப்புப் பெண்கள் கையைக் கோத்துக்கொண்டு வட்டமாகச் சுற்றி வந்து இப்படியும் அப்படியுமாகக் குதிப்பார்கள். எல்லோர் தலையிலும் கட்டாயமாக வளையல்கடையில் வாங்கிய பிளாஸ்டிக் ரோஜாப்பூவும் கழுத்தில் ரோல்ட் கோல்ட் நெக்லெசும்

இருக்கும். ஆடத் தேர்ந்தெடுத்ததுமே இந்த இரண்டையும் வீடுகளில் வாங்கச் சொல்லி, துணிப்பையில் போட்டுப் பெயர் எழுதிப் பள்ளிக்கூட மர அலமாரியில் அட்டண்டெண்ட் ரிஜிஸ்தர்கள், சாக்பீஸ் டப்பாக்களோடு வைத்துவிடுவது வழக்கம்.

ஆண்டுவிழாவுக்கு நாள் நெருங்க நெருங்க, பள்ளிக்கூடத்தில் பரபரப்பு அதிகமாகும். கடைசி நாலைந்து நாள் பாடம் நடத்துகிற நேரத்தைவிட ஆண்டுவிழா தயாரிப்புதான் முக்கிய வேலையாகிவிடும். பெரிய மூங்கில் தட்டிகளைத் தரையில் படுக்கப் போட்டு, மேலே வெள்ளைக் காகிதத்தைப் பசை காய்ச்சி ஒட்டி உலரவைத்துக் கொண்டிருப்பார் கிருஷ்ணன் சார். பசை காய்ச்ச, காகிதம் எடுக்க, கிட்டு கடையில் வாத்தியாருக்குக் கும்பகோணம் சீவலும் வெற்றிலையும் வாங்கிவர என்றமாதிரி எடுபிடி காரியங்கள் செய்வதில் வரும் இன்பம் சொல்லிமாளாது. அப்புறம் மண்சட்டியில் பச்சை, சிவப்பு, நீலம், மஞ்சள் என்று கிருஷ்ணன் சார் சொல்லியபடிக்கு வர்ணம் கரைக்கிற வேலை. கரைத்து வைத்த வர்ணத்தோடு பார்த்துக்கொண்டிருக்க, அவர் பென்சிலால் மூங்கில்தட்டியில் ஒட்டிய காகிதத்தில் காந்தி, பாரதி, மண்டி போட்டுக் கைகுவித்து வணங்குகிற பெண்கள் என்று படம் வரைவார். படத்தில் ஈஸ்ட்மென் கலரில் வர்ணம் பூசுகிற வேலை அடுத்தது. எல்லாப் படத்திலும் கைவிரல்கள் உடம்போடு ஒட்டாமல் கொடுக்காப்புளிக் கொத்து மாதிரி நீண்டிருப்பதோடு, எல்லா முகத்திலும் கனகவல்லி டீச்சர் போல் மூக்கு நீளமாக இருக்கும். அந்த வருடம் வரையப்பட்ட ஜான் கென்னடி பச்சை பேண்ட், நீலக் கோட், சிவப்பு டையோடு, கனகவல்லி டீச்சர் மாதிரிப் பல்லைக் கடித்துக்கொண்டு சிரித்தார்.

ஆண்டுவிழாவுக்கு ஒரு நாள் முந்தி உடுப்பு ஒத்திகை என்று சொல்லி ஆட, பாட, நடிக்கத் தேவையான உடுப்பு, உபகரணங்களோடு நிகழ்ச்சிகள் சரிபார்க்கப்படும். வாத்தியார், டீச்சர்கள், ஹெட்மாஸ்டர், கரஸ்பாண்டெண்ட் போன்றவர்கள் நிறைந்த பேரவை அது. புதுத்துணி வாடையடிக்கும் நீலப்பாவாடையோடு நேருமாமா பெண்கள் ஆடும்போது, டீச்சர்களின் இசைக்குழுவுக்குத் தபலாவில் தாளம்போட

கௌரவ வித்வானாக, பாலாம்பா டீச்சரின் தம்பி அரிசிக்கடை சாமிநாதன் அழைக்கப்பட்டிருந்தார். அவருக்குக் கொஞ்சம் காது மந்தம் என்பதால், பாலாம்பா டீச்சர் கையை உயர்த்தித் தாழ்த்தி தாளம் பாட்டோடு நடக்க ஒத்தாசை செய்தார். அங்கவஸ்திரத்தைத் தார்பாய்ச்சிக் கட்டிக்கொண்டு கிரிதரன் கடையேழு வள்ளல்களில் ஒருவரான குமணன் ஆகத் தமிழுக்குத் தலைகொடுக்க நாலு திசையிலும் எச்சில் தெறிக்கச் சூளுரைத்தான். அடுத்த காட்சியில் காகிதக் கூழால் செய்த தலையைத் தாம்பாளத்தில் வைத்து எடுத்துக்கொண்டு புலவனாக குண்டுராஜு வரவேண்டும். அவசரமாக நடந்து வேட்டி தடுக்க, அவன் கையில் பிடித்த தலை தரையில் விழுந்து உள்ளேயிருந்து தேங்காய்மட்டை எட்டிப் பார்த்தது. உடனடியாகக் கோந்துப்பசை காய்ச்சித் தலை ஆப்பரேஷனுக்கு நடவடிக்கை எடுக்கப்பட்டது.

'வரவேற்புரை யாரு, வா இங்கே.' படபடப்போடு போய் நின்றேன். 'டிரஸ் எங்கேடா?' அவசரமாகக் குனிந்து பார்த்தபோது, 'அசடே, பேண்ட் எங்கேன்னு கேக்கறேன்' என்னத்தைச் சொல்ல? டிரஸ் ரிகர்சலுக்கு எல்லாம் பேண்ட் தரமுடியாது என்று வீட்டில் கட்டாயமாகச் சொல்லி' அனுப்பப்பட்டிருந்தது.

'அப்புறம் அதைத் திரும்பத் துவைக்கணும். இஸ்திரி போடணும். ஆண்டுவிழாவுக்குன்னு ஏற்கனவே ஒருரூபா அழுதாச்சு. இன்னும் பணம் செலவழிக்க முடியாதுன்னு போய்ச் சொல்லு.'

சொல்ல முடியாது.

'சலவைக்கடையிலே இருந்து நாளைக்குத்தான் கிடைக்கும் சார்.'

வாழ்க்கையில் பொய் சொல்வதுகூட ஆரம்பப் பள்ளிக்கூடத்தில் தான் ஆரம்பமாகிறது.

'இன்று மார்ச் பதினைந்து!! 1963-ம் ஆண்டு! வெள்ளிக்கிழமை!'. நான் கடைசி ஒத்திகையாக ஆச்சரியப்பட ஆரம்பிக்கக் குரலே எழும்பவில்லை. பாலாம்பா டீச்சர் ஸ்கூல் தோட்டத்திலிருந்து திம்ஸ்கட்டையை எடுத்து வந்து முன்னால் நிறுத்தினார்.

‘இதான் மைக் அப்படீன்னு நினைச்சு உரக்கப் பேசு. சபைக் கூச்சம் ஓடிப் போகும்’ கட்டை மைக்குக்கு முன்னால் நின்று அன்றைக்குக் கத்த ஆரம்பித்ததுதான்.

அப்புறம் பேங்கில் வேலைபார்த்தபோது, பாலாம்பா டீச்சரின் பென்ஷனை அவர் வீட்டிலேயே போய்ப் பட்டுவாடா செய்யவேண்டிவந்தது.

நடமாட முடியாமல் படுத்த படுக்கையாகக் கிடந்தார் டீச்சர். ‘வாடா வா, பென்ஷன் பணமா? காதுலே விழறது. மெதுவாச் சொல்லேன். கடப்பாரையை முழுங்கினியா சின்ன வயசிலே?’

டீச்சர் பொக்கைவாயால் சிரித்தபடி செல்லமாகத் தலையில் குட்டினார். ‘கடப்பாரை இல்லே, திம்ஸ்கட்டை’ என்றேன் அவர் காதில் விழாமல் மெதுவாக.

# பனிரெண்டு

**அ**ந்த வீட்டைச் சாவு சுற்றிச் சுற்றி வந்தது. அப்படித்தான் நினைத்தோம். வருடம் தவறாமல் அங்கே யாராவது செத்துப் போனார்கள். பள்ளிக்கூடம் விடுமுறை விட்ட குளிர்கால ராத்திரியில் திடீரென்று அழுகைச் சத்தம் கேட்டால், வேதமய்யா வீடுதான் உடனடியாக மனதில் வரும். பெரும்பாலும் அது சரியாகவும் இருக்கும்.

அரண்மனை மாதிரி வீடு என்று சொல்வது வேதமய்யா வீட்டைப் பொறுத்தவரை பாதி பொருந்தும். பாழடைந்த அரண்மனை அது. வேதமய்யா என்ற ஒருத்தரை நாங்கள் மட்டுமில்லை எங்கள் வீட்டுப் பெரிசுகளிலும் அநேகமாகப் பலபேர் பார்த்தது இல்லை. மூன்று தலைமுறைக்கு முன்னால் திவானாக இருந்தவராம். பாட்டி சின்ன வயதில் அம்பலப்புழையிலிருந்து வரும்போது மலையாளத்தில் அவளுடைய அம்மா, அப்பா பற்றி சம்சாரித்து, மிட்டாய் கொடுப்பாராம் வேதமய்யா. அவ்வளவு பழைய காலத்து மனுஷர்.

அவருக்கு அப்புறம் வாரிசு அருகிப்போனது. மிஞ்சியவர்களுக்குள் சண்டை, நிலபுலங்கள் கடனுக்காக அடமானம் வைத்து முழுகியது, வருமானக் குறைவு என்று

அடுத்தடுத்த தலைமுறைகளில் இறங்குமுகமாகி, நான் பார்க்கும்போது இழுத்துப் பறித்துக்கொண்டு இறுதி மூச்சு விட்டபடி கிடந்தது வேதமய்யா வீடு.

வீடு முழுக்க பாட்டி, தாத்தா என்று வயதானவர்கள். கரண்ட் பில் கட்டாததால் ப்யூஸைப் பிடுங்கிப் போனதற்குப் பிறகு ராத்திரி லாந்தர் வெளிச்சம் முணுக் முணுக்கென்று அலைபாய வீட்டிலிருந்து இருமல் சத்தமும், வென்னீர் கேட்கிறதும், கொல்லைப் பக்கம் கையைப் பிடித்துக் கூட்டிப் போகச் சொல்லி மன்றாடுவதும் கேட்கும்.

‘கொஞ்சம் பொறுக்கணும். புனர்பாகமா சாதம் வடிச்சாறது.’

வலது பக்கம் கோணலாகச் சாய்ந்த கழுத்தோடு அலமேலு கீச்சுக்கீச்சென்று இரைவதும் காதில் விழும். வேதமய்யாவின் பேரனுக்கோ பேத்திக்கோ பிறந்த பெண் அலமேலு.

ராத்திரி தூங்கத் திண்ணையில் படுக்கை விரிக்கும்போது ‘அத்தே, எங்களை விட்டுப் போய்ட்டீங்களா’ என்று அலமேலு குரல் கேட்டால் அந்த வீட்டில் ஒரு இருமல் சத்தம் ஓய்ந்து போனதாக அர்த்தம்.

நடுராத்திரி வரை ஒற்றை பெட்ரோமாக்ஸ் வெளிச்சத்தில் பாடை முடைகிறவர்கள் உரக்கப் பேசியபடி இருப்பார்கள். விடிகாலையிலோ அல்லது இருட்டு பிரியும் முன்னரோ பிணம் எடுத்தபிறகு, பஞ்சாயத்து குழாயில் தகர வாளியில் பிடித்த தண்ணீரை செங்கல் உதிர்ந்த வீட்டுத் திண்ணையில் வீசிவீசி அலமேலு கழுவும்போது அவள் கழுத்து இன்னும் கோணலாக, தோளால் வாயைப் பொத்தியபடி அழுதுகொண்டிருப்பாள். ஒரு வருடம் மார்கழியில் வேதமய்யா வீட்டில் பத்து நாளைக்கு ஒன்றாக ராத்திரிச் சாவு தொடர, அந்த வீட்டு வாசலைக் கடந்து போகவே இனம் புரியாத மிரட்சியாக இருந்தது. ஆனாலும் வீட்டில் தொடர்ந்து இருமித் துப்பி வென்னீர் கேட்க இன்னும் ஆட்கள் இருந்தார்கள்.

கோணல் கழுத்தம்மா பொங்கலுக்கு முந்திய போகிப் பண்டிகை நாள் பகல் நேரம் எங்கள் வீட்டுப் படியேறி வந்தாள். கூடவே விசித்து விசித்து அழுதபடி அவளுடைய மகள் விமலியும்.

கொஞ்சம் பயத்தை எழுப்பும் பூனைக் கண் விமலிக்கு. ரெண்டாம் கிளாசில் படிக்கிறவள். பாதிப் பள்ளிக்கூடம் நடக்கும்போதே பைக்கட்டைத் தூக்கிக்கொண்டு வீட்டுக்கு வந்துவிடுவாள். யாரும் ஒன்றும் சொல்வதில்லை.

'உங்க வீட்டுக்கு வந்த பொங்கல் வாழ்த்தை இவ அவசரப்பட்டுப் பிரிச்சுட்டா. பம்பாய்லேருந்து வந்ததா நெனப்பு. இருக்கியா செத்தியான்னே கேக்காதவங்க வாழ்த்து எல்லாம் அனுப்ப மாட்டாங்கன்னு இந்த மூதேவிக்குத் தெரியலை' நான் பார்த்துக்கொண்டிருக்க அலமேலு விமலி முதுகில் பலமாக அடிக்க, அந்தப் பெண் இன்னும் தீனமாக அழுதாள். பாட்டி சமாதானப்படுத்தி போளி கொடுத்து அனுப்பினாள்.

எப்போதாவது ரகு வாசல் படியில் உட்கார்ந்திருப்பான். கோணல் கழுத்தம்மா மகன். எங்கேயோ ஹாஸ்டலில் இருக்கிறதாகச் சொன்னார்கள். ரொம்பவே பூஞ்சையான உடம்பு. குண்டுராஜு வயசு அவனுக்கு. கொஞ்ச நாள் அவன்கூட இங்கேதான் படித்தானாம். நானும் ராஜுவும் அவனைக் கடந்து போகும்போது, 'பம்பாய்க்குப் போகலாமா?' என்று ராஜுவைக் கேட்பான். 'சாப்பிட்டு வந்துடறேன். அப்புறம் ராத்திரி போட்மெயில்லே போகலாம்' என்றபடி ராஜு என்னை இழுத்துப் போவான்.

ஒரு சாயந்திரம் நாங்கள் தெருவில் பந்தும் மட்டையுமாகச் சுறுசுறுப்பாக இருந்தோம். ரகு வீட்டு வாசலில் உட்கார்ந்து 'லண்டன் போகணும், டெல்லி போகணும், மெட்ராஸ் போகணும்' என்று உரக்கச் சொல்லிக்கொண்டிருந்தான். கோணல் கழுத்தம்மா விமலிக்காக ஒரு பென்சிலை இரண்டாக நறுக்கியபடியே, ஒவ்வொரு ஊர்ப் பேர் சொல்லியானதும், 'நாளைக்குப் போகலாம்' என்று உத்திரவாதம் கொடுத்துக் கொண்டிருந்தாள். 'பம்பாய் போகணும். வேணாம். அப்பா அயோக்கியன் கிட்டே போக வேணாம்' ரகு திடீரென்று குரலை உயர்த்தி அழ, அலமேலு அவனை மெல்ல உள்ளே கூட்டிப் போனதைப் பார்த்தோம். அந்தி சாய, அப்புறம் விளையாடவில்லை.

அன்றைக்கு ராத்திரிதான் ரகு செத்துப்போனது. கோணல்

கழுத்தம்மாவும், விமலியும் கதறி அழுத சத்தம் இரண்டு தெருமுனை தாண்டிக் கேட்டிருக்கும். வழக்கம்போல் பாங்க் சுந்தரராமன்தான் பிணம் தூக்க வந்தது. ஏதோ பாங்கில் வேலை பார்த்து, மோசடி கேசில் ஜெயிலுக்குப் போய்த் திரும்பி, பிழைப்புக்காகப் பிணம் தூக்குவது என்றாகிப்போனது சுந்தரராமனுக்கு.

'சந்தானம் தாயாரை எரிச்சுட்டு வந்தா, நடுராத்திரியிலே வெட்டியான் வந்து வீட்டுக் கதவைத் தட்டற சத்தம். பாதியிலே அணைஞ்சு போச்சு. இன்னும் கொஞ்சம் விறகு வேணுமாம். ராத்திரியிலே விறகுக்கடை நாயக்கரை எழுப்பி...'

சுந்தரராமன் எங்கள் வீட்டுத் திண்ணைப் பக்கம் புகையிலை போட்டபடி சக பிணம் தூக்கிகளிடம் சொல்லி உரக்கச் சிரித்தது அந்த ராத்திரியில் கலவரமாக மனதில் பதிந்துவிட்டது. அடுத்த நாள் காலை ஈரமாக இருந்த வெற்று வாசல் படியைப் பார்த்து 'பாவம்டா ரகு' என்றான் குண்டுராஜு.

ரகு போன அடுத்த இரண்டு வருடங்களில் அந்த வீட்டிலிருந்து இன்னும் சிலர் இறுதிப் பயணமானார்கள். வீடு கிட்டத்தட்ட காலியாகி, அலமேலுவும், விமலியும் மட்டும் அரிக்கேன் விளக்கு வெளிச்சத்தில் வளைய வந்துகொண்டிருந்தார்கள். விமலி சூட்டிகையான பெண். ஆனாலும் திடீர்திடீரென்று அழ ஆரம்பித்துவிடுவாள். கோணல் கழுத்தம்மா இருமிக்கொண்டே அவளைச் சமாதானப்படுத்துவாள்.

அதற்கும் அடுத்த வருடம் பொங்கலுக்கு அடுத்த நாள் ராத்திரி விமலி அழுத சத்தம் அந்த வீட்டிலிருந்து கேட்டது. கோணல் கழுத்து அலமேலு செத்துப்போனதாகத் தெரிந்தது. திரும்பவும் பாங்கு சுந்தரராமன் சிரிப்பு, பெட்ரோமாக்ஸ் வெளிச்சம், பாடை முடைவது, இன்னும் கொஞ்சம் அழுகை, தூக்கிப் போகிறவர்கள் குரல், இனம் புரியாத சோகம். காலையில் அந்த வீட்டுத் திண்ணையை அலம்ப யாரும் இல்லை.

விமலியை யாரோ பம்பாய் கூட்டிப் போனார்கள்.

'அவ அப்பனை வளைச்சுப்போட்ட படுபாவி இந்தக் குழந்தையை வேலைக்காரியா வச்சுக்காம சொந்தப் பொண்ணா

வளர்க்கணுமே, அம்பலப்புழை கிருஷ்ணா...' பாட்டி மனமுருகப் பிரார்த்தித்தாள்.

எத்தனையோ வருடம் கழித்து ராத்திரியில் தாமதமாக தில்லியிலிருந்து பம்பாய் புறப்பட்ட விமானத்தில் 'விமலி ரங்னேகர்' என்ற பெயர் அட்டை குத்திய ஏர்ஹோஸ்டஸைப் பார்த்தேன். பூனைக் கண்ணி. 'பூல் கயீரே' (மறந்து போச்சு) என்று யாரிடமோ சொல்லிக்கொண்டிருந்தாள். அவள் விமலியாக இருக்கலாம். இல்லாமலும் இருக்கலாம். விமலி என்றால் கட்டாயம் ஊரை மறந்திருப்பாள். மறப்பதில்தான் அவளுக்கு மகிழ்ச்சி. நினைப்பதில் எனக்கு இருப்பதுபோல.

# பதின்மூன்று

'என்னப்பனே, என் அய்யனே, பார்வதியாளின் பாலகனே, பன்னிருகை வேலவனே' என்று உரத்த குரலில் பெங்களூர் ரமணியம்மாள் பாடும் இசைத்தட்டு எங்கேயாவது ஒலிக்கக் கேட்டால் இப்போதும் முதுகுத் தண்டில் ஒரு நடுக்கம் ஏற்படும். கூடவே கத்திரி வெயில் காய்கிற ஒரு மத்தியானப் பொழுது மனதில் விரியும். வீங்கின கன்னமும், அவமானமும், அடக்க முடியாத அழுகையுமாகப் பகல் சாப்பாட்டுக்கு அதோ, வீட்டுக்கு நடந்துகொண்டிருக்கிற பள்ளிக்கூடப் பையன் நான்தான்.

புது வாத்தியார். ராஜமன்னார்சாமி என்று போலீஸ் இன்ஸ்பெக்டர் போல் பெயர். உயரமும், பெரிய மீசையும், சிவந்த கண்ணைக் கடந்து வழியும் சிடுசிடுப்பும், அடிவயிற்றிலிருந்து வருகிறது போன்ற சத்தமுமாக அவர் போலீஸ்காரரர் போல்தான் இருந்தார். வகுப்புப் படியேறி உள்ளே வந்தவர் இரண்டாம் பெஞ்சில் நேரே எனக்கு முன்னால் வந்து நின்றார். மரியாதைக்காக நான் எழுந்திருக்க முயற்சி செய்வதற்குள், என் கன்னத்தில் இடிபோல் அவர் கை இறங்கிய சத்தம் கிளாஸைக் கடந்து சாத்தப்பன் ஊருணிக்கரையில் எதிரொலித்திருக்கும்.

'பட்டன் போடுடா, திருட்டு ராஸ்கல்' அடிக்கு மேல் அடுத்த அவமானமாக ஒரு வசவு. திருட்டு ராஸ்கல் நான்.

திங்கள்கிழமை என்பதால் காலையில் அவசரமாக சீருடையை எடுத்து மாட்டிக் கொண்டபோது, வெள்ளைச் சட்டையில் கழுத்துக்குப் பக்கத்துப் பொத்தான் உதிர்ந்து போயிருந்தது. காலை நேர அவசரத்தில் யாரிடம் ஊசியில் நூல் கோத்து, விபூதிச் சம்படத்துக்குள் வெள்ளை பட்டனைத் தேடி எடுத்து (வீட்டில் ஏனோ அங்கேதான் பொத்தான், ஊசி போன்ற சமாச்சாரங்களைச் சேமித்து வைப்பார்கள்) தைத்துக் கொடுக்கும்படி கெஞ்ச முடியும்? பாட்டியம்மா சரியென்று அதுவரை ருத்ராட்சத்தை உருட்டிய ஸ்கோரை 'சம்போ அஞ்ஞூத்துரெண்டு' என்று உரக்கச் சொல்லிக்கொண்டு உதவிக்கு வருவாள். அவளுக்கு ஊசியில் நூல் கோக்க ஒத்தாசை செய்து தைத்து முடிப்பதற்குள் சாயந்திரமாகிப் பள்ளிக்கூடம் முடிந்துவிடும். பாதியில் நிறுத்திய அவளுடைய 'சம்போ' ஸ்கோர் ஆயிரத்தெட்டைத் தொட அரைவாசி தூரம் பின்தங்கி இன்னும் ஐநூற்று இரண்டிலேயே நிற்கும். முடிக்காமல் சாப்பிடமாட்டாள் அவள்.

சேஃப்டி பின் குத்திப் போகலாம் என்றால் அம்மா வேண்டும். அவள் கழுத்துச் சங்கிலியில் கோத்து வைத்து தேவையானால் எடுத்துக் கொடுத்து அடுத்த நாள் ஞாபகமாகத் திரும்பப் பெறும் வஸ்து அது. பள்ளிக்கூடம் கிளம்பும் நேரத்தில் அம்மா பூஜையில் மும்முரமாக இருந்ததால் அதுவும் முடியாமல் போனது. எல்லாம் சேர்ந்து பகல் பனிரெண்டு மணி சுமாருக்கு எனக்கு வாழ்க்கையிலேயே முதல்முறையாகத் திருட்டு ராஸ்கல் பட்டத்தை போலீஸ்கார வாத்தியாரிடம் வாங்கிக் கொடுத்ததோடு மட்டுமில்லாமல் கன்னத்தையும் வீங்கவைத்து விட்டது. அல்பமான பொத்தான் அது.

'சினிமாவுக்குப் போனா, உலகமே மறந்துடுமாடா நாயே' நாயும் நான் தான். ராஜமன்னார்சாமி கர்ஜித்தபோது கண் இருண்டு வந்தது. இதெல்லாம் கனவு, இதோ முடிந்து எழுந்து பாயைச் சுருட்டி வைத்துவிட்டுப் பல் தேய்க்கப் போக வேண்டியதுதான் என்று மனம் சமாதானம் சொன்னது. ஆனால் அது கனவில்லை

என்பது முதுகை வளைத்து அடித்த அடியாக விழுந்தது. வகுப்பில் கிட்டத்தட்ட முதல் அல்லது இரண்டாம் இடத்தில் இருக்கப்பட்ட ஒரு சாதுப் பையனைக் கூடப் படிக்கிறவர்கள் வில்லனைப் போல் பார்க்க ஆரம்பிப்பதைவிடப் பெரிய தண்டனை வேறே இல்லைதான். எட்டு ஏ கிளாஸ் இல்லை. போலீஸ் ஸ்டேஷன் அந்த இடம்.

கண்ணில் நீர் வழிந்து திரையிட வாத்தியாரைப் பார்க்க, 'பதில் சொல்லுடா புழுத்த நாயே' ஒரு வினாடியில் நாயாக இருந்து செத்து, அழுகிப் புழுத்துமாகி விட்டது. என்ன பதில் சொல்ல? அதுவும், குற்றச்சாட்டே சுத்தமாகப் புரியாதபோது.

'இந்த ஸ்கவுண்ட்ரல் நேத்துக்கு சாயந்திரம் சாத்தப்பன் ஊருணிக் கரை மேட்டிலே ஒரு தடியனோடு சைக்கிள் கேரியர்லே உட்கார்ந்து டெண்ட் கொட்டகைக்குப் போய்ட்டு இருக்கான். நான் எதிர்த்தாப்பலே வரதைப் பாக்கறான் ராஸ்கல். இறங்கி, மரியாதையோட சல்யூட் அடிச்சு குட் ஈவினிங் சார்னு சொல்லணும்னு தெரியலை. கால்மேல் கால் போட்டுக்கிட்டு துரை மாதிரிப் பார்த்துட்டுப் போறான், ரவுடிப்பயல்.'

ஆக, அதுதான் குற்றப்பத்திரிகை. முந்தினநாள் சாயந்திரம் குண்டுராஜுவோடு டெண்ட் கொட்டகையில் சினிமா பார்க்கப் போனபோது, இவர் எதிர்ப்பட்டது உண்மைதான். ஓடுகிற சைக்கிளில் இருந்து குதிக்கப் பயமாக இருந்ததால் உட்கார்ந்தபடியே கடந்து போனதும் உண்மைதான். அத்தனை பெரிய குற்றமா அது?

பைக்கட்டைத் தோளில் மாட்டியபடி வீட்டுக்கு நடந்தபோது உலகமே விலகிப்போய் என்னை வேடிக்கை பார்க்கிறதாகப் பிரமை. காதுமடலிலிருந்து கால்வரை உஷ்ணம் பரவித் தகிக்க ஆரம்பித்தது. திருட்டு ராஸ்கல், நாய், புழுத்த நாய், ரவுடி, அர்த்தம் புரியாத 'ஸ்கவுண்ட்ரல்' இதுக்கு அப்புறம் என்ன வாழ்க்கை மிச்சம் இருக்கிறது?

புதிதாகப் போட்ட தார் வெயிலில் உருகி அங்கங்கே திட்டு திட்டாகக் கசிந்திருந்த சந்தைக்கடை வீதி. யார் வீட்டிலோ கல்யாணமோ பூப்புனித நீராட்டுவிழாவோ கோலாகலமாக

நடக்கிறது. 'மொய் எழுதியவர்கள் சாப்பிட்டுப் போகவும்' என்று ஒலிபெருக்கியில் அறிவிப்பு. தொடர்ந்து பெங்களூர் ரமணியம்மாள் இசைத்தட்டில் 'என்னப்பனே என் ஐயனே' என்று குஷியாகத் தொடங்க, எனக்குத் திரும்ப அழுகை உச்சத்துக்கு வந்தது. 'ஸ்கவுண்ட்ரல்' என்றால் என்ன?

அப்போது காய்ச்சலில் விழுந்தவன்தான். பத்து நாள் பள்ளிக்கூடம் போகமுடியவில்லை. டாக்டர் சர்ட்டிபிகேட்டோடும், மனசு முழுக்க நடுக்கத்தோடும் பள்ளிக்கூடம் திரும்பியபோது, அங்கே ஒரு பெரிய ஸ்டிரைக் தொடங்கியிருந்தது. காந்திவீதி சப்பாத்தி ஸ்டால் கைலாசம் மாஸ்டர் மகன் மனோகரனை, பள்ளி நூலகத்துக்கு முன்னால் செம்மண்ணும் சரளைக் கல்லும் பரவிய பாட்மிண்டன் பந்து விளையாட்டு மைதானம் முழுக்கத் துரத்தித் துரத்தி அடித்திருக்கிறார் ராஜமன்னார்சாமி. வகுப்பு நடக்கும்போது அவனைக் குடிக்கத் தண்ணீர் கொண்டு வரச் சொன்னாராம். வலது கையில் இல்லாமல் இடது கையில் தம்ளரைப் பிடித்துச் சிந்தியபடி எடுத்து வந்ததாகக் குற்றச்சாட்டு. ஒரு சின்னப் பையனை வயிற்றில் மிதித்து, தலைமுடியைப் பற்றி இழுத்துச் சுவரில் மோதி, இரண்டு கன்னத்திலும் ஒரே நேரத்தில் பொறிபறக்க அறைந்து, புரட்டிப் புரட்டி அடித்து - சாடிஸ்ட் என்ற வார்த்தைக்கு ராஜமன்னார்சாமி வாத்தியார் என்று இன்றைக்கும் அர்த்தம் எனக்கு.

ஸ்கூல் ஆடிட்டோரியம் பக்கம் நிறுத்தியிருந்த மன்னார்சாமியின் சைக்கிளைச் சின்னாபின்னமாக்கினார்கள் மாணவர்கள். வேலிகாத்தான் செடி முள்ளால் டயர் பங்சர் ஆக்கப்பட்டது. இருப்பதிலேயே பெரிய முள்ளை குண்டுராஜுவுக்குக் காட்டியது நான்தான். ஊரில் ஒரு சுவர் விடாமல், 'தேளுக்குக் கொடுக்கில் விஷம்' என்று தொடங்கி அவரைத் திட்டும் கரிக்கட்டி வாசகங்கள் எழுதப்பட்டன. ஷாஜஹானின் அத்தா அசன் ராவுத்தர், வக்கீல் வெங்கடேசன், பாங்க் மேனேஜர் போன்ற ஊர்ப் பிரமுகர்களின் கோஷ்டி பள்ளிக்கூடத்துக்குப் போய் பயங்கரவாதி வாத்தியார்கள் பிள்ளைகளின் கல்வி, மனநல வளர்ச்சிக்குத் தடையாக இருப்பதைப் பற்றி ஹெட்மாஸ்டரிடம் விவாதிக்க, அடுத்த மாசம் ராஜமன்னார்சாமி அம்பேல்.

‘வீட்டில் கொள்ளையடிக்க வந்தவனைச் சுட்டுக் கொன்ற ஓய்வுபெற்ற போலீஸ் சூப்பரிண்டெண்ட்’ என்று சமீபத்தில் பத்திரிகையில் ஒரு புகைப்படம் பார்த்தேன். ராஜமன்னார்சாமி ஜாடையில் இருந்த அவர் சுட்டுக் கொன்றது நிஜமாகவே கொள்ளைக்காரனையா என்று தெரியாது. ராஜமன்னார்சாமி ஊரை விட்டு மதுரை போய்ச் சேர்ந்து முழுக்க முழுக்க பரமசாதுசாமி ஆனதாக ஒரு தகவல் வெகு சமீபத்தில் கிடைத்தது. அவரிடம் அடிவாங்காத மாஜி மாணவர் ஒருத்தர் அமெரிக்காவிலிருந்து தெரிவித்தது. இதையும் நம்புவதா என்று தெரியவில்லைதான்.

# பதிநாலு

**கா**த்திருக்க வேண்டும். வீட்டுப் பெரியவர்கள் சினிமா நோட்டீசை ஆழமாக அலசி ஆராய்ந்துகொண்டிருப்பார்கள். ஐந்து நிமிடம் முன்னால்தான் ஜெயராம் தியேட்டர் விளம்பர வண்டிக்குப் பின்னால் ஓடி கெஞ்சிக் கேட்டு வாங்கியது. சினிமா பார்க்கப் போவதற்கான அனுமதி கிட்டுவது இந்த நோட்டீஸ் சமர்ப்பிக்கப்படுவதில்தான் ஆரம்பமாகும். சில சினிமாப் படங்களின் பெயர்களைப் பார்த்ததுமே, வீட்டு சென்சார் கமிட்டி அனுமதியளிக்க மறுத்துவிடும். ‘காதலிக்க நேரமில்லை’ நோட்டீசைக் கையிலேயே வாங்க மாட்டேன் என்று சொல்லிவிட்டாள் அம்மா. முருகன் மேல் பாட்டு, பாரதி பாட்டு என்று சீர்காழி கோவிந்தராஜன் பாடிய எத்தனையோ கானங்கள் திருச்சி வானொலி மூலம் வீட்டுக்குள் சர்வ சுதந்திரமாக நுழையும்போது, ‘காதலிக்க நேரமில்லை’ என்று குஷியாகப் பாடியபடி அவர் உள்ளே வரத் தடை விதிக்கப்பட்டது.

பொதுவாக பீம்சிங் எடுத்த ‘பா’ வரிசைப் படங்கள் உடனடியாக ஏற்றுக்கொள்ளப்படுவதோடு, தியேட்டருக்குப் போவதற்கான நாள் குறிப்பதும் தொடங்கும். ‘நான் வீட்டுக்கு வெளியே இருப்பேன்’, ‘நிக்கற நேரம்; திடீர்னு வந்து தொலையும்’

என்று அம்மா, அத்தை, சித்தி வகையறாக்கள் சங்கேத பாஷையில் பேசித் தீர்மானிக்கும் நாள் வரை சினிமாவை கொட்டகைக்காரர்கள் மாற்றாமல் இருக்க வேண்டும். இது தவிர, பள்ளிக்கூடத்தில் பரீட்சையை ஒட்டி வரும் எல்லாப் படங்களும் பாரபட்சமில்லாமல் நிராகரிக்கப்படும். போக முடிவெடுத்த தினத்தில் பத்து நிமிடம் சேர்ந்தாற்போல் நாலு தூற்றல் போட்டாலும் மறுதேதி குறிப்பிடாமல் ஒத்திவைக்கப்படுவதும் உண்டு. தியேட்டருக்குள் குடை பிடித்தபடி படம் பார்க்கவேண்டிய அவசியம் இல்லை என்று எடுத்துச் சொன்னாலும், பத்து வயசுப் பையன் சொல்வது யார் காதிலும் ஏறாது. இது தவிர, வாரநாள் பொதுவாக சினிமா பார்க்க விலக்கு என்பதால் சனி அல்லது ஞாயிற்றுக்கிழமைகள் சிலாக்கியமானவை.

எல்லாம் சரியாக இருந்து ஒன்பது கிரகமும் எதிர்பார்த்தபடி சஞ்சரித்தால், சாயந்திரம் சரியாக ஐந்து மணிக்கு உப்புமா கிண்டி முடித்து (ராத்திரி வந்து சாப்பிட), சீரக வென்னீர், ரஸ்க், பொரி, கடலை உருண்டை இத்யாதிகளோடு தியேட்டருக்குப் படையெடுப்பு நிகழும். தியேட்டரில் முதல் இருபது வரிசை பின்னால் சாய வசதி இல்லாத மொட்டை பெஞ்ச். அதற்கு முப்பத்தைந்து காசு டிக்கட். அடுத்து இருபது வரிசை சாய்மானம் உள்ள பெஞ்ச். அறுபத்தைந்து பைசா டிக்கெட். அப்புறம் இரண்டு வரிசை மர நாற்காலி. ஒரு ரூபாய்க்கு அங்கே தொடர்ந்து மூட்டைப்பூச்சி கடிக்கிற வசதி இருப்பதால் தூங்காமல் பரபரப்பாகப் படம் பார்க்கலாம். நடுத்தரக் குடும்பம் என்பதால், அறுபத்தைந்து பைசா பெஞ்ச் தான் தேர்ந்தெடுக்கப்படுவது வாடிக்கை.

நான் மன்றாட வேண்டிய அவசியம் இல்லாமல், பாட்டியம்மா தன் அதிகாரத்தைப் பயன்படுத்தி அதிரடியாகத் தேர்ந்தெடுக்கும் படங்களும் உண்டு. டி.எம்.எஸ் பாடி நடித்த 'அருணகிரிநாதர்', 'பட்டினத்தார்' மாதிரி. அருணகிரிநாதர் முதல் சீனில் டி.எம்.எஸ் 'ஆட வேண்டும் மயிலே' பாடும்போது பின்னாலேயே அவரைப் பிடித்து இழுத்துக்கொண்டு நிற்கும் ஒல்லியான நபரை அத்தை காட்டி, யார்னு தெரியுதா? கலைவாணர் பிள்ளையாக்கும்' என்றாள். பாட்டி அப்புறம் என்.எஸ்.கே.கோலப்பன் வரும்

சீனில் எல்லாம் சிரித்து, வாய் சுளுக்குகிற சந்தத்தில் டி.எம். எஸ் 'முத்தைத்தரு பத்தித்திரு' என்று இடைவேளைக்குப் பிறகு திருப்புகழ் பாடும்போது தூங்கிவிட்டாள்.

அம்பலப்புழையிலிருந்து அத்தை வந்தபோது கே.ஆர்.விஜயா அறிமுகமான 'கற்பகம்' ஓடிக்கொண்டிருந்தது. 'அத்தைமடி மெத்தையடி' என்று பாடியபடி பேபி ஷகீலாவைக் கொஞ்சிக்கொண்டிருந்த கே.ஆர்.விஜயாவைப் பார்த்து 'ஆனாலும் ரொம்பப் பூஞ்சையான தேகவாகு இந்தப் பொண்ணுக்கு. புதுசா நடிக்க வந்தா, சாப்பாடெல்லாம் சரியாப் போடறதில்லே போலேயிருக்கு' என்று பாட்டி விசனப்பட்டாள். அதே படத்தில் 'பக்கத்து வீட்டுப் பருவ மச்சான்' என்று பாடியாடியபடி ('யேது கண்றாவி, இப்படியும் ஒரு பாட்டா') சாவித்திரி வந்தபோது, 'பூசினாற்போல' சாவித்திரி இருப்பதற்கு, அவர் சினிமாவில் நீண்டநாளாக இருப்பதே காரணம் என்பது பாட்டியம்மாவின் வாதம். விஜயா பிற்காலத்தில் கனமான கதாபாத்திரமானதைப் பார்க்க அவளுக்கு வாய்க்கவில்லை. சாவித்திரி மெலிந்து நலிந்துபோன சோகமும் அவள் அறியாதது.

வீட்டுக் காவலோடு இப்படி சினிமா பார்க்கிற நிலை மாறியது அதற்கு இரண்டு மூன்று வருடம் கழித்துத்தான். சந்தைக்கடைக்குப் போகிறது போல், பெரிய பையன்களோடு சேர்ந்து போக அனுமதி கிடைத்தது. மொட்டை பெஞ்ச் டிக்கட் தான் எல்லோருக்கும். எம்.ஜி.ஆர் படம் என்றால் தங்கப்பா மரக்கடை சண்முகத்தோடு போவது வாடிக்கை. 'புத்தன் ஏசு காந்தி பிறந்தது பூமியில் எதற்காக, தோழா?' என்று மழையில் நனைந்தபடி எம்.ஜி.ஆர் பாடிக்கொண்டு வரும்போது கூடவே பரிதாபமாக நடந்து வரும் கூட்டத்தில் ஒவ்வொரு துணை நடிகர் பெயரையும் (ஆட்டுக்குட்டி தவிர) அவனால் சொல்ல முடியும். 'எங்க வீட்டுப் பிள்ளை'யில் 'நான் ஆணையிட்டால்' பாடுகிறபோது, எந்த அடியில், எந்தப் படியில் எம்.ஜி.ஆர் எப்படித் திரும்பி நின்று சவுக்கைச் சுழற்றுவார் என்பதைப் பதினாறாம் வாய்ப்பாடு போல ஒப்பிப்பான் அவன்.

சிவாஜியின் 'கப்பலோட்டிய தமிழன்' வந்தபோது பள்ளிக்கூடத்திலேயே காசு வசூலித்து ஒரு சனிக்கிழமை

மதியம் கூட்டிப் போனார்கள். படத்தைப் பார்த்துவிட்டு 'நான் பார்த்த திரைப்படம்' என்று வீட்டுப்பாடமாகக் கட்டுரை எழுதி எடுத்துவரச் சொல்லி உத்தரவு போடப்பட்டதால், அந்த அற்புதமான படத்தை பாடப் புத்தகத்தைப் படிக்கிற ஜாக்கிரதையோடு பார்க்க வேண்டிப் போனது. வீட்டுப் பாடமாக எழுதி எடுத்துப்போனது என்னமோ 'சம்பூர்ண ராமாயணம்' பற்றிய கட்டுரைதான். ஏழெட்டு வருடம் முன்னால் இதேபடி உத்தரவு கிடைத்த யாரோ எழுதி, அடுத்தடுத்து வரும் இளைய தலைமுறைக்குப் புத்தம் புதிய காப்பியாகக் கைமாறிக்கொண்டிருந்தது அது.

அபூர்வமாக ஒரு இந்திப் படம் - ராஜ்கபூர் நடித்த 'அரவுண்ட் த ஓர்ல்ட்' ஊர்க் கொட்டகைக்கு வந்து சேர்ந்தது. 'உலகம் பூராக் காட்டறாங்க' என்று குண்டுராஜு வீடுவீடாக சிபாரிசு செய்து கூட்டம் சேர்த்துப் படம் பார்க்கப் போனோம். இந்தியன் நியூஸ் ரீலில் புல்லாங்குழல் சோகமாக ஒலிக்க 'பீகாரில் பஞ்சம்', 'ஒரிசாவில் வெள்ளம்' அது முடிந்து, மெட்ரோ நியூஸ் ரீலில் சிங்கம் கர்ஜித்து, எலிசபெத் மகாராணி ஆஸ்திரேலியா பயணம். நாலு மாதம் முன்னால் பார்த்தபோதும் அவர் ஆஸ்திரேலியா போய்க்கொண்டிருந்தார். அப்புறம் ராஜ்கபூர் படம் ஆரம்பமானது. உலகத்தைச் சுற்றிப் பார்ப்பதைவிட கப்பலுக்குள் சுற்றிச் சுற்றிவந்து ராஜஸ்ரீயைப் பாட்டுப்பாடிக் காதலிப்பதில்தான் ராஜ்கபூர் ஆர்வமாக இருந்தார். ரொம்ப சிக்கனமாக உடுத்திய இரண்டு பருமனான பெண்கள் ஹவாய் கடற்கரையில் காற்று வாங்கியபடி படுத்திருக்க, அந்த ரீலை மட்டும் திரும்பப் போடச்சொல்லி ஏகப்பட்ட கைகள் உயர்ந்தன.

பட இடைவேளையில் முதல் தடவையாக 'டிரயிலர்' என்ற ஐந்து நிமிட குட்டி சினிமா. இதுவும் இந்திப் படத்துக்குத்தான். இண்டெர்வெல் நேரத்தில், 'காது வளர்த்து, ஒட்ட வைக்க நுட வைத்தியசாலை' கலர் ஸ்லைட்தான் வழக்கமாகப் போடப்படும். டிரயிலருக்கான கூச்சல் எழவே, காது வளர்த்து பாம்படம் போட வசதி செய்கிற விளம்பரம் போய், யாஹூ என்று டிரயிலரில் அவசரமாக ஷம்மிகபூர் தாவிக் குதித்தார்.

அதென்னமோ, அப்பாவுக்கும் சினிமாவுக்கும் ஏழாம் பொருத்தம். அவர் ஊருக்கு வரும்போதெல்லாம் 'பூலோக ரம்பை' தான் ஓடிக்கொண்டிருக்கும். ஜெயராம் தியேட்டர்காரர்கள் சொந்தத்தில் தேசல் பிரிண்ட் வாங்கி அவ்வப்போது இரண்டு சினிமாவுக்கு நடுவே இட்டு நிரப்ப உபயோகமானது அது. 'நாலு வருஷமா பூலோக ரம்பை ஓடறது நம்ம ஊர்லேதான்டா. ஹரிதாஸ் கூட மதுரை சிந்தாமணியிலே ஒரு வருஷம்தான் ஓடினது' என்றார் அப்பா.

# பதினைந்து

'ரோஜா மலரே ராஜகுமாரி, ஆசைக் கிளியே அழகிய ராணி' நடு மத்தியானத்திலோ, ராத்திரியிலோ இந்தக் குரல் கேட்டால், '144 தடையுத்தரவு' என்று தெரிந்துபோகும்.

என்னைப் பள்ளிக்கூடத்தில் போட்டபோது வெளியான பாட்டு இது என்று அம்மா சொல்லியிருக்கிறாள். ரோஜா மலர்களும், ராஜா மகள், ராஜகுமாரிகளும் இசைத்தட்டாகச் சுழன்ற காலம் முடிந்திருந்தாலும், தட்சிணா சவுண்ட் சர்வீஸில் புது ரிக்கார்ட் வாங்குவது வழக்கமில்லை. கடையின் பெயரைச் சரியாகச் சொன்னால் - தட்சிணா ஜுவல்லர்ஸ் அண்ட் சவுண்ட் சர்வீஸ். பெயரில் முதல் பாதியான நகைக்கடை தட்சிணா ஆச்சாரியார் வீட்டு வாசல் திண்ணையில் ஒரு சின்ன கண்ணாடி ஷெல்ப். கண்ணாத்தாள் கோயிலுக்கு நேர்த்திக்கடனாகச் செலுத்த வெள்ளியில் செய்த சிறு 'கண்மலர்'கள், பெண்கள் கால்விரலில் மாட்டுகிற மிஞ்சி, வெள்ளிக் கொலுசு, சின்னப் பெண் குழந்தைகளுக்கு உடுப்பும் நகையுமான அரசிலை என்று அடுக்கியிருந்த அந்த நகைக்கடைக்கு எப்போதாவது யாராவது வியாபாரம் செய்ய வருவதுண்டு. நகை ஷெல்ப் பக்கத்தில் இரண்டு கூம்பு ஒலிபெருக்கி கவிழ்த்து வைத்திருக்கும். மேலே அடைசலாக வயர்ச் சுருளும் பிடுங்கிப் போட்ட மைக்கும்

சுவருக்கு அடுத்து உட்கார்ந்திருக்கும். 'ரோஜா மலரே ராஜகுமாரி' மற்றும் சில பழமையான இசைத்தட்டுகள் திண்ணையைக் கடந்து தட்சிணா ஆச்சாரியார் வீட்டு ஹாலில் மேஜை மேல் தூசிக்கு நடுவே போலீஸ்காரர் வரவுக்காகக் காத்திருக்கும்.

ரொம்பவே அமைதியான ஊர் எங்களுடையது என்றாலும் பக்கத்தில் எங்கேயாவது திருவிழா நேரத்தில் சண்டை, வயல் தகராறு, கோஷ்டி மோதல் என்று அவ்வப்போது நிலைமை உருவாகும்போது, உடையார் ஊருணி போலீஸ் ஸ்டேஷனில் ஊர் அமைதியைப் பாதுகாக்க முடிவெடுக்கப்படும். அதன்படி, காரியரில் சணல் கயிற்றால் லாட்டிக் கம்பை வைத்துக் கட்டிய பழைய ஹெர்குலிஸ் சைக்கிளில் ஒரு போலீஸ்காரர் வேகுவேகுவென்று ரெட்டைத்தெரு தட்சிணா சவுண்ட் சர்வீஸ் வாசலில் வந்து இறங்குவார். ஊரில் வேறு எத்தனையோ சவுண்ட் சர்வீஸ் இருந்தாலும் இந்த விஷயமாக ஏதாவது சர்க்கார் உத்தரவுப்படி இது இருக்கக்கூடும்.

காந்திவீதி மாயழகு டீ ஸ்டாலில் ஆச்சாரியாரின் அசிஸ்டெண்ட் ராசப்பன் வாங்கி வந்த டீயைக் குடித்தபடி கான்ஸ்டபிள் காத்திருக்க, சவுண்ட் சர்வீஸ் மைக்குக்கு உயிர் வந்து உய்ங்ங்ங்க் என்று நாலைந்து விசிலடிக்கும். பிறகு பி.பி.சீனிவாஸ் ராஜகுமாரிக்கு அழைப்பு விடுப்பார்.

போலீஸ்காரர் சைக்கிளில் ஏறித் திரும்பப் போகும்போது பாட்டு முடிந்துபோய், ராசப்பன் தொண்டையைக் கனைத்துக் கொண்டு படிக்க ஆரம்பித்திருப்பான்

'இதனால் அறிவிப்பது என்னவென்றால் ஊரில் 144 தடையுத்தரவு பிறப்பிக்கப்பட்டுள்ளது. ஐந்து நபர்களுக்கு மேற்பட்ட கூட்டமாக நிற்பதும், பேசுவதும், நடப்பதும் சட்டப்படி குற்றமாகும். மக்கள் அமைதி காக்கும்படி வேண்டப்படுகிறார்கள்.'

பத்து நிமிடம் கழித்து, ஒரு குதிரை வண்டிக்குக் கூம்பு ஒலிபெருக்கி அலங்காரம் செய்து, உள்ளே உட்கார்ந்து ராசப்பன் சர்க்கார் அறிவிப்பையும், ரோஜா மலரே ராஜகுமாரியையும் ஒலிபரப்பியபடி நகர்வலம் வருவான்.

சமயத்தில், பக்கத்து கிராமத்தில் காதுகுத்து வைபவத்துக்குப்

போய்விட்டு தட்சிணா ஆச்சாரியார் போலீஸ் ஸ்டேஷன் பக்கம் பஸ் இறங்கும்போதே வழிமறித்து 144 தடையுத்தரவு காகிதத்தைக் கொடுப்பதுண்டு. அப்போது அவர் வேகவேகமாக தேசத் தொண்டு செய்யும் முனைப்போடு தன் வீட்டுக்கடைக்கு நடந்து வருவார். திடீரென்று தன் இடது தோள் வலதை விட அரை அடி தாழ்ந்து போயிருப்பதாகத் தோன்ற சட்டென்று அதை உயர்த்திவிட்டுக் கொள்வார். நாலடி நடப்பதற்கு ஒருமுறை இப்படித் தோள் உயரும்.

'ஆச்சாரியார் ஆர்மியிலே இருந்தா, தோள்லே பிடிச்ச துப்பாக்கி நிமிசத்துக்கு ரெண்டு பேரைச் தன்பாட்டிலே சுட்டுத் தள்ளியிருக்கும், அதுவும் நம்ம ஆளாயிருக்கும்' என்பான் மாயழகு. பழைய பட்டாளக்காரன் அவன்.

ரெட்டைத்தெரு தட்சிணா சவுண்ட் சர்வீஸ் பெரும்பாலும் சர்க்கார் காரியத்துக்காகப் பயன்படுத்தப்பட்டதென்றால், காந்தி வீதி, நேருவீதி சவுண்ட் சர்வீஸ்கள் ஏனைய தனியார், பொது நிகழ்ச்சிகளுக்காக ஒலிபெருக்கி சேவை வழங்கின. புதிய பரோட்டா ஸ்டால் திறப்பு, ஜவுளிக்கடை ஆரம்பம் போன்ற நிகழ்ச்சிகள் சர்வமத பிரார்த்தனை கீதங்களோடு தொடங்குவது வழக்கம்.

விடிகாலையிலேயே சீர்காழி, 'வினாயகனே, வினை தீர்ப்பவனே' என்று பிள்ளையார் சுழிபோட, அடுத்து சிஸ்டர் சாரா நவுரோஜி 'அல்லேலூயா' என்று வேகவேகமாகப் பாடி முடிப்பார். பிறகு கனகம்பீரமாக 'இறைவனிடம் கையேந்துங்கள்' என்று நாகூர் ஹனீபா. இன்று தொடங்கப்பெறும் புதிய நிறுவனத்தின் பெருமைகள் குறித்து சவுண்ட் சர்வீஸ்காரரின் சிறப்புச் சொற்பொழிவு முடிந்து அவருடைய சொத்தான பத்துப் பாட்டும் திரும்பத் திரும்ப நாள் முழுக்க ஒலிபரப்பாகி ஊரை இரைச்சலிலும் மகிழ்ச்சியிலும் ஆழ்த்தும். நடுநடுவே கடை விளம்பரத்தோடு இலங்கை வானொலி ஸ்டைலில் நேரமும் சொல்லப்படும்.

சினிமாப் பாட்டுகளின் உலகம் தனியானது. சவுண்ட் சர்வீஸ் உலகமும்தான். செல்வம் சவுண்ட் சர்வீஸ்காரருக்கு 'கட்டித் தங்கம் வெட்டியெடுத்து' பாட்டில் அப்படி ஒரு ஈடுபாடு.

ஒலிபெருக்க தேவை இல்லாதபோதுகூட சும்மா கட்டித் தங்கம் வெட்டிக் கொண்டிருப்பார். கணபதி சவுண்ட் சர்வீஸ் சதா 'நான் பேச நினைப்பதெல்லாம் நீபேச வேண்டும்' என்று கோரிக்கை விடுத்துக்கொண்டிருக்கும். 'மாபெரும் சபைகளில் நீ நடந்தால் உனக்கு மாலைகள் விழவேண்டும்' என்று தனக்குப் பிடித்த இடத்தில் எம்.ஜி.ஆர் படப்பாடலைத் தொடங்குவதில் ராஜா சவுண்ட் சர்வீஸ்காரருக்குத் தனி உற்சாகம். சிவப்பு ஸ்பீக்கர் ஜீவா சவுண்ட் சர்வீசில் எம். பி.சீனிவாசனின் அபூர்வமான 'சின்னச் சின்ன மூக்குத்தி' அடிக்கடி தட்டுப்படும். மதுமதி இந்திப் படத்தில் சலீல் சவுத்ரியின் 'ஆஜாரே பரதேசி', மற்றும் அவர் இசையமைத்த மலையாள செம்மீனில் 'கடலினக்கரெ போனோரே' போன்ற கானங்களை ஒலிபரப்பி எங்கள் ரசனையை மொழிகடக்க வைத்தது இந்த சவுண்ட் சர்வீஸ்தான்.

டேப் ராஜமாணிக்கம் குரல் விசேஷமானது. 'உன்னைப்போல் ஒருவர் உண்டோ உழைப்பாலே உயர்ந்தவரே' என்று அவர் பாடினால் அது காங்கிரஸ் கட்சி பொதுக்கூட்டத்துக்கான அழைப்பு. பெருந்தலைவர் காமராஜ் பற்றிய பாட்டு அது. ராஜமாணிக்கம் 'கேளுங்கள் தரப்படும், தட்டுங்கள் திறக்கப்படும்' என்று தொடங்கினால் மேரி அச்சகம் திறப்புவிழா அல்லது திரவியம் ஸ்டூடியோ துவக்கம்.

அரண்மனை வாசலில் அரசியல் பொதுக்கூட்டம் என்றால் ராஜமாணிக்கம் பாட்டோடு, ஊர்கிற காரில் இருந்து சரமாரியாக பிட் நோட்டீஸ்கள் ஜன்னல் வழியாக வீசப்படும். 'திருக்குறள் முனுசாமி அவர்களின் திருக்குறள் நகைச்சுவை தேசியச் சொற்பொழிவு கேட்க வருக' என்று ஒரு நோட்டீஸ் இன்னும் நினைவில் இருக்கிறது. 'கல்லக்குடி கொண்ட கருணாநிதி வாழ்கவே' பாட்டோடு விளம்பர வண்டி போனால், அனேகமாக தீப்பொறி ஆறுமுகம் கூட்டம் அல்லது மலையாளத் தமிழில் கேரளசுந்தரம் பிரசங்கம். கம்யூனிஸ்ட் மீட்டிங் என்றால் டி.எம்.எஸ், ஈஸ்வரி குரலில் 'ஒன்று எங்கள் ஜாதியே' அல்லது சீர்காழியின் 'எல்லாரும் எல்லாமும் பெறவேண்டும்' ஒலிக்கும். சகா சி.ஏ.பாலனோ, தோழர் பாலதண்டாயுதமோ, மூத்த தோழர் எம்.ஆர்.வெங்கட்ராமனோ மேடையில் பேசப்போவதில்

பாதியை தெருக்கோடியில் நோட்டீஸ் கொடுப்பவர்களே பேசி முடித்துவிடுவார்கள்.

பாலு சவுண்ட் சர்வீஸ்காரர் எட்டு ரிக்கார்ட் ‘வாராய் என் தோழி வாராயோ’ வாங்கி வைத்திருந்தும் போதவில்லை என்று குறைபடுவார். தை பிறந்தால் ஊர் முழுக்கக் கேட்டது எல்.ஆர். ஈஸ்வரி குரல்தான். தமிழ்நாட்டில் லட்சக்கணக்கான மணப் பெண்களுக்குப் பிரியமான கல்யாணத் தோழி அவர். தை மாதத்திற்கு முந்திய மார்கழிக்குக் குடிபெயர்ந்து இன்னும் அவர் எல்லா ஊரிலும் அதிகாலையில் கோயில் தோறும் மாரியம்மன் பாட்டாக வலம் வந்துகொண்டிருக்கிறார். எங்கள் ஊர் பாலு சவுண்ட் சர்வீஸ் பற்றி சாவகாசமாக விசாரித்துச் சொல்கிறேன்.

# பதினாறு

நவராத்திரி முழுக்கப் பெண்கள் சம்பந்தப்பட்ட விஷயம் என்று யாராவது சொன்னால் அப்புறம் பேச என்னிடம் வேறே எதுவும் இல்லை என்று மூஞ்சியைத் திருப்பிக்கொள்ள வேண்டி வரும். மனதில் இன்னும் பத்து வயதில் இருக்கிற ஒரு சிறுவன் நவராத்திரியை ஆசையோடு திரும்பிப் பார்த்துக் கொண்டேயிருக்கிறான்.

நவராத்திரி கொலு வைப்பதற்கென்றே தச்சு ஆசாரியார் எந்தக் காலத்திலோ செய்து கொடுத்த மரப்படிகள் சமையலறைக்கு இடம் பெயர்ந்தது நான் பிறந்ததற்கு முன்னால் நிகழ்ந்த ஒன்று. மாவடு ஊறும் கல்சட்டி, தோசைக்கு அரைத்து வைத்த பாத்திரம், இலைக்கட்டு, தேங்காய், காபி பில்டர், எண்ணெய்த் தூக்கு, பீங்கான் ஜாடியில் உப்பு என்று நித்தியப்படிக்குக் கொலு வைத்து ஊறுகாய் வாடையோடு இருக்கும் அந்தப் படிகள். நவராத்திரி கொலுவுக்கு அது தோதுப்படாது என்று பாட்டியம்மா தவிர மற்ற எல்லாராலும் ஏற்றுக்கொள்ளப்பட, ராச்சாப்பாட்டுக்கு அப்புறம் கொலுப்படி அமைப்பதற்கான அவசர நடவடிக்கை தொடங்கும். இது நவராத்திரி தொடங்க சரியாக இருபத்துநாலு மணி முன்னால் வாடிக்கையாக நடப்பது.

வெங்கலப் பாத்திரம் அடைத்த சதுரமும் செவ்வகமுமான கள்ளிக்கோட்டைப் பெட்டிகள், மாடியில் அடுக்கிய தேக்குப் பலகை, வாசல் பெஞ்ச், தாத்தா காலத்து மேஜை என்று வீட்டில் அங்கங்கே இருக்கிறவை இடம் பெயர்ந்து கூடத்துக்கு வந்து, மேலே பளீரென்று சலவை செய்த எட்டு முழ வேட்டிகளைத் தழையத்தழைய விரித்ததும் அழகான ஏழு கொலுப்படிகள் ஆகிற மாயம் சொல்லிப் புரியவைக்கிற சமாசாரம் இல்லை. இது நடந்தேற ராத்திரி பதினொரு மணி ஆகிவிடும். அப்படியும் கண்ணில் தூக்கத்தின் தடமே இல்லாமல் அடுத்த வேலைக்கு ஆயத்தமாவது வழக்கம்.

நாலைந்து பேர் அவசர அவசரமாகக் கொலுப் பெட்டிகளில் இருந்து பொம்மைகளை வெளியே எடுத்துப் பரப்பி வைத்தபின் வீட்டுக் கூடத்துக்குக் கல்யாண மண்டபம் போல் ஒரு தனிக் களை வந்துவிடும். ஒவ்வொரு பொம்மையாக எடுத்து கொலுப்படியில் அடுக்குவது சுலபமான வேலை இல்லை. ராமர் பட்டாபிஷேக பொம்மை செட் ஓரமாக ஒரு போலீஸ்காரர் பாரா கொடுத்தபடி நிற்க, அனுமார் மிஸ்ஸிங். அவர், தண்டிக்கு உப்புக் காய்ச்ச விரைவாக நடக்கிற மகாத்மா காந்தி பக்கத்தில் பவ்யமாக உட்கார்ந்திருப்பார். கல்யாண செட்டிலிருந்து கோபித்துக்கொண்டு வெளியேறிய மாதிரி தவில்காரர் பாம்புப் பிடாரன் முன்னால் கொட்டி முழக்கிக்கொண்டிருப்பார். பிடாரனுக்கு முன்னால் படம் விரித்து ஆட வேண்டிய பாம்பு, தொப்பியும் குடையுமாக ஒய்யாரமாக நடக்கிற பளிங்கு வெள்ளைக்காரியின் முழங்காலை ஒட்டி சாதுவாகக் கவிழ்ந்து கிடக்கும். பொம்மை மளிகைக்கடையில் வாடிக்கையாளர்கள் காத்திருக்க, பொறிபறக்க துப்பாக்கியால் சுட்டுத்தள்ளும் நாலு பட்டாளச் சிப்பாய்களுக்கு நடுவிலே கொஞ்சம்கூட அலட்டிக் கொள்ளாமல் தொப்பையைத் தள்ளிக்கொண்டு மளிகைக் கடைக்காரர் ஓய்வாக அமர்ந்திருப்பார். தான் எந்த செட் என்று தெரியாமல் கிரீடம் வைத்த ராஜா ஒருத்தர் அரக்கப் பரக்க விழித்தபடி தூணோரம் நின்றிருப்பார்.

யார் யார், எது எது எந்தெந்தக் குழுவைச் சேர்ந்தது என்று கடகடவென்று பொறுக்கி எடுத்துச் சேர்த்து வைத்துவிட்டால் அடுத்த வேலைக்குக் கிளம்பிவிடலாம். வீட்டுப் பெரியவர்கள்

சரியான குழுக்களாகப் பிரித்து வைக்கப்பட்ட பொம்மைகளை அததற்கான கொலுப்படிகளில் அமர்த்திக்கொண்டிருக்க, கொலுப் பெட்டிக்குள்ளே விரித்திருந்த பழைய செய்தித்தாள், பொம்மை சுற்றிவைத்த பத்திரிகைக் காகிதம் ஒன்றுவிடாமல் பத்திரமாக எடுத்துப் பிரித்து அடுக்க வேண்டும். கொலு முடிந்து பொம்மைகளை மறுபடி சுற்றி அடுத்த வருடம் வரை பாதுகாப்பாக வைக்க அவை தேவைப்படும். சராசரி ஐந்திலிருந்து பத்து வருடம் முந்தைய சற்றே மக்கிப்போன காகித உலகம் அது. அமிழ அமிழ அலுப்புத் தட்டாத அந்தப் பழைய பத்திரிகை வாசிக்கிற அனுபவத்துக்காகவே நவராத்திரியை எதிர்பார்ப்பது வழக்கமாகியிருந்தது.

நன்றாக நினைவிருக்கிறது. நான் பிறந்த வருடத்து தினப் பத்திரிகை அது. ஜப்பானில் முதல்முதலாக டெலிவிஷன் அறிமுகமாகி, அதில் விளம்பரமும் ஒளிபரப்பான செய்தி. அதற்குப் பத்து வருடம் கழித்து வெளியான இன்னொரு பத்திரிகை. காந்தி பொம்மை சுற்றிவைத்தது. அமெரிக்கக் கறுப்பர் இனத்தின் குரலாக மார்ட்டின் லூதர் கிங் ‘எனக்கு ஒரு கனவு உண்டு’ என்று திரும்பத் திரும்ப முழங்கிய கவித்துவமான பிரசங்கம் அச்சடித்தது. போன வருடப் பத்திரிகையில் ‘சிவாஜி நடிக்கும் ஈஸ்ட்மென் கலர் சித்திரம் பத்மினி பிக்சர்ஸ் தயாரிப்பில் கர்ணன்’ படப்பிடிப்பு விவரம். கிருஷ்ணன் என்.டி.ராமாராவும் அர்ஜுனன் முத்துராமனும் ரதத்தில் நிற்கிற ஸ்டில். படம் ரசிகர்களால் பெருவாரியாக வரவேற்கப்படும் என்று பி.ஆர் பந்துலு கூறியதாகச் செய்தி. அவர் நம்பிக்கை பாவம் பொய்த்துப் போனது. ரீ-ரிலீஸ் ஆக பின்னால் எப்போது எங்கே வெளியிடப்பட்டாலும் ஹவுஸ்புல் ஆக ஓடிய கர்ணன் முதலில் வெளியானபோது தோல்வியைத் தழுவியது மறக்க முடியாததுதான்.

இதுவும் நினைவிருக்கிறது. தினமணி சுடர் சினிமா பகுதியில் நல்ல படத்துக்கு இலக்கணமாகப் புகழ்ந்திருந்த திருமலை-மகாலிங்கத்தின் ‘ஆலயம்’ பட விமர்சனம். ஒவ்வொரு நவராத்திரிக்கும் படிக்கக் கிடைத்து மனப்பாடமானது அது. தசாவதார செட் சுற்றி வைத்திருந்த இந்த விமர்சனத்தை அப்போது வருடம் ஒருமுறை பார்க்கக் கிடைத்தாலும், ஆலயம்

படத்தை இதுவரை பார்க்கக் கொடுத்து வைக்கவில்லை.

கொஞ்சம் சிறிய பொம்மைகளைச் சுற்றி வைத்த வாரப் பத்திரிகைப் பக்கங்கள் இன்னொரு சுவாரசியம். எப்போதோ, எந்தப் பத்திரிகையிலோ வெளியான ஏதோ சிறுகதை அல்லது தொடர்கதையின் துண்டு துணுக்கான அதெல்லாம். ஒன்றுவிடாமல் நினைவிருக்கிறது. தில்லானா மோகனாம்பாள் தொடர்கதையில் ஒத்துக்கார தருமன் மூர்மார்க்கெட்டில் கறுப்புக் கண்ணாடி வாங்கிப் போட்டுக்கொண்டு நடக்க ஆரம்பிப்பதற்குள் பக்கம் முடிந்திருக்கும். ‘அலுவலகத்திலிருந்து களைத்துத் திரும்பி வந்த சரளா, வீட்டுக்குள் முட்ட முட்டக் குடித்துவிட்டுப் படுத்திருந்த கணவனைப் பார்த்ததும் இனம் புரியாத’ என்று அரைகுறையாக முடிந்த சிறுகதையில் சரளாவுக்காக வருடாவருடம் அனுதாபப்பட நேர்ந்தது. வேறு ஏதோ மொழியிலிருந்து மொழிபெயர்ப்பாகி, பரபரப்பான தொடர்கதையாகப் படிக்கப்பட்ட ‘ரோஷன் எங்கே’ கதையில் பல்பீர் தில்லி சாந்தினி சௌக்கில் நடந்துபோகும்போது கதாநாயகியைப் பார்த்துத் திகைத்துப்போய் பின்தொடர்வது மனதில் இன்னும் அப்படியே நிற்கிறது.

கலந்துகட்டியாக இப்படிப் படித்து ரசிப்பது பிற்காலத்தில் பின் நவீனத்துவ எழுத்தை ரசிக்கப் பயிற்சி கொடுத்தாலும், ‘பரீட்சை நேரத்துலே தூங்கு. இப்போ விடிய விடியப் படி. உருப்பட்ட மாதிரிதான்’ என்று பெரிசுகள் படுக்கைக்கு விரட்டுகிற அட்டூழியம் பொறுத்துக்கொள்ளவேண்டிய நவராத்திரி நேரக் கொடுமைகளில் ஒன்றாகும்.

நவராத்திரிக் கொலு, பொம்மையை எடுத்துப் படியில் வைப்பதோடு முடிவதில்லை. கீழ்ப்படியை ஒட்டி நிறைய மணலைக் கொட்டி, பூங்கா உருவாக்க வேண்டியதும் என் வேலைதான். பூங்கா அட்டை பெஞ்சுகளில் உட்கார சின்னதாக பிளாஸ்டிக் பொம்மை கடைகடையாக ஏறி வாங்கி வந்தால், நாலு நாளில் உடைந்துபோய்விடும். சைக்கிளில் போகிற தபால்காரர், நர்ஸ், குட்டி யானை, வெள்ளைக்காரி, தவழும் குழந்தை இவர்களெல்லாம் அப்புறம் பூங்காவுக்கு இடம்பெயர்வார்கள். பூங்கா மணலில் தண்ணீர் தெளித்து

தினசரி வெட்டினரி ஆஸ்பத்திரி பக்கமிருந்து புல் பறித்து வந்து நட்டுவைக்க வேண்டும். பூங்கா நடுவே பித்தளைத் தாம்பாளத்தை வைத்துச் சுற்றிச் சிமெண்டால் கட்டிய சுற்றுச் சுவரோடு லாஜிக்கே இல்லாமல் ஒரு குளம் அமைத்துத் தண்ணீர் நிரப்பும் வேலையும் கூடவே நினைவு வருகிறது. நளதமயந்தி செட்டிலிருந்து பிரித்த தமயந்திதான் எப்போதும் அந்தக் குளக்கரையில் நிற்பாள் என்பதும் மறக்கவில்லை. எதுதான் மறந்தது இப்போது புதிதாக நினைவில் வர? ஆமா, 'ரோஷன் எங்கே' துப்பறியும் தொடர்கதையில் பல்பீர் வில்லனா கதாநாயகனா?

# பதினேழு

நவராத்திரி முடிந்து விஜயதசமி காலையில் பூஜைக்கு வைத்த புத்தகங்களை எடுத்துக் கட்டாயத்தின் பேரில் படித்துக் கொண்டிருக்கும்போது ரெட்டைத் தெருவில் போகிற ஒவ்வொரு லாரியும் கவனத்தை ஈர்க்கும். ஊருக்குள் போவதால் மெதுவாகப் போகிற அவற்றில் ஒன்று மட்டும் ஊர்ந்தபடி வரும். அது தென்பட்ட நாலு நிமிடத்துக்கும் குறைவான நேரத்தில், தெருவில் இருக்கப்பட்ட ஏழிலிருந்து பதினைந்து வயதுக்குட்பட்ட பையன்கள் கூட்டம் ரங்கன் வாத்தியார் வீட்டு வாசலில் கூடிவிடும்.

ரங்கன் வாத்தியாரைப் பள்ளிக்கூடத்தில் பார்த்ததைவிட, தீபாவளிக்காக வீட்டுத் திண்ணையை ஒட்டிப் பட்டாசுக்கடை வைத்து நாலு திசையிலும் சிப்பந்திகளை ஏவிக்கொண்டு மும்முரமாக வியாபாரம் செய்துவந்த கோலத்தில்தான் நினைவிருக்கிறது. தீபாவளிவரை தினசரி விளையாடக்கூடப் போவதில்லை. சாயந்திரம் தொடங்கி ராத்திரி ஒன்பது வரை வாத்தியாருடைய தீபாவளிப் பட்டாசுக்கடையின் கவுரவ உத்தியோகஸ்தர்கள் நாங்கள்தான். ஒரு பைசா ஊதியம் கூட எதிர்பார்க்காமல், பட்டாசுக் குவியலுக்குப் பக்கத்தில் நின்று,

எண்ணிக் கொடுத்து, எடுத்துக் கொடுத்து, பொட்டலம் கட்டித் தருகிற வேலையில் இருக்கும் சந்தோஷத்துக்காக ரங்கவிலாஸ் பட்டாசுக்கடை வாலண்டியர் தேர்வுக்கு எக்கச்சக்கமான போட்டி. வீட்டில் முணுமுணுப்பு எழுந்தால் கண்டுக்கவே கூடாது.

ஒவ்வொரு வருடமும் கடை தொடங்குவதற்கு முன்னால் சில பிரத்தியேகச் சடங்குகள் நிறைவேற்றப்படும். வழக்கமான பிள்ளையார் படம், ஊதுபத்தி, பூ, பழுப்புச் சர்க்கரை நைவேத்தியத்தோடு ஏட்டையா ஆராதனை என்ற ஒரு நிகழ்ச்சியும் உண்டு. நாலு சிவப்பு வாளியில் உடையார் ஊருணிக் கரையிலிருந்து வாரி வந்த மணல், ஊருணித் தண்ணீர் இதெல்லாம் கடை வாசலில், திண்ணைக்கு இரண்டு பக்கத்திலும் போட்ட பெஞ்சுகளில் பிரதிஷ்டை செய்யப்படும். சுற்றி அவசரமாக ஒரு பந்தல் உயரும். வாத்தியார் வீட்டுக் கூடத்துத் தூணில் சுளகு, முறம், கோட் ஸ்டாண்ட் கோஷ்டிக்கு இடையே கூம்பு வடிவ தீயணைப்பு சாதனம் ஒன்று மாட்டி இருக்கும். பாஷை புரியாத நாட்டில் தன்னந்தனியாக மாட்டிக்கொண்ட அந்நியன் போல பரிதாபமாக நிற்கிற அது திண்ணைக்கு இஷ்ட மித்ர பந்துக்களான பட்டாசு, மணல் வகையறாக்களோடு இடம் பெயர்ந்து மூங்கில் கொட்டகைத் தூணைக் கம்பீரமாக அலங்கரிக்கும்.

இந்த ஏற்பாடெல்லாம் முடிந்தபிறகு போலீஷ் ஸ்டேஷனிலிருந்து ஏட்டையா சைக்கிளில் வந்திறங்குவார். எங்களைப் போல அவரும் அரை டிராயர்தான் போட்டிருப்பார். 'என்ன, பட்டாசுக் கடை போடறாப்பிலேயா சார்?' என்று விசாரித்தபடி பெஞ்சில் தண்ணீர் வாளிக்குப் பக்கமாக தொடுக்கினாற்போல் உட்கார்வார். முண்டாசா தொப்பியா என்று குழம்ப வைக்கும் தன் தலைக் கவசத்தைக் கழற்றி மடியில் வைப்பார். டிரவுசர் பாக்கெட்டிலிருந்து பொடிக்கறையோடு கைக்குட்டையை எடுத்து வழுக்கைத்தலை நடுவில் வியர்வையை அழுத்தத் துடைப்பார். பட்டாசுக் கடைதான் போடறோம். மூக்குப் பொடி விக்கறதுக்கா இப்படி வாளியில் மணல், ஊருணித் தண்ணி, தீயணைப்பு சாதனம் எல்லாம்?

மணலை முகர்ந்து பார்த்து, உள்ளங்கையில் எடுத்த தண்ணீரை உத்தேசமாக நாலடி முன்னால் தெளித்து, தீயணைப்பு சாதனம் மேல் கிறுக்கிய சர்ட்டிபிகேட்டை சிரத்தையாகப் படித்தபடி அவர் காத்திருக்க, ரங்கன் வாத்தியார் ஒரு பழைய கவரை அவர் கையில் தருவார். அதைக் காக்கிச் சட்டைப் பையில் திணித்தபடி சைக்கிளில் ஏறுகிறதோடு ஏட்டையா ஆராதனை முடியும். இந்த கவர் தருகிற சடங்கை நாலு நாள் முன்னால் நவராத்திரி நேரத்தில் கொலுவுக்குக் கூப்பிட்டுப் பாட்டுப் பாடச் சொல்லி தெருப் பெண்களுக்கு சுண்டல், ரவிக்கைத் துணி தருகிற நேரத்திலேயே வாத்தியார் முடித்திருக்கலாம். ஏட்டையாவுக்குப் பாடத் தெரியுமா என்று தெரியவில்லை.

கொலுப்படி மாதிரியே ரங்கன் வாத்தியார் வீட்டுத் திண்ணையில் நாலைந்து மரப்படி வைத்து சாம்பிள் வெடிக் கட்டும் மத்தாப்பும் அங்கே நிறுத்தி வைக்கப்படும். மேல் வரிசையில் வெள்ளி நிறத்தில் மின்னும் கம்பி மத்தாப்பு, அடுத்து அங்கங்கே வெள்ளிப் பொறுக்கு தட்டிய ஸ்பெஷல் மத்தாப்பு. முதலாவதைக் கொளுத்தினால் குளுமையாக இருட்டுக்கு அழகைக் கொடுத்தபடி பூச் சிதறும். மற்றது பல வர்ணத்தில் ஆடம்பரமாக சினிமா வில்லி போல் சிரிக்கும். மத்தாப்பு அடைத்த அட்டை டப்பா மேலே ஒட்டிய படத்தில் சினிமா நடிகை சாயலில் ஒரு பெண் மத்தாப்பைக் கொளுத்திப் பிடித்துக் கொண்டிருப்பாள். போன வாரம் ஜெயராம் தியேட்டரில் பார்த்த 'வல்லவன் ஒருவன்' படத்தில், 'பளிங்கினால் ஒரு மாளிகை' என்று ஜெயசங்கரை மயக்க நடனமாடும் விஜயலலிதா போல் மத்தாப்புப் பெண் வெகு சிக்கனமாக உடுத்தியிருப்பாள்.

வரிவரியாகக் கோடுபோட்டு நாலாக மடித்த மண்புழு போல் சாட்டை, அரை இஞ்ச் விட்டத்தில் ஆரம்பித்து தோசைக்கல் சைஸ் வரை வட்ட வட்டமாகச் சுருண்ட தரைச் சக்கரம், எங்கே எப்படி வைத்துக் கொளுத்தினாலும் உய்ங்ங்ங் என்று வீராப்பாகக் கிளம்பி மிகச் சரியாக ரேடியோ ரிப்பேர்காரரர் வீட்டுத் திண்ணையில் போய் விழும் ஏரோப்ளேன் (ரேடியோக்காரர் அப்புறம் வால்வ் ரிப்பேரான ரேடியோ போல் அரைமணி நேரம் கொரகொரப்பார்), காலி பாட்டிலில் நிறுத்தி தீவைத்தால் சில சமயம் ஆகாயத்துக்கு எழும்பி

மற்றபடி தரையோடு ஊர்ந்து சிவன் கோயிலுக்குள் பிரதோஷ தீபாரதனை பார்க்க நுழையும் ராக்கெட், கொளுத்தினால் குப்பென்ற வாடையோடு கறுப்பாக நீளும் பாம்பு மாத்திரை என்று மரப்படிகள் நிரம்பி இருக்கும்.

கீழ் இரண்டு படியிலும் அனைவருக்கும் பிரியமான பட்டாசுகள். ஒற்றைவெடிகளை மாலையாகக் கோத்த சரங்கள் கொண்ட பெரிய பாக்கெட்டுகளில் தில்லி செங்கோட்டை படம் தவறாமல் இடம் பெறும். காதைக் கிட்டத்தட்ட செவிடாக்கும் ஆட்டம் பாம் அட்டைப் பெட்டியில் தொங்கு மீசையோடு பட்டாளக்காரர்கள் போர்முனையில் இலக்கின்றி சுட்டுக்கொண்டிருப்பார்கள். கடைத் தூணில் பொம்மைத் துப்பாக்கிகள் சணலில் தொங்கும். அவற்றில் வைத்து வெடிக்க கேப் அம்பாரமாகப் பக்கத்தில் அடுக்கியிருக்கும். கைக்கு அடக்கமான குருவி வெடி ஐந்து ஐந்தாகச் சுற்றிய கண்ணாடிப் பேப்பர் மேல் இந்தி நடிகர் ஷம்மிகபூர் அல்லது ஒரு குரங்கு அல்லது இரண்டுமே அச்சடித்திருக்கும். குரங்கு கன கம்பீரமாக இருக்கும்.

வாடிக்கையாளர்களை வரவேற்பது, தேர்ந்த விற்பனையாளர்களாக கடைச் சரக்குகளின் மகத்துவத்தை விளக்குவது, பட்டாசு எடுத்துத் தருவது, குண்டுராஜு போட்ட பில்லை திரும்ப சரிபார்ப்பது (நிச்சயம் நாலு தப்பாவது இருக்கும்) இப்படி ரங்கன் வாத்தியார் செய்ய வேண்டியதில் பாதியை நாங்களே கவனித்துக்கொள்ள, அவர் கடமையே கண்ணாகக் கல்லாவில் காசு வாங்கிப் போட்டுக்கொண்டு பெரிய தொகை பில்லை மட்டும் இன்னொரு தடவை சரிபார்ப்பார். ரங்கன் வாத்தியார் வீட்டம்மா அவ்வப்போது சீடை, முறுக்கு, நவராத்திரிக்கு வாங்கி மீந்த கடலைப்பொரி, நீர்க்கக் கரைத்த ஒண்டிப்பிலி பிராண்ட் நன்னாரி சர்பத் என்று விநியோகித்து வியாபாரத்தை விருத்தி செய்யும் உதவியாளர்களை ஊக்குவிப்பார்.

'பிரபல ஹாலிவுட் அழகி மர்லின் மன்றோ லாஸ் ஏஞ்சல்ஸ் ஓட்டலில் தூக்க மாத்திரை சாப்பிட்டுத் தற்கொலை' செய்தி வெளியான பழைய தினசரியைக் கத்தரித்துச் செய்த காகிதப்

பையில் பட்டாசுகளை வைத்து வாடிக்கையாளர்களுக்குத் தரும்போது இனம் புரியாத சந்தோஷம் ஏற்படும். அதே செய்திப் பக்கத்தில் தென்னாப்பிரிக்காவில் யாரோ ஒரு நெல்சன் மண்டேலாவை அரசாங்கம் கைது செய்து சிறையில் அடைத்த செய்தியும் பார்த்த நினைவிருக்கிறது. இந்த நாற்பத்தைந்து வருடத்தில் மர்லின் மன்றோ யாரோவாக மாறி, நெல்சல் மண்டேலா சிறைக்கு வெளியிலும் வெளிச்சத்துக்கும் வந்து பிரபலமாவார் என்று அப்போது தெரியாது. நடக்கப் போவது தெரிந்தால் வாழ்க்கையில் என்ன உற்சாகம் பாக்கி இருக்கும்?

# பதினெட்டு

பள்ளிக்கூடம் விட்ட சாயந்திரங்களில் ரங்கவிலாஸ் பட்டாசுக் கடையோடு தீபாவளிக் காலம் ஆரம்பித்தாலும், அது சூடு பிடிக்கும்போது ஸ்கூல் என்ற சமாசாரம் சுத்தமாக மறக்கப்படும். தீபாவளிக்கு இரண்டு நாள் இருக்கும்போது, வாரப் பத்திரிகைகள் சவலைக் குழந்தை போல் சோனியாக இருந்த நிலைமை திடீரென்று மாறி, பீமபுஷ்டி அல்வா சாப்பிட்ட கொழுகொழு சைஸுக்கு வளரும். அதில் சிலது அச்சு மை வாடையோடு செண்ட் வாடையும் கலந்து அசத்தலாகப் பூசி வரும். நல்லையா சைக்கிள் பின்னால் கட்டிய மரப்பெட்டியிலிருந்து அவை வீட்டுக்குள் வந்து விழும்போது பட்டாசு, பட்சண நெடியோடு, கனமான மரிக்கொழுந்து செண்ட் வாடையும் கும்மென்று தெரு முழுக்கச் சூழப் பண்டிகைச் சூழ்நிலை பரிபூரணமாகும்.

சில பத்திரிகைகள் வழுவழு காகிதத்தில் நானூறு பக்கத்துக்கு வெளியிடும் தீபாவளி மலர்களை வாங்குகிற குடும்பத்தில் அடுத்த ஜன்மத்திலாவது பிறக்க வேண்டும் என்று தீபாவளிக்கு முந்தைய நாள் சாயந்திரம் தோன்றும். மலர் கேட்டவர்களுக்குக் கையெழுத்து வாங்கிக்கொண்டு நல்லையா வக்கீல் வீடுகள் பலதிலும் மரியாதையோடு கையில் கொடுத்துவிட்டு வருகிற

நேரம் அது. 'பதினஞ்சு ரூபாய் கொடுத்து தீபாவளி மலர் வாங்க காசு கொட்டிக் கிடக்கலே. இந்த வருஷம் உனக்கு பேண்ட் தைச்சு எக்கச்சக்க செலவு' என்று வீட்டு பட்ஜெட்டில் பாதி எனக்கு உடுப்பு வாங்கிய வகையில் செலவானதாக நாசுக்காக சுட்டிக் காட்டப்படும். லைப்ரரியில் அந்த தீபாவளி மலர்கள் புதுக்கருக்கு எல்லாம் அழிந்து, ஓரம் மடங்கி, அட்டையில் அப்பிய அழுக்கோடு என் கைக்கு வந்து சேரும்போது கிட்டத்தட்ட அடுத்த தீபாவளி வந்துவிடும். எல்லா மலரிலும் பம்ப்செட் மோட்டார் கம்பெனி, லுங்கி விளம்பரம், சவுந்தரா கைலாசம் கவிதை, ஆர்ட் பேப்பரில் ஆச்சார்யார்கள், சுத்தியலை மைசூர்ப்பாகால் உடைக்கிற ஜோக், பிரபல எழுத்தாளர்கள் அவசரத்தில் பிடித்த கொழுக்கட்டைக் கதைகள் என்று ஒரு வருட மலரை மற்ற வருடத்துப் புத்தகத்திலிருந்து வேறுபடுத்திக் காட்ட ஒன்றும் இருக்காது. இன்னும் அப்படித்தான்.

தீபாவளி மருந்து வாடை சுகமாக மூக்கில் ஏற ஆரம்பிக்கும் நொடியும் பத்திரிகை செண்ட் நெடியோடு தான் எப்போதும் சேர்ந்து வரும். திப்பிலி, சதகுப்பை, அதிமதுரம், வசம்பு போன்ற வினோதமான பொருள்களை தீபாவளி மருந்து கிளறும்போது சேர்க்க வாங்கிவர ஆவன்னா றூனா கடைக்கு ஓடவேண்டும். எண்ணெய்த் தூக்கோடு நிற்கிற கோர்ட் சிப்பந்திக்கு இருநூறு மில்லி காரல், கசப்பு இல்லாத நல்லெண்ணெயும், வாத்தியார் வீட்டம்மாவுக்குக் கடலைமாவும் வெல்லமும் வழங்கிக்கொண்டிருப்பார் ஆவன்னா றூனா. அல்லது, அடகுக்கடை பெரி.வயி. வகையறா வளவுக்கு அரைக்கிலோ முந்திரி, கால் கிலோ பாதாம், உலர்ந்த திராட்சை, ஊத்துக்குளி வெண்ணெய் என்று ராஜபோஜனத்துக்கான ஐட்டங்களாகப் பெரிய லிஸ்டை எடுத்து வைக்கக் கல்லாவில் ஆரோகணித்தபடி உரக்க ஆணையிட்டுக்கொண்டிருப்பார். அவர் என்னைக் கவனித்து திப்பிலி தேடக் குறைந்தது அரைமணி நேரமாவது ஆகும்.

அதற்குள் காந்திவீதியில் காதைப் பிளக்கும் இரைச்சலோடு வர்த்தக ஒலிபரப்பு தொடர்ந்து கொண்டிருக்கும். எல்லா சவுண்ட் சர்வீஸ்காரர்களும் தீபாவளிக்கு முன்னால் கூட்டம் போட்டு ஒவ்வொருவருக்குமான ஒலிபெருக்கி நேரத்தைப்

பங்கு பிரித்துக்கொள்வதால் ஒரு நேரத்தில் ஒரு கூச்சல் மட்டுமே கேட்டு இன்புறக் கிட்டும். வழக்கமான 'தீபாவளிக்குப் புத்தம்புதிய ஜவுளிகள் குவிந்திருக்கும் தனலட்சுமி ஸ்டோர்', 'தரமான சுவையான இனிப்புகளுக்கு ஷண்முகம் ஸ்வீட் ஸ்டால்', 'நகைகளின் பேரில் குறைந்த வட்டியில் கடன் வாங்க ராம.பெரி.அழகு வட்டிக்கடை' விளம்பரங்களோடு, 'பசுமாடுகள் கன்று ஈன வெங்காத்துரையை உடனே அணுகுங்கள்' போன்ற ஸ்பெஷல் விளம்பரங்களும் இடம் பெறும். பத்து விளம்பரத்துக்கு ஒருதடவை சவுண்ட் சர்வீஸ்காரர் நகரப் பெருமக்களுக்குத் தன் இதயம் கனிந்த தீபாவளி வாழ்த்துகளைத் தெரிவித்தபின், இசைத்தட்டு. 'இறைவன் மனிதனாகப் பிறக்க வேண்டும். அவன் காதலித்து வேதனையில் வாட வேண்டும்' என்று கண்ணதாசன் எழுதியபடிக்கு டி.எம்.எஸ் சாபம் கொடுப்பார். 'இப்போது நேரம் சரியாக, சரியாக, வேலு, கடியாரத்தை எடுறா, சரியாக ஆறு மணி நுப்பது நிமிடம். வணக்கம் கோரி விடைபெறுவது உங்கள் ராஜா சவுண்ட் சர்வீஸ்.'

காதி, கதர்க்கடைகளில் சர்க்கார் உத்தியோகஸ்தர்கள் அதிகம் தட்டுப்படுவார்கள். தீபாவளித் துணி அங்கே வாங்காவிட்டால் தண்டனைக்கு ஆளாக வேண்டிவரும் என்று சர்க்கார் உத்தரவு இருக்கலாமோ என சந்தேகத்தைக் கிளப்பியபோது, 'துணி வாங்கி மாசாமாசம் சம்பளத்திலே கழிச்சுக்க ஜி.ஓ வந்திருக்கும்' என்றான் குண்டுராஜு. ஜி.ஓ என்றால் என்ன என்று அவனுக்கும் தெரியாது. யாரோ சொன்னதாம்.

பஞ்சாயத்து போர்ட் ஆபீஸ் சங்கு தீபாவளி காலையில் நாலு மணிக்கு விசேஷமாக ஒலிக்கும். திருச்சி வானொலியில் நேயர்களுக்குத் தீபாவளி வாழ்த்துச் சொல்லி நாதஸ்வரக் கச்சேரி தொடங்கும். எஸ்.எம்.ஆர் வக்கீல் வீட்டுப் பிள்ளைகள் போல் அவர்களும் தீபாவளி கொண்டாடாமல் வேலைக்கு வந்திருப்பார்கள் போலிருக்கிறது. எஸ்.எம்.ஆர் வக்கீல் வீட்டுக் கூடத்தில் சோவியத் புத்தகக் கடை மாதிரி லெனின், மார்க்ஸ் இன்னும் சில தாடிக்காரர்களின் படங்களைப் பார்த்ததுண்டு. அவர்கள் ஒட்டுமொத்தமாகச் சொன்னபடியோ என்னமோ, நாங்கள் எல்லாம் புதுத் துணியோடு பட்டாசு வெடித்துக்கொண்டிருக்க, தீபாவளி கொண்டாடாத அந்த

வீட்டுப் பிள்ளைகள் இருப்பதிலேயே பழையதாக எடுத்து உடுத்திக்கொண்டு எங்களைத் துச்சமாகப் பார்த்தபடி ஒரு தெரு விடாமல் புரட்சிகரமாகச் சுற்றி வருவார்கள்.

எல்லா வீட்டிலும் படியேறி நடேசன் நாயன கோஷ்டி 'உள்ளம் உருகுதையா' பாதி பாட்டு வாசித்து தீபாவளி வெகுமதி வாங்கிப் போகும். பாட்டியம்மாவிடம் தீபாவளி மருந்தையும் கேட்டு வாங்குவார் தவில்கார கருப்பையா பிள்ளை. 'இன்னிக்கு இந்த லேகியம் மட்டும்தான். அடடா என்னமா கமகமன்னு இருக்கு' என்பார் நாயனக்காரர்.

வீட்டு வாசல் தோறும் குவிந்து கிடக்கும் பட்டாசுக் குப்பைக் காகிதத்தைப் பார்த்தால், போன வருடத்துத் தலைப்புச் செய்திகள் துண்டு துணுக்காகத் தெரியும். ஒரு தீபாவளிக்கு, சோவியத் ராக்கெட்டில் உலகிலேயே முதல் பெண்ணாக வாலண்டினா தெரஸ்கோவா வானில் வலம் வந்த செய்தி லட்சுமி வெடியிலிருந்து அரைகுறையாக வெளிப்பட்டது. பட்டாசுக்குத் தீவைத்துவிட்டு கொஞ்சம் பயத்தோடு பத்தடி முன்னால் ஓடுவதற்குள் வெடித்துச் சிதறினார் அந்த வீராங்கனை. 'கீலர் - ப்ரப்யூமோ களியாட்' என்ற பாதித் துணுக்கில் அடிபட்டது வாசனையான ஜப்பான்காரனான பெர்ப்யூமோ என்றான் குண்டுராஜு. அவன் சொன்னால் சரிதான்.

தீபாவளிக் காலை நேரங்களை நினைக்கத் தெரிந்த மனமே, உனக்குத் தீபாவளிப் பகலை மறக்கத் தெரியாதா? ஊரே ஓய்ந்துபோய், வர்த்தக ஒலிபரப்பு, ரங்கன் வாத்தியார் வெடிக்கடை, இரைச்சல், வாடை எல்லாம் காணாமல் போய் சோர்வாக ஊரும் அந்தப் பகல். அது ராத்திரியில் முடியும்போது வானொலியில் வழக்கம்போல் 'ஆகாசவாணி, செய்திகள்' என்று பிரதமர் சாஸ்திரி விதர்பாவில் நிருபர்களிடம் பேசியது ஜலதோஷம் பிடித்த சர்க்கார் குரலில் வாசிக்கப்படும். 'வாங்க கண்ணுச்சாமி, தீபாவளி ஸ்வீட் சாப்பிட்டீங்களா? விதர்பாவில் சர்க்கரைத் தொழிற்சாலையைத் திறந்து வச்சு நம்ம பிரதமர் பேசினதைப் படிச்சீங்களா?' என்று நாட்டு நடப்பு விவாதிக்கப்படும். தொடர்ந்து தீபாவளி விசேஷ

இசைச் சித்திரமாக நிலையக் கவிஞர் எழுதி, நிலைய சீனியர் வித்துவான் இசையமைத்து, நிலைய வாத்திய கோஷ்டி கோரஸாக ஒலியெழுப்பும் ‘தீபாவளி வந்ததே, தீபத் திருநாள் வந்ததே’ போன்ற பாடல்கள் அடங்கிய இசை நிகழ்ச்சி. தீபாவளியோ, பொங்கலோ, இருபத்துநாலு மணி நேரமும் சினிமா நட்சத்திரங்களையே சுற்றிச்சுற்றி வரும் இந்தக் கால டெலிவிஷன் நிகழ்ச்சிகளைவிட அவை சுவாரசியமானவை.

# பத்தொன்பது

உச்சி வெயிலில் வந்தார் அந்தப் போலீஸ்காரர். சைக்கிளிலிருந்து இறங்காமல், சாய்ந்து ஒரு காலை ஊன்றியபடியே ரெட்டைத் தெரு மத்தியிலிருந்து பொதுவாக நோட்டம் இட்டார். ரேடியோக்காரர் வீட்டுத் திண்ணை பெஞ்சிலும் தரையிலுமாக குரூப் போட்டோ போல உட்கார்ந்திருந்த எங்களுக்கு வெலவெலத்துப் போனது.

நாங்கள் என்றால் சீதரன், கிரிதரன், பாலன் தொடங்கி, குண்டுராஜு காலடியில் உட்கார்ந்திருந்த என்னையும் சேர்த்த கூட்டம். முழுப்பரீட்சை லீவு என்று ஒரு மாதத்துக்கு மேல் பள்ளிக்கூடத்தை அடைத்து வைத்ததால் பல்லாங்குழி, தாயத்தில் இருந்து, தெருவோரக் கிரிக்கெட், கால்பந்து வரை விளையாடியும் பொழுது நகரமாட்டேன் என்கிறது. எங்களில் ஒருத்தன் கதை சொல்வதில் ஸ்பெஷலிஸ்ட். சினிமாக்கதை. பச்சைவிளக்கு படத்தை திருச்சியில் பார்த்துவிட்டு வந்து, டைட்டில் கார்ட், ரயில் சத்தம் சகிதமாக ஷாட்-பை-ஷாட் கதை சொல்லும்போது சொந்த சரக்கையும் சேர்த்துவிடுவான். யாரும் கண்டுக்க மாட்டார்கள் என்று ஒரு தைரியம்.

பச்சை விளக்கும் மஞ்சள் விளக்கும் கிடக்கட்டும். தெருவுக்கு வந்த போலீஸ்காரர் எங்கள் கூட்டத்தின் வயிற்றில் ஒட்டுமொத்தமாக ஆவன்னா றூனா கடையில் வாங்காத விதை, நார் நீக்கிய நயம் புளியைக் கரைத்த காரணம் நாங்கள்

குற்றவாளிப் பட்டியலில் இருந்தோம். அப்படித்தான் கோபு அண்ணா சொன்னது. கிரிதரனின் மூத்த சகோதரன் அவன். காலேஜில் பியுசி படிக்கிற சோடா புட்டி கண்ணாடிக்காரன்.

எல்லாம் வழக்கம்போல குண்டுராஜுவோடு தான் ஆரம்பித்தது. மதுரையில் சித்திரைத் திருவிழா பொருட்காட்சியிலே வாங்கியது என்று அவன் ஒரு அபூர்வமான பொருளைப் போனவாரம் கொண்டு வந்தான். அது ஒரு ரிக்கார்ட் பிளேயர். பத்து ரூபாய்தான் விலை. மின்சாரம் தேவையே இல்லை. ஓரத்தில் ஒரு சின்ன இரும்புப் பிடியைக் கரகரவென்று சுழற்றி அது இறுகியதும் பிளேட்டைச் செருக வேண்டியதுதான். டொக்டொக் என்று நோவா கப்பல் கட்டுகிற ஓசை கேட்கும். எந்த நோவா? பைபிள் ஆதியாகமத்தில் வருகிற நல்லவன் நோவா. தொடர்ந்து பிரளயம் உண்டாகும் சத்தம். 'நோவா நோவா, கதவைத் திற நோவா' எல்லா உயிரினங்களும் விதவிதமான குரலில் நோவாவிடம் மன்றாடும். நோவா கதவைத் திறப்பதற்குள் சாவி தீர்ந்து திரும்ப இரும்புப் பிடியைச் சுழற்றும்வரை அவையெல்லாம் கப்பலில் நுழையாமல் பொறுமையாகக் காத்திருக்கும்.

மொத்தம் பத்து ரிக்கார்ட். திரும்பத் திரும்பக் கேட்டு எல்லாம் தலைகீழ்ப் பாடமாகிப் போனது. 'பெருமழை பெய்தது. வீடு இடிந்து விழுந்தது' என்று பாடியபடி குளிப்பேன். 'காலங்கார்த்தாலே நல்ல வார்த்தையா சொல்லேண்டா' எனப் பெரிசுகள் எரிந்து விழுவதைப் பொருட்படுத்தாமல், 'கற்பாறை மீது கட்டியவன் புத்தியுள்ளவன்' என்று அடுத்த வசனம் எடுத்து விடப்படும். வேறு ஏதோ மொழியில் எழுதிவைத்துக்கொண்டு ஜாக்கிரதையாகத் தமிழில் உச்சரிக்கிறது போல இதைச் சொல்லப் பழக்கம் தேவை.

ரிக்கார்ட் பிளேயர் வாங்கவேண்டும் என்பதற்காகவே மதுரைக்குக் கூட்டிப் போகச்சொல்லி எல்லா வீட்டிலும் நச்சரிப்பு எழுந்தாலும் அவை வழக்கம்போல் நிராகரிக்கப்பட்டு, 'லீவிலே அடுத்த வருஷப் பாடப் புத்தகத்தை யார் கிட்டேயாவது வாங்கிப் படிச்சுப் பார்க்கலாமில்லே' போன்ற இலவச ஆலோசனைகள் தங்குதடையின்றி வழங்கப்பட்டன. கோரிக்கைக்கு இணங்கி, மதுரைக்குக் கூட்டிப் போனாலும், பொருட்காட்சி போகமுடியும் என்பதற்கோ நோவா கிடைப்பார்

என்பதற்கோ ஒரு உத்தரவாதமும் இல்லை. ஐந்து ரூபாய்க்கு லெனின் புத்தகத் தொகுப்பு, பத்து ரூபாய்க்கு பைபிள் ரிக்கார்ட் பிளேயர், பதினைந்து ரூபாய்க்கு தீபாவளி மலர் இதெல்லாம் பெரியவனானதும் வாங்க வேண்டிய லிஸ்டில் ஏறியவை.

தொடர்ந்து பிளேயரில் நாங்கள் ஆழ்ந்திருந்தபோது ஏற்கனவே குறிப்பிட்ட கோபு அண்ணா வேட்டியைக் காமாசோமா என்று மடித்துக் கட்டிக்கொண்டு எங்களை நோக்கி வந்தான். ரேடியோக்கார புஷ்பவனம் வீட்டுத் திண்ணையில் எங்கள் பேரவை கூடியிருந்த காலை நேரம் அது. பிரித்துப் போட்டு மண்டை மண்டையாக வால்வ் துருத்திக்கொண்டிருக்கும் ரேடியோ, கழற்றி வைத்தாலும் ரேடியோ பெட்டியோடு பந்தத்தை விடாமல் சிவப்பு ஒயர் மூலம் தொடர்ந்த அழகான வட்ட ஒலிபெருக்கி, அழுக்கு புஷ் பேரன் டிரான்சிஸ்டர், பிளக்கில் செருகி சுவிட்ச் போடாமல் வைத்த சூட்டுக்கோல், பக்கத்தில் ஈய டப்பா என்று ஒரு எலக்ட்ரிக்கல் சூழலை இரண்டு மேஜை முழுக்கப் பரத்திவைத்து விட்டு, ரேடியோக்காரர் வெளியூர் போயிருந்தார். மேஜை ஓரமாக நோவாவோடு நாங்கள் திரும்பக் கப்பல் கட்டிக்கொண்டிருந்தோம்.

‘ரேடியோவோட சர்க்யூட்டைக் கொஞ்சம்போல மாத்தினா நாமளும் திருச்சி ரேடியோ மாதிரி ஒலிபரப்பலாம் தெரியுமா?’ கோபு அண்ணா கேட்டான். சர்க்யூட் என்றால் என்னவென்று தெரியவில்லை. ரேடியோக்காரர் பிள்ளை ராகவனை நகரச் சொல்லிவிட்டுப் பரபரவென்று பாக்கெட்டிலிருந்து குட்டி மைக் போல எதையோ எடுத்து, சூட்டுக்கோலில் ஈயத்தைப் பற்றவைத்து அங்கே இங்கே சிதறிக்கிடந்த சாதனங்களை இணைத்து, பதினைந்து நிமிஷம் கழித்து ‘ரேடியோ ஸ்டேஷன் ரெடி’ என்றான் கோபு அண்ணா. நாங்கள் நம்பாமல் பார்க்க, அவன் என்னிடம் சொன்னான், ‘உங்க வீட்டுக்கு ஓடிப்போய் ரேடியோவைப் போடுடா. தேர்ட் பாண்ட். மாஸ்கோ வானொலி வருமில்லே, அதுக்குப் பக்கமா மெதுவா முள்ளை நகர்த்து’ ஓடினேன்.

ஆச்சரியகரமாக வீட்டுக்கூடம் காலி. ரேடியோவைப் போட்டு வால்வ் சூடுபிடிக்கப் பொறுமையில்லாமல் பெட்டிக்கு மேலே தட்டி, அப்புறம் கொரகொர சத்தம் வந்ததும் சவுண்டைக்

குறைத்து உத்தேசமாகத் தேட, மாஸ்கோ பக்கமிருந்து குண்டுராஜு குரல். 'நோவா நோவா கதவைத் திற நோவா' தொடர்ந்து எல்லா மிருகங்களும் வரிசையில் நின்று மன்றாடிக் கப்பலில் ஏற, குப்பென்று எனக்கு உடலெங்கும் பரவசம். 'காரம் மணம் குணம் நிறைந்த பொடிக்கு சாமராஜு பொடிக்கடை' என்று அவன் அறிவித்தது பாதியில் நிற்க அப்புறம் சத்தமேயில்லை. ரேடியோக்கார வீட்டுத் திண்ணைக்கு 'கேட்டுது கேட்டுது' என்றபடி ஓடினேன். 'கெட்டுது போ' என்றான் கோபு அண்ணா. 'ஒரு நிமிஷம் பேசச் சொன்னா ரிக்கார்டையே ஒப்பிக்கறியேடா. விளம்பரம் வேறே போலீஸ் ஸ்டேஷன் வயர்லெஸ்லே கேட்டுத் தேடிட்டு வந்துடப் போறாங்க. ஒலிபரப்பறது கிரிமினல் குற்றமாக்கும்' என்று குண்டுராஜுவைக் குற்றம் சாட்டியபடி கோபு அண்ணா வேட்டி புரள நடந்தது ஒருமணி நேரம் முன்புதான்.

ரெட்டைத் தெரு மத்தியிலிருந்து பார்த்த போலீஸ்காரரின் கழுகுப் பார்வையில் நாங்கள் ஒரு வினாடி விழுந்தோம். நோவா, பிரளயம் வந்துவிட்டது நோவா. ஜெயிலில் கல் உடைக்கிற, செக்கு இழுக்கிற கப்பலோட்டிய தமிழன் சினிமா நினைவு வர, முதுகெலும்பில் நடுக்கம் பரவியது. போலீஸ்காரர் சைக்கிளைத் தெருவோரமாக சாமராஜு கடைவாசலில் நிறுத்தினார். 'என்ன அண்ணே, ஒயர்லெஸ்லே எல்லாம் பொடி வாங்கச் சொல்லி விளம்பரம் தரீகளாமே. மாஸ்கோவுக்குக் கேட்குதாம்' என்று அவர் சொன்னது புரியாமல் சாமராஜு விழித்ததைப் பார்க்கப் பரிதாபமாக இருந்தது.

ஒரு சிட்டிகை பொடியை ஓசியாக வாங்கி உறிஞ்சியபடி போலீஸ்காரர் திரும்பப் போகும்போது எங்களைப் பார்த்துச் சிரித்தபடியே போனமாதிரி இருந்தது. சாயந்திரம் 'ரஷ்யாவிலே கூட நம்ம கடைப் பொடியைத் தெரிஞ்சிருக்குதாம்' சாமராஜு கடைக்கு வம்பு பேச வந்த வயசாளிகளிடம் உற்சாகமாகத் தகவல் பரிமாறிக் கொண்டிருந்தார்.

'கேஸ் குளோஸ்'. குண்டுராஜு அறிவித்தான். 'ஆனாலும் நீ சொன்னமாதிரி பச்சைவிளக்குலே சிவாஜி ரயில் பாதையிலே 'சட்டி சுட்டதடா'ன்னு பாடிட்டுப் போற சீனே இல்லேடா' என்றான் என்னிடம். நான் பிளேயரை இயக்கினேன்.

# இருபது

காந்திவீதிக்கென்று சில ஆச்சரியங்கள் உண்டு. ஹரிஹர சுப்பிரமணியன் ஈவினிங் மட்டன் ஸ்டால். பரம்பரைப் பல்வைத்தியர் டாக்டர் லீ ஹான். பகல் முழுக்க எரிந்து ராத்திரியானதும் அணைந்துபோகும் தெரு விளக்குகள். எம்.ஜி.ஆரோ சிவாஜியோ தோளில் கைபோட்டு நட்பாக நிற்கிறதுபோல் போட்டோ எடுத்துத் தரும் ஸ்டூடியோ. இப்படிச் சொல்லிக்கொண்டே போகலாம். முதல் இரண்டும் மட்டும் இங்கே.

ஹரிஹர சுப்பிரமணியன் என்ற ஹரி எங்கள் பள்ளிக்கூடத்தில்தான் படித்தான். ரொம்ப நாள் படித்தான். அவன் எத்தனை பிரயத்தனப்பட்டாலும் எஸ்.எஸ்.எல்.சியை எட்ட முடியாது என்று ஹெட்மாஸ்டர் அபிப்பிராயப்பட்டபோது, காந்திவீதியில் கடை போட்டுவிட்டான். ஹரியின் அப்பா சுதந்திரம் கிடைத்த கையோடு தில்லியில் வேலைக்குப் போய், அங்கே கலப்புத் திருமணம் செய்துகொண்டு பத்து வருஷம் கழித்துத் திரும்பி வந்தவர். ஹரி வீட்டில் இந்தி பேசினார்கள். நிஜமாகவே அவனுக்குத் தாய்மொழி அது. மட்டன் ஸ்டால் போடவேண்டும் என்று ஏன் அவனுக்குத் தோன்றியதோ தெரியாது. ஆனாலும் திறந்த ஒரு வருடத்தில்

பிசினஸ் சக்கைப்போடு போட ஆரம்பித்தது. வழிகாட்டிய ஹெட்மாஸ்டருக்குத்தான் நன்றி சொல்ல வேண்டும்.

கொத்து பரோட்டா, வீச்சு பரோட்டா, முட்டை தோசை, சப்பாத்தி, மட்டன் குருமா, சாப்ஸ், மலாய் டீ என்று சாக்பீஸால் எழுதிய இரண்டு பலகைகளை ஹரி கூம்பு மாதிரி கடைவாசலில் நிறுத்தி, விளக்கைப் போட்டால் சாயந்திரம் சரியாக ஆறுமணி. மைதாமாவை உருட்டிப் பிசைந்து பெரிய திரை போல் வீசிவீசி அடித்துத் தணலில் வைத்த வட்ட இரும்புத்தட்டில் பதமாக இடும்போது பார்க்க நேர்த்தியாக இருக்கும். பின்னணி இசையாக அவனுடைய அசிஸ்டெண்ட் இன்னொரு அடுப்பு உருளியில் சட்டுவத்தால் டொக்டொக் என்று இடைவிடாது கொத்திக்கொண்டிருப்பான். அருகே சின்ன சைஸ் அண்டாவில் கெட்டியான பால் காய்ச்சப் பட்டுக்கொண்டிருக்கும்.

வீட்டில் ஓட்டலுக்குப் போகவெல்லாம் துட்டு கிட்டாது. என்றாலும் உடுப்பி ஓட்டல் காப்பியை விட மலிவு என்பதால், ஹரி கடையில் எப்போதாவது டீ குடிக்க அனுமதி உண்டு. பரீட்சைக்குப் படிக்கும் உன்னதமான ராத்திரி நேரங்களில் கண்விழித்திருக்க ஏதுவாக ஒரு டீ சாப்பிட மட்டுமான தொகை வழங்கப்படும்.

ஹரி கடையில் கார்ல் மார்க்ஸ் படமும், கொஞ்சம் சின்னதாக இரண்டு பக்கத்திலும் ஸ்டாலின் அப்புறம் இன்னொரு மீசைக்காரன் படமும் மாட்டியிருக்கும். அந்த அடையாளம் தெரியாத நபர் யாரென்று ஒருதடவை விசாரித்தபோது, ‘பகத்சிங். உனக்கு இவன் சாயல் இருக்கு. படிச்சு பெரிய புரட்சிக்காரனா வா’ என்றான் ஹரி. எனக்கு என்னமோ பயமாக இருந்தது. அப்போது தெரியாத மிடில் கிளாஸ் பயமாக இருக்கலாம் அது.

வக்கீல் எஸ்.எம்.ஆர் வீட்டிலும் மார்க்ஸ் படம் மாட்டியிருந்தாலும், எல்லோரையும் சகஜமாகத் தோழர் என்று கூப்பிடுகிற ஹரி, வக்கீல் குடும்பத்தை ஒட்டுமொத்தமாக ‘திருத்தல்வாதிகள்’ என்று ஒதுக்கிவிடுவான். அவர்கள் எந்தப் பரீட்சைப் பேப்பரைத் திருத்தி யாருக்கு மார்க் குறைச்சலாகப் போட்டார்களோ

தெரியாது, அவர்களும் ஹரி கடையில் டீ குடிக்க ஏறாமல் மாயழகு டீஸ்டாலுக்கே வழக்கமாகப் போவார்கள்.

ஒரு பரீட்சை நேரத்து ராத்திரியில் தோழர் பரிவாரத்தோடு - இது குண்டுராஜு தொடங்கிய கூட்டம் என்று சொல்லத் தேவையில்லை - ஹரி கடைக்குப் போனபோது அங்கே சீனப் பரம்பரைப் பல்வைத்தியர் லீ ஹான் வெங்காயச் சட்னியைத் தொட்டுக்கொண்டு சப்பாத்தி சாப்பிட்டுக்கொண்டிருந்தார். ஆச்சரியகரமாகக் கொஞ்சம் தள்ளி எஸ்.எம்.ஆர் வக்கீல் மூத்த மகன் சந்துரு. டீச்சர் டிரயினிங் படிக்கிற கிருதா மீசைக்காரன். கூடவே அவனுடைய கிருதாமீசை சிநேகிதர்கள்.

லீ ஹானைப் பார்க்கலாம். நெடுநெடுவென்று வளர்ந்து தலை நரைத்துக் கொண்டிருக்கும் மத்திய வயசுக்காரர். இடுங்கிய கண்ணும், சப்பை மூக்கும், தினசரி மஞ்சள் பூசிக் குளித்ததுபோல் முகமும் கைகாலுமாக, எட்டு முழ வேட்டி கட்டியவர். எந்தக் காலத்திலோ சீனாவிலிருந்து கல்கத்தாவுக்கும் அங்கேயிருந்து சென்னை, மதுரை என்று கிளை பிரிந்து, இவர் குடும்பம் மட்டும் எங்கள் ஊரில் பரம்பரைத் தொழிலான பல் வைத்தியத்தோடு குடிபுகுந்தது. மூத்த தலைமுறை சீனர்கள் எல்லோரும் எப்போதோ போய்ச் சேர்ந்தாகி விட்டது. முக்கால் தமிழரான லீ ஹான், வீட்டு வேலைக்கு வந்த முத்தம்மாவை வட்டச் செயலாளர் ராக்கப்பன் தலைமையில் கல்யாணம் செய்துகொண்டபோது முழுத்தமிழனாக மாறிப்போனார். அவர் ஆஸ்பத்திரியில் யாருடைய பல்லையாவது பிடுங்கும்போது கதிகலங்க வைக்கும் ஓலம் கேட்டாலும், யாருக்கும் துன்பம் நினைக்காத பரம சாது மனிதர். சொன்னேனே, வேட்டி கட்டி, வெங்காயச் சட்னி சகிதம் சப்பாத்தி சாப்பிடுகிற சீனாக்காரர்.

இரண்டு வருடம் முன்னால் யுத்தம் வந்தபோது ஊர் முழுக்க லீ ஹான் பற்றி ஏகப்பட்ட வதந்தி. ராத்திரியில் சீனாவுக்கு ரகசியங்களை சங்கேத மொழியில் அனுப்புகிறார் அல்லது பல் கட்டும்போது உள்ளே சின்னக் கருவியை ஒளித்துவைத்து ஒட்டுக்கேட்கிறார், இப்படி. வட்டிக்கடை ராம.பெரி.அழகு கட்டிய பொய்ப்பல்லில் ஒட்டுக்கேட்கும் கருவியை ஒட்டி வைக்க அவசியமே இல்லை. அவர் சாதாரணமாகப் பேசுகிறதே

நாலு தெருவுக்குக் கேட்கும். அப்புறம், எங்கள் ஊர்ச் செய்திகள். பழைய தெருவில் பசுமாடு காணாமல் போனது, படிவரி கட்டாததால் ஒற்றைத்தெரு குப்பன் வீட்டு வாசல்படியை இடித்தது, ரேஷன் கடையில் கட்டி தட்டிய சர்க்கரை போட்டது போன்ற ரகசியச் செய்திகள் தேச எல்லையைக் கடந்து அலசி ஆராயப்பட்டு இந்தியா மற்றும் சீனா ஆகிய இரண்டு பெரிய நாடுகளின் தலைவிதியை நிர்ணயித்திருக்கும் என்று நம்ப முடியவில்லை. லீ ஹான் ஒருதடவை மதுரை பஸ்ஸிலிருந்து இறங்கி பெரிய அட்டைப் பெட்டியோடு வீட்டுக்குள் நுழைந்தபோது இந்த வதந்திகள் பலமடைந்தன. ரகசியமாக வீட்டுக்குள் அப்புறம் எட்டிப் பார்த்த யாரோ சொன்னது – ‘டிரான்சிஸ்டர் வாங்கியாந்து சிலோன் ரேடியோ கேட்டுட்டிருக்கார். ரகசியம் பரம ரகசியம் இது நமக்குள் இருப்பது அவசியம்னு பாடுது. சந்தேகமாத்தான் இருக்கு.’

சீனா யுத்தம் ஓய்ந்து இந்த வதந்தி எல்லாம் அமுங்கிப்போய், வழக்கம்போல் லீ ஹானிடம் பல்லைப் பிடுங்க அவ்வப்போது ஊர்க்காரர்களும், பக்கத்து கிராமப் பிரதேசங்களிலிருந்தும் வந்துகொண்டுதான் இருந்தார்கள். நாங்கள் ஹரி கடைக்குப் போன ராத்திரியில் இப்படி வந்த யாரையோ கவனித்து அனுப்பியபின், லீ ஹான் ஆஸ்பத்திரியை அடைத்து விட்டு சாப்பிட வந்திருந்தார். ‘பக்கத்து ஊர்லே கேதம்னு அவ போயிருக்கா’ ஹரியிடம் ஒரு தகவலுக்காகச் சொன்னது காதில் விழுந்தது.

திடீரென்று எதிர் பெஞ்சில் வீச்சு பரோட்டா சாப்பிடும் யாரோ இரைந்தார்கள் – ‘ஏண்டா தம்பி அரி, குருமாவிலே கோழியப் போட்டியா, எலி, தவளை, பாம்புன்னு கலந்து அடிச்சு விட்டியா? சீனாக்காரன் திம்பான். நம்ப ஊருக்கு சரிப்படாதுடே.’ லீ ஹான் சின்னக் கண்களை இன்னும் சுருக்கி நிமிர்ந்து பார்த்தார். ஏதோ சொல்ல அவர் உதடு துடித்தது. தலையை ஆட்டிக்கொண்டு சாப்பாட்டைத் தொடர்ந்தார்.

‘குருமா நல்லாத்தான் இருக்கு நண்பரே. சீனாக்காரன்னா என்ன, நம்மூர்க்காரன்னா என்ன, எல்லாரும் மனுஷங்கதான். பாம்போ, தவளையோ, வெங்காயமோ, வெள்ளைப் பூண்டோ,

இருக்கணும்னு தீவிரமா நினைச்சா கிடைக்கறதைத் தின்னு பிழைச்சாகணும். மனிதன் மகத்தானவன். கேட்டீங்களா அண்ணே. எல்லா மனுஷனும்தான். சாப்பிடுங்க.' வக்கீல் எஸ்.எம்.ஆர். மகன் சந்துரு குரல் உரக்க ஒலித்தது.

'சரியாச் சொன்னீங்க தோழர்' என்றான் கல்லாவிலிருந்தபடியே ஹரி. நாங்கள் வெளியே வந்தபோது லீ ஹான் இன்னும் சாப்பிட்டு முடித்திருக்கவில்லை.

# இருபத்தொன்று

*1965!!!* வேண்டாம். 1965. எல்லா வருடத்தையும் போல பொங்கல், கரும்பு, வார்னிஷ் வாடை அடிக்கும் பொங்கல் வாழ்த்து, நாலு நாள் விடுமுறை என்று ஜனவரி நகர்ந்தது. மாசக் கடைசியில் குடியரசுதினம் வரும். ஜனாதிபதி ஆகாசவாணியில் சொற்பொழிவு, பள்ளிக்கூடத்தில் கொடியேற்றம், எல்லா இந்தியரும் என் சகோதர சகோதரிகள் என்று பிரதிக்ஞை (அப்பாவை அண்ணா என்று கூப்பிடும் வீடுகளில் வேண்டுமானால் இது சரியாக இருக்கலாம்), இனிப்பு வழங்குதல். பெரிதாக எதிர்பார்க்க ஏதுமில்லை. ஆனால் அடுத்த இரண்டு மாதமும் பரபரப்பாக இருக்கப் போகிறது என்று பெரியவர்களுக்குத் தெரியுமோ என்னமோ, எங்களுக்கு யாரும் சொல்லவே இல்லை.

ஜனவரி இருபத்து நாலாந்தேதி ஞாயிற்றுக்கிழமை தினசரியில் ‘சர்ச்சில் கவலைக்கிடம்’ என்று கொட்டை எழுத்தில் வந்தது. கோகலே ஹால் நூலகத்தில் பேப்பர் படித்த எனக்கு, இப்படி அரைகுறைச் செய்தியை அதுவரை படித்ததாக நினைவு இல்லை. சர்ச்க்கு ஏசு நாதரை வழிபட யார் போனது, அதில் என்ன கவலை என்ற தகவல் ஏதும் இல்லாது, ஒரு வெள்ளைக்காரக் கிழவர் போட்டோவோடு வந்த செய்தி. படிக்கப் பொறுமையில்லாமல் ‘சரோஜாதேவி தினசரி என்

கனவில் வருகிறாரே' என்று முறையிடும் கேள்வி-பதில் படிக்கப் பக்கத்தைத் திருப்பினால், பேப்பர் படக்கென்று பிடுங்கப்பட்டது. பெரிசுகள்தான். இந்தி நாடு முழுக்க ஆட்சிமொழி ஆகப் போகிறதாம். தமிழ்நாட்டில் அப்போது பக்தவத்சலம்தான் முதலமைச்சர். சரியாகச் சொன்னால், மதராஸ் மாகாண முதல் மந்திரி அவர். 'போ ரைட்' என்று அவரும் இந்திக்குக் கைகாட்டிவிட்டாராம். 'சும்மாக் கிடக்கற சங்கை ஊதிக் கெடுக்கறதுலே இவங்களை மிஞ்ச ஆளே இல்லை' என்றான் லைபிரரிக்கு வெளியே நடந்து சைக்கிளில் ஏறிய எஸ்.எம்.ஆர் வக்கீல் மகன் சந்துரு. யாருக்கு சங்கு? ஏன்?

செவ்வாய்க்கிழமை குடியரசு தினம். பள்ளிக்கூடத்தில் கொடியேற்றத்தை ரத்து செய்துவிட்டதாக குண்டுராஜு காலையிலேயே ஒருத்தர் பாக்கி விடாமல் தகவல் அறிவித்து விட்டான். தமிழ்நாடெங்கும் கலவரமாம். நிறையப்பேர் கைது. ஊர் முழுக்க பதற்றமான சூழ்நிலை. தெருமுனையில் ஏதோ கூட்டம். இந்தி ஆட்சிமொழி ஆனதை ஆதரித்துத் தலையங்கம் எழுதிய பத்திரிகைகளையும், இந்தி பாடப் புத்தகங்களையும் குவித்து வைத்துக் கொளுத்திக் கொண்டிருந்தார்கள். சீதரன் சொன்னான், 'மணியன் வாத்தியாரை போலீஸ்காரங்க அரஸ்ட் பண்ணிட்டாங்கடா' அவரையும் காகிதம் கொளுத்தியதற்காகத்தான் கைது செய்தார்களாம். அரசியல் அமைப்புச் சட்டத்தை எரித்துவிட்டாராம். போனால் போகிறது, இன்னொரு காப்பி இல்லாமலா போய்விடும்?' 'மடையா, இனிமே நாம எல்லோரும் இந்தியிலேதான் பேசி, எழுதி, படிச்சு, இந்திக்காரனுக்குக் கைகட்டி நிக்கணும்னு சட்டம் போட்டிருக்காராம் குள்ள சாஸ்திரி' எனக்கும் பிரதமர் லால்பகதூர் சாஸ்திரி மேல் இப்படி அப்படி என்றில்லாத கோபம் வந்தது. கோயில் பிராகார உத்திரத்தில் வௌவால் தொங்குகிறதுபோல் வரிசையாகத் தொங்குகிற எழுத்தோடு இந்தியைப் படித்துக்கொண்டு தினசரி காய்ச்சல்காரன் போல சுக்கா ரொட்டி சாப்பிட்டுக்கொண்டு மிச்ச வாழ்க்கையைக் கழிக்க எனக்கென்ன தலைவிதி? இந்தி இருந்த பழைய ரயில்வே கைடு புத்தகத்தை வீட்டிலிருந்து கிளப்பிக்கொண்டு வந்து எரிகிற தீயில் போட்டேன். ஒழியட்டும் இந்தி.

‘ரோஜா மலரே ராஜகுமாரி’ பாட்டு துணைக்கு வராமலேயே தட்சிணா ஆச்சாரியார் சவுண்ட் சர்வீஸ் மூலம் ‘144 தடையுத்தரவு’ போடப்பட்ட விஷயம் மூலைமுடுக்கு விடாமல் ஒலிபரப்பானது. சர்க்கார் போட்ட தடையுத்தரவு தவிர வீட்டிலும் அதைவிடக் கடுமையான தடைச் சட்டம் அமலாக்கப்பட்டது. சும்மா வெளியே எங்கேயும் போய்ச் சுத்திட்டுக் கிடக்காமல் பாடத்தை எடுத்துப் படிக்கச் சொல்லி உத்தரவு. பத்து நிமிடம் புத்தகத்தைத் திறந்து வைத்து சுமேரியர்கள் டேப்லெட்டில் அரசியல் சட்டத்தை எழுதிவைத்திருந்த அதிசயத்தை இன்னொரு தடவை கர்மமே என்று படித்தேன். டேப்லெட் என்றால் மாத்திரை இல்லையோ. சட்டத்தை எழுதி வைக்க காகிதம் கிடைக்கவில்லையா சுமேரியர்களுக்கு? அங்கேயும் இந்தி மாதிரி எதையாவது திணித்து, மணியன் வாத்தியாரோ அவர் மாதிரி ஊருக்கு ஊர் நிறையப் பேரோ படையாகத் திரண்டு வந்து எரிக்க முடியாமல் இப்படி மாற்று ஏற்பாடு செய்தார்களோ? டேப்லெட் என்றால் களிமண் பலகையும்தான் என்றார் அப்பா. அவருக்கும் இந்தியை வலுக்கட்டாயமாகக் கொண்டுவந்தது பிடிக்கவில்லை. நான் திண்ணைச் சுவரில் பென்சிலால் ‘இந்தி ஒழிக’ எழுதியபோது அவரைத் தவிர மற்றவர்கள் சத்தம் போட்டார்கள். இந்திக்கு ஆதரவாக இல்லை. புதிதாக சுண்ணாம்பு அடித்த சுவராம். உடனடியாக அழித்து இந்தியை வாழவைத்தார்கள்.

இந்தி அரக்கி படம் வரைந்து வைக்கோல் பொம்மையில் ஒட்டிப் பாடை கட்டி எரிக்க ஒரு கூட்டம் கிளம்பியது. கிருஷ்ணன் வாத்தியாரை வரையச் சொல்லலாம் என்று யாரோ ஆலோசனை சொன்னார்கள். கனகவல்லி டீச்சர் ஜாடையில் இந்தி அரக்கி இருப்பதைப் பார்க்க யாருக்கும் தைரியம் இல்லாததால், படம் இல்லாமலே அரக்கி பள்ளிக்கூட வாசலுக்குப் பாடையில் பவனி வந்தாள். எரிக்க முடியாமல் போலீஸ் எல்லோரையும் விரட்டிவிட்டது. பள்ளிக்கூடமும் பத்து நாள் லீவாகப் பூட்டப்பட்டது.

சிதம்பரத்தில் கல்லூரி மாணவர்களைத் துப்பாக்கி வைத்து சுட்டதில், போலீஸ்காரர் மகன் ராஜேந்திரன் இறந்த தகவல் வந்தபோது, ஒவ்வொரு வீட்டிலுமே சாவு ஏற்பட்ட வருத்தம்

கனமாகக் கவிய, பேப்பரில் தினசரி செய்தி - துப்பாக்கிச் சூட்டில் சாவு, தடையை மீறி ஊர்வலம் போனவர்கள் கைது, பள்ளிகள் அடைப்பு நீட்டிப்பு.

ரயில்வே ஸ்டேஷனில் ஒரு கூட்டம் புகுந்து இந்தியில் பெயர் எழுதிய பலகைகளில் தார் பூசியது. 'ராமேஸ்வரத்துக்கு வர்ற வடக்கத்திய பிரயாணிகள் கஷ்டப்பட மாட்டாங்களா?' என்று ரிடையர்ட் ஸ்டேஷன் மாஸ்டர் வருத்தப்பட்டார். 'காசிக்குப் போற நம்ம ஆளுங்க படற கஷ்டத்தை விடவா?' என்றார் இன்னொரு வயசாளி.

பிப்ரவரி பிறந்தும் தமிழ்நாடு முழுக்க காவு வாங்குவதில் இந்தி மும்முரமாக இருந்தது. சி.சுப்ரமணியம் மந்திரிசபையிலிருந்து ராஜினாமா என்ற செய்தியை ஆகாசவாணியில் கேட்டு என்ன என்று புரியாமலேயே கைதட்டினோம். பெங்களூரில் காரியக் கமிட்டி கூட்டம் என்று பத்திரிகைச் செய்தி. சாதாரணமாக இந்த மாதிரி தகவல் எல்லாம் திண்டு தலையணையில் சாய்ந்து காந்தி குல்லாய் வைத்தவர்கள் விவாதிக்கிற படத்தோடு வரும். இப்போது வெறும் செய்தி மட்டும்தான். இந்தி திணிப்பை வற்புறுத்த வேண்டாம் என்று நிஜலிங்கப்பா நிஜமாகவே மன்றாட, உள்துறை அமைச்சர் மொரார்ஜி தேசாய் மாட்டேன் என்று பிடிவாதம் பிடிப்பதாகச் செய்தி சொன்னது. அவருக்குச் சாய வாகாகக் காரியக் கமிட்டியில் திண்டு கொடுத்திருக்க மாட்டார்கள்.

இரண்டு மாதம் சென்று பள்ளிக்கூடம் மறுபடி திறந்தபோது, சர்க்கார் ஏதோ உத்தரவாதம் கொடுத்ததால் இந்தி அதிகாரமாக உள்ளே நுழையவில்லை. ஆனாலும், இந்தியை மூன்றாம் மொழியாகப் படிக்க வேண்டிப் போனது. பள்ளிக்கூடத்தில் உடற்பயிற்சிக் கட்டளை கூட 'அட்டென்ஷன்', 'ஸ்டாண்ட்-அட்-ஈஸ்' போய், 'சாவ்தான்', 'வீஸ்ராம்' ஆக மாறியது. 'சாவறான்; அழுகிப்போய் வாடை வீசறான்' என்று நாங்கள் ஒவ்வொரு தலைவர் பெயரையும் சொல்லிச் சபித்தபடி சாவ்தான் - வீஸ்ராமுக்கு மெல்ல நடைபோட, இரண்டு வருடத்தில் ஒரு ஆட்சியே மாறிப்போனது.

இன்றைக்கு எனக்கு இந்தி தெரியும். மனிதர்கள் பேசிப்

புழங்குகிற ஒரு மொழி என்ற மட்டில் அதன் பேரில் வெறுப்பு எதுவும் இல்லை. ஆனாலும், ‘ஹிந்தி ராஜ்பாஷா; தேசிய மொழி அதுதான்’ என்று யாராவது பேச ஆரம்பித்தால், ‘சரிதான் உட்காருடா’ என்று மண்டையில் தட்ட மனதில் ஒரு சின்னப் பையன் எழுந்து வருகிறான். அவனுக்கு கோடிக்கணக்கில் சிநேகிதர்கள் உண்டு என்பதை அவன் அறிவான்.

# இருபத்திரண்டு

'**மா**டர்ன் ஃபேன்சி ஸ்டோர்' வாசலில் தொடங்கியது அந்த க்யூ. அது வளைந்து நெளிந்து குடிதண்ணீர் ஊருணிக்கரை வரை நீண்டிருந்தது. அடகுக்கடை ராம.பெரி.அழகு, பஜ்ஜி ராயர், ஸ்தானிஸ்லாஸ் வாத்தியார், மாயழகு, மளிகைக்கடை அசன் ராவுத்தர் என்ற கலவையான இந்த வரிசையின் கோடியில் நானும் நிற்கிறேன். மத்தியானம் கடையை எடுத்து வைத்துவிட்டுப் பக்கத்தில் மடத்துத் தெருவில் வீட்டுக்குப் போயிருக்கிறார் மாடர்ன் ஸ்டோர்காரரர். அவர் சாப்பிட்டு, குட்டித்தூக்கம் போட்டு, சாவகாசமாக வந்து திரும்பவும் கடை திறக்க வேண்டும். காத்திருக்கிறோம்.

ரேஷன் கடை தவிர இதுவரை வேறு எந்தக்கடை வாசலிலும் இப்படிக் கியூவில் காத்திருந்தது இல்லை. அதுவும் மாடர்ன் ஸ்டோரில். அதிக பட்சம் ஐந்து வாடிக்கையாளர்கள் ஒரே நேரத்தில் நின்றால் அங்கே மும்முரமான விற்பனை என்று அர்த்தம். மந்தித்தோப்பு தைலம், காம்போசிஷன் நோட்புக், மர ஸ்கேல், நஞ்சசங்கூடு பல்பொடி, வாய்பாடு புத்தகம் என்று கடைக்கு உள்ளே எங்கோ இருட்டுக் குகைக்கு நடந்துபோய் ஒவ்வொன்றாக எடுத்துவந்து கடை சிப்பந்தி கொடுக்க, அடுத்த

கஸ்டமராக 'இன்னிக்கு பேப்பர் போடலை' என்று எம்.ஆர்.ஆர் வக்கீல் புகார் மனுவோடு நடுவில் நுழைவார். பெரும்பாலான ஆங்கில, தமிழ் தினசரிகள் மற்றும் வாராந்தர 'குடும்பப் பத்திரிகை'களுக்கு மாடர்ன் ஸ்டோர்தான் வினியோகஸ்தர். நல்லய்யா மரப்பெட்டியில் வைத்து எடுத்துவந்து ஊர் முழுக்க வீடுவீடாக வீசிவிட்டுப் போகும் இவை அபூர்வமாக இடம் மாறி விழுந்துவிடுவதால் ஏற்படும் பிரச்சனை இது. லாட்டரிச் சீட்டு விற்க ஏஜென்சி கிடைத்ததும் இந்த வியாபாரம், விவகாரம் எல்லாம் தாற்காலிகமாகப் பின்னால் தள்ளப்பட்டு, கடைக்கே புதுக் களை வந்துவிட்டது.

'வாசலை மறைக்காம நில்லுங்க. காசு, நோட்டா ஒத்த ரூபா எடுத்து வச்சுக்குங்க. ஒருத்தருக்கு ஒரு சீட்டுத்தான் தரச்சொல்லி கவர்மெண்ட் உத்தரவு' ஷட்டரை ஏற்றிக்கொண்டே கடை சிப்பந்தி அறிவிக்க, முதலாளி கம்பீரமாக எல்லோரையும் பார்த்தபடி கடைக்குள் நுழைந்தார். முதல் லாட்டரிச் சீட்டு விற்பனை தொடங்கியது.

'செலவு ஒரு ரூபாய். வரவோ லட்ச ரூபாய்.' புது அரசாங்கம் ஆட்சிக்கு வந்தபோது தமிழ்நாடு முழுக்க இந்தப் பரபரப்புதான். 'லட்ச ரூபாய் எப்படி இருக்கும்?' அசன் ராவுத்தர் வரிசையில் பின்னால் நின்ற அடகுக்கடை ராம.பெரி.அழகுவைக் கேட்டார். அவரும் பார்த்ததில்லையாம். 'நியூஸ்பேப்பரைப் பாதியாக் கிழிச்ச சைசிலே ஒத்த நோட்டா அடிச்சிருப்பாங்களோ' என்று பஜ்ஜி ராயர் சந்தேகத்தை வெளியிட்டார். 'சாமிகளே, உங்களுக்கு லாட்டரி விழுந்து அந்த நோட்டுக் கெடச்சா, ஆத்திர அவசரத்துக்கு அதையெடுத்து மொளகா பஜ்ஜி கட்டிடாதீங்க' என்றான் மாயழகு. வரிசைக் கோடிவரை இந்தக் கிண்டல் ஒலிபரப்பாகி, அலையலையாகச் சிரிப்பு எழுந்தபோது, வரிசையை உடைத்துக்கொண்டு கறிகாய்க்கடை ஜோதி நடந்தாள். பின்னாலே போம்மா' என்று அவளை வரிசைக் கடைசிக்கு அனுப்பப் பார்த்த சிப்பந்தியைத் தடுத்தாட்கொண்டு, 'முதல் சீட்டை ஜோதி வாங்கட்டும். சுபிட்சமாத் தொடங்கலாம்' என்றார் கடை முதலாளி. யாருக்கு சுபிட்சம் என்று சொல்லவில்லை.

வரிசை மெதுவாக முன்னேறிக்கொண்டிருந்தது. லாட்டரிச் சீட்டு கிடைத்தவர்கள் அதைத் திருப்பித் திருப்பிப் பார்த்துக்கொண்டு, ஜாக்கிரதையாக பையிலோ பர்ஸிலோ வைத்தபடி முகமெல்லாம் மகிழ்ச்சி தெரியக் கடைவாசல் படியிறங்கிக் கொண்டிருந்தார்கள். எனக்குப் பசியும் தாகமும் உச்சத்தில் இருந்தது. பள்ளிக்கூடம் விட்டு வந்ததும் காப்பியோ நொறுக்குத் தீனியோ உள்ளே போகாமல், நியூஸ்பேப்பர் கிடைக்காத எம். ஆர்.ஆர் வக்கீல் போல் இரைந்தது வயிறு. சட்டைப்பையில் பொரிகடலை இருந்தாலாவது அசைபோடலாம். அவசரமாகக் கிளம்பியாகிவிட்டது.

சாயந்திரம் வீட்டுக்கு வந்தபோது அங்கே மும்முரமான பாட்டிமன்றம் நடந்துகொண்டிருந்தது. லாட்டரிச் சீட்டு ஏன் வாங்கவேண்டும் என்று ஆணித்தரமான வாதங்களோடு பாட்டியம்மா விளக்கிக் கொண்டிருந்தாள். தாத்தா உயிரோடு இருந்தபோது யாரோ மாதாமாதம் பெங்களூரிலிருந்து வந்து குதிரைப் பந்தயத்தில் கட்ட அவரிடம் பணம் வாங்கிப் போவார்களாம். அடுத்த மாதம் அவர் வரும்போது காயா பழமா தெரியும். தான் சந்தித்தே இருக்காத எத்தனையோ குதிரைகளை நம்பித் தாத்தா கட்டிய பணத்தை அவற்றில் சிலவாவது ஐம்பது, நூறு ரூபாயாகத் திருப்பிக் கொடுக்க தாத்தாவின் பந்தய யோகமே காரணமாம். அவருடைய யோகம் முழுக்க எனக்கு வந்திருப்பதால் நான் போய் ஒரு லாட்டரிச் சீட்டு வாங்கி லட்சாதிபதியாக பாட்டியம்மா ஆசைப்பட்டாள். அம்மா, அத்தை இரண்டு பேரும் லாட்டரிக்கு எதிர்க்கட்சியில் உறுதியாக நிற்க, எப்போதுமே ஆளுங்கட்சியான பாட்டியின் யோசனை கடைசியாக ஏற்றுக்கொள்ளப்பட்டது. ‘ஒரே ஒருதடவை வாங்கலாம்’ என்றார் மாமா அசிரத்தையாக. ஒற்றை ரூபாயோடு காந்திவீதிக்கு நான் ஓடினேன்.

திருப்பதி தரிசன க்யூ மாதிரி மாடர்ன் ஸ்டோர் படிவாசலை நெருங்கிக் கொண்டிருந்தோம். பஜ்ஜி ராயர் படி ஏறும்போது தடுமாறி விழப்போக அசன் ராவுத்தர் தாங்கிப் பிடித்தார். ‘விழுந்தால் வீட்டுக்கு; விழாவிட்டால் நாட்டுக்கு’ என்று எங்கிருந்தோ அறிஞர் அண்ணா குரல். பின்னால் நின்ற

மிமிக்ரி கணேசன் வாயைக் கைக்குட்டையால் மறைத்தபடி பேசியது அது. ராயரின் ரெகுலர் கஸ்டமர் அவன்.

நான் கொடுத்த ஒற்றை ரூபாய் நோட்டை வெளிச்சத்தில் உயர்த்திப் பிடித்துப் பார்த்து நடுவில் ஓட்டை இல்லை என்று நிச்சயப்படுத்திக் கொண்டு, கடைக்காரர் லாட்டரி சீட்டைக் கிழித்துக் கொடுத்தார். நம்பரை மனதில் கூட்டிப் பார்த்தபடி வெளியே வந்தேன். ஒருதடவை ஒற்றைப்படையாகவும் அடுத்தமுறை ரெட்டைப்படையாகவும் வந்தது. 'ஒத்தப்படைன்னா குறைஞ்சது நூறு ரூபாயாவது ப்ரைஸ் கிடைக்கும். ஏழு வந்தா பத்தாயிரம்' என்று குண்டுராஜு நம்பகமான தகவலாகத் தெரிவித்திருந்ததால் வீட்டுக்கு நடந்தபடி இதைச் செய்தேன். வயிற்றில் பசி இல்லாமல் சாவதானமாக மறுபடி கூட்டி நான் லட்சாதிபதியா, நூறாவதுபதியா என்று பார்க்க வேண்டும்.

லாட்டரி முடிவு வெளியானதற்கு அடுத்த நாள் விடிகாலையில் நல்லையா வரவுக்காகத் தெருவே கையில் லாட்டரிச் சீட்டுக்களோடு காத்திருந்தது. எங்கள் வீட்டுச் சீட்டு இரும்பு அலமாரியில் ரெட்டைத் தாழ்ப்பாள் போட்டுப் பூட்டிப் பத்திரமாக வைக்கப்பட்டாலும், அதன் நம்பர் எனக்கு மனப்பாடமாகியிருந்தது. தெருமுனையிலேயே காத்திருந்து நல்லையாவிடமிருந்து கெஞ்சிக் கூத்தாடி பேப்பரை வாங்கி கங்காராஜ் ஸ்டோர் வாசலில் பரத்தினேன். லட்ச ரூபாய் பரிசு பெற்ற யாரோ பற்றிய விவரம் முதல் பக்கத்தில். நானில்லை. தினசரியைப் புரட்டி இரண்டு பக்கத்துக்கு வந்திருந்த பரிசு விவரத்தை கவனமாகப் படித்தேன். நூறு, ஐம்பது கூடப் பரிசு எங்கள் வீட்டுக்கு விழாமல், என் ஒற்றை ரூபாய் நாட்டுக்குப் போய்விட்டது.

அடுத்த அரைமணி நேரத்தில் எல்லா வீட்டு வாசலிலும் தீபாவளிப் பட்டாசு வெடித்துப் போட்ட மாதிரி காகிதக் குப்பை. பரிசு கிடைக்காத லாட்டரிச் சீட்டு அதெல்லாம். 'எதுக்கும் எல்லாத்தையும் பொறுக்கி எடுத்து வச்சு சாவகாசமாப் பார்க்கலாம்டா. சரியாக் கவனிச்சிருக்க மாட்டாங்க' என்ற குண்டுராஜுவிடம் ஒன்றும் பேசாமல் எங்கள் வீட்டு லாட்டரிச்

சீட்டைக் கொடுத்தேன். பழைய தெருவில் ஆறு புஷ்பம் வீட்டில் வாங்கிய சீட்டுக்கு ஆயிரம் ரூபாய் கிடைத்த செய்தி அதற்குள் ஊர் முழுக்கப் பரவியது. லட்சுமியைப் பார்க்க வேண்டும் என்று ஏனோ மனதில் சின்ன ஆசை.

'லாட்டரி சம்மானமும் வேறொண்ணும் வேணாம். உள்ளது மதி' என்றாள் பாட்டி அடுத்த குலுக்கலுக்குச் சீட்டு விற்றபோது. ஆனாலும் மாடர்ன் ஸ்டோர் முன்னால் மலைப்பாம்பு போல நீள வளைந்து நின்ற க்யூவில் மாமாவும் இருந்தார்.

# இருபத்துமூன்று

**வா**ரக் கடைசியில் சிவகாசியிலிருந்து மாமா பஸ்ஸைப் பிடித்து வந்து சேரும்போது, என் தினசரிக் கடமைகளின் எண்ணிக்கையில் ஒன்று கூடும். ரெட்டைத் தெருக்கோடி சாமராஜு கடைக்கு ஓடி, மாமாவுக்கு மூக்குப்பொடி வாங்கி வருவதுதான் அது.

ஊரில் பொடி போடுகிறவர்களின் எண்ணிக்கை குறைந்து போய் பத்துப்பைசா பாசிங்ஷோ சிகரெட்டும் கையுமாக பலபேர் வலம் வந்துகொண்டிருந்த நேரம் அது. இங்கிலீஷ் பத்திரிகை படிப்பதோடு மூக்குப்பொடியையும் தினசரி அனுஷ்டானமாகக் கொண்டிருந்த ரெட்டைத் தெரு வக்கீல்கள் பொடி வாங்கத் தெருக்கோடி திரும்பி காந்திவீதியை ஒட்டிக் கீகடமான மூலையில் இருந்த சாமராஜு கடைக்குத்தான் வருவார்கள். 'நாலு தலைமுறையா நடக்கற பொடிக்கடை. இப்ப நொடிச்சுப் போனாலும் சாமராஜு குடும்பம் இருந்த இருப்பென்ன. அந்தக் கடைப்பொடி ஜில்லா முழுக்க அந்தக் காலத்திலே பிரசித்தம்.' இதைச் சொல்லியபடி சாமராஜு கடைப் பொடியை இரண்டு நாசியிலும் தாராளமாகத் திணித்து அஸ்க் அஸ்க் என்று தும்மியபடி பெரிசுகள் 'நோஸ்டால்ஜியா'வில் ஆழ்வது அப்போது வழக்கம். மாமாவும் அப்படியே.

ஒற்றை வரிசையில் ஏழெட்டு அழுக்கு பாட்டில். அதில் பழைய ஆரஞ்சு மிட்டாய்,. நமுத்துப்போன கடலை அச்சு, பக்கத்தில் பெரிய பீங்கான் ஜாடியில் மூக்குப்பொடி. சாமராஜுவின் ஆஸ்தானமே இவ்வளவுதான். கடைக்கு முன்னால் கால் ஒடிந்த ஒரு பழைய மரபெஞ்ச், வழவழ என்று பழையகால மேன்மைக்கு ஒற்றை ஆதாரமாகக் கிடக்கும். சட்டென்று கண்ணில் படாமல் போகக்கூடிய இந்தக் கடை, சாமராஜுவின் வீட்டுத் திண்ணையை ஒட்டி இருந்தது. ரெட்டைக்கட்டு வீடான அந்த வீடு ஜில்லா முழுக்கப் பிரசித்தமாகப் பொடி விற்றபோது கம்பீரமாக நின்றிருக்க வேண்டும். நான் பார்க்கும்போது, கிட்டத்தட்ட உள்ளூர் அரண்மனை மாதிரி இடிந்து சிதைந்து எந்த நேரத்திலும் விழுந்து விடுகிற அபாயகரமான கட்டத்தில் இருந்தது. சாமராஜுவும் அவர் தம்பி லிங்கராஜுவும் தவிர வீட்டில் யாரும் குடியிருக்கவில்லை.

நான் போய்ச் சேர்ந்தபோது சாமராஜு பட்டணம்பொடி ஜாடி மேல் செல்லமாகக் கைபோட்டபடி அரைத் தூக்கத்தில் இருந்தார். முக்கால் வழுக்கைத் தலையும், பிரம்மாண்டமான ஆகிருதியுமாக, நாலு முழ வேட்டி கட்டிய ஜப்பானிய சூமோ மல்யுத்த பயில்வான் மாதிரி இருந்தார் அவர். தம்பி லிங்கராஜுவும் கிட்டத்தட்ட இந்த சைஸ்தான். எலக்ட்ரீஷியன் லிங்கராஜு. நாலைந்து வீட்டில் வயர் இழுத்து புதுசாக விளக்குப் போட பெஞ்சில் ஏறி நின்று அது உடைந்து விழுந்த கதைகள் ஊரில் இருந்ததால், சைக்கிளின் பின்சீட்டில் நாலு தலைமுறை மூத்த தேக்கு மர ஸ்டூலோடுதான் கஸ்டமர்களுக்குக் காட்சி தருவார் லிங்கராஜு. ஏறி இறங்கி சங்கடப்பட முடியாது என்று பட்டால், கஸ்டமரை சிநேகித எலக்ட்ரீஷியன் தஸ்தகீர் சாகிப்பைப் பார்க்கச் சொல்லி உடனே சிபாரிசு செய்து விடுவார். ‘சகல விதமான எலக்ட்ரிக் ரிப்பேரும் இவிடம் செய்யக்கூடும்’ என்ற போர்ட் ராஜுக்களின் வீட்டு வாசலில் எழுத்து மங்கித் தொங்கும். ‘செய்யப்படும்’ என்று நிச்சயமாகச் சொல்லாமல், ‘கூடும்’ என்று சந்தேகம் துண்டு துணுக்காக அதில் தொனிக்கக் காரணம் லிங்கராஜுவின் உடம்புவாகு சம்பந்தமான பிரச்சனைகள்தான். ராஜு சகோதரர்கள் கிட்டத்தட்ட நாற்பது வயதிலும் தனிக்கட்டைகளாக

இருந்ததற்கும் 'மாமிச மலை மாதிரி இருந்தா எந்தப் பொண்ணு கட்டிக்குவா' என்று தெருக்குழாயில் தண்ணீர் பிடிக்கும் பெண்கள் ஜாடைமாடையாகச் சொல்லிச் சிரிப்பதற்கும் தொடர்பு இருக்கக் கூடும்.

கையில் வைத்திருந்த இருபத்தைந்து காசால் மிட்டாய் பாட்டிலில் லொட்லொட் என்று தட்டி சாமராஜுவைத் துயில் எழுப்பினேன். 'பாவுரமா' என்றபடி கண்விழித்தார் அவர். இது ஏதோ பழைய தெலுங்கு சினிமாவில் பானுமதி பாடிய பாட்டு என்று கேட்டிருக்கிறேன். சாமராஜுவின் அரைத்தூக்கக் கனவில் பொடி வாடைக்கு நடுவே வரப் பானுமதிக்குத்தான் துணிச்சல் இருந்திருக்க வேண்டும்.

'உட்காருங்க தம்பி, என்ன படிக்கறீங்க? மாமாவுக்குப் பொடிதானே? கட்டித் தரேன்.'

சாமராஜு கடைவாசல் பெஞ்சியைக் காட்டினார். சாயந்திரம் இந்தப் பெஞ்சில் வயசாளிகள் உட்கார்ந்து ஏதோ மாட்டு வாகடம் பற்றி விவாதிப்பார்கள்.

'நீ சரின்னு சொல்லுடா சாமா, எத்தினி பொண்ணு வேணும். கட்டிக்க வரிசையிலே நிப்பாட்டறேன்' என்று அவர்களில் யாராவது வீர முழக்கம் செய்ய, 'நம்ம ஜாதகத்திலே கல்யாண யோகமே இல்லைங்க' என்று அடக்கமாக மறுப்பார் சாமராஜு.

வாராவாரம் நான் வேறே வேறே கிளாசில் படிக்க முடியாது என்பதையோ, சத்தியமாக மாமாவுக்குத்தான் பொடிவாங்க வந்தேன், எனக்காக இல்லை என்பதையோ கூட தெரியாத அந்த அப்புராணி மனுஷருக்குப் பானுமதி கனவில் வருவது தவிர வேறே யோகம் இருக்க முடியாதுதான்.

காலி பெஞ்சில் காத்திருந்தபோது, அலமாரிக்குப் பின்னால் உத்தேசமாகத் தேடி, வாழைப்பட்டை பொட்டலத்தை எடுத்தார் சாமராஜு. சீட்டுக் கட்டைப் பிரிப்பதுபோல் உன்னிப்பாகப் பார்த்து அதன் நடுவிலிருந்து ஒன்றை உருவி பர்ஸ் போல் திறந்தார். தோளில் போட்டிருந்த கைத்தறித் துண்டு கைக்கு வர, அதை ஜாக்கிரதையாக பொடிஜாடியின் மேல் சுற்றி, ஜாடியின் மூடியை இறுக்கித் திறந்தார் சாமராஜு. இறுக்கம் இன்னும்

கொஞ்சம் அதிகமாகியிருந்தால் ஜாடி உடைந்து தெருக்கோடி வரை காரம் மணம் நிறைந்த பொடி சிதறியிருக்கும். அடுத்து ட மாதிரி வளைந்து முனையில் கிண்ணம் போன்ற அமைப்பு இருந்த ஒரு விநோதமான கரண்டி மூலம் பொறுமையாகப் பத்து சிட்டிகை பொடி ஜாடியிலிருந்து வாழைப்பட்டைக்கு இடம் மாறியது. பெரிய ஜாடிக்குப் பக்கத்தில் சின்ன ஜாடியிலிருந்து வேறு ஏதோ சரக்கு அரை சிட்டிகை பிறகு வாழைப்பட்டைக்குள் விழுந்தது. கரகர என்று கரண்டியால் அதைச் சிந்தாமல் சிதறாமல் கலந்து, வாழைநாரால் இறுக்க மூடி என்னிடம் நீட்டினார் சாமராஜு. 'கடலை மிட்டாய் வேணுமா தம்பி' அடுத்த வழக்கமான விசாரிப்பு. மீதி ஐந்து பைசாவுக்கு கங்காராஜ் கடையில் புது கடலை அச்சு கிட்டும்.

லிங்கராஜு ஸ்டாண்ட் இல்லாத சைக்கிளை கடைவாசலில் சாய்த்து நிறுத்திவிட்டு, காரியரில் இருந்த மர ஸ்டூலை தோளில் ஏற்றியபடி கடோத்கஜன் மாதிரி வாசல் படியேறினார். 'டே தம்பி, சோறு மட்டும் பொங்கி வச்சிருக்கேன். கல்சட்டியிலே புளி மிச்சமிருக்குதான்னு பாரு. இல்லே, ஆவன்னா றூனா கடையிலே பத்து எழுதி ஒத்த ரூபாய்க்கு உப்பு, புளி, மொளகா வாங்கி வந்து காரக் கொழம்பு வச்சிடு. வியாபாரத்தை முடிச்சுட்டு சாப்பிடலாம்.' அண்ணன் ராஜு தம்பியிடம் சொன்னபோது, 'கடன் எதுக்கு அண்ணே. உள்ளதே நிலுவையிலே கிடக்கு. ஆவன்னா றூனா கடையிலே புதுசா லைட் போடணும்னாரு. முடிச்சுட்டு, வாங்கியாந்துடறேன்.' லிங்கராஜு திரும்ப மர ஸ்டூலோடு சைக்கிள் பக்கம் நடந்தார். 'பெரியாத்தாவுக்குப் படைக்கணும்டா. அமாவசியில்லே இன்னிக்கு? சீக்கிரமா வந்துடு' என்றார் சாமராஜு. அந்தப் பழைய வீட்டில் ராஜு சகோதரர்கள் தவிர வேறு யார் பெரியாத்தா? பொடியை மாமாவிடம் கொடுத்தபோது விசாரித்தேன். அதுவும் நாலு தலைமுறைக்கு முந்திய கதையாம். ராஜு சகோதரர்களின் முன்னோர் யாரோ வீட்டில் இன்னும் ஆவி ரூபமாகச் சுற்றி வருகிறதால் அவ்வப்போது படையல் நடக்குமாம். 'சின்னப் பையன் கிட்டே இதையெல்லாம் எதுக்குச் சொல்லிக் காப்ராபடுத்தணும்?' அத்தை கோபித்தாள்.

நான் கல்லூரி போனபோது, முனிசிபாலிட்டி ஹெல்த்

இன்ஸ்பெக்டர் சோதனையிட்டு, சாமராஜுவின் கடையை அசுத்தமான உணவுப் பொருள் விற்றதற்காக சீல் வைத்தார்கள். லிங்கராஜு, பக்கத்து கிராமத்தில் பம்ப்செட் மோட்டார் ரிப்பேர் செய்யும்போது கால்தவறி கிணற்றில் விழுந்து இறந்ததும் அப்போதுதான். ரொம்பநாள் கழித்து, நான் கதை எழுத ஆரம்பித்தபோது பெரியாத்தாவோடு, சாமராஜு சாயலில் ஒரு பொடிக்கடைக்காரனும் கதையில் நுழைந்தான். மண்பானைச் சமையல் மெஸ் நடத்துகிற அனுசரணையான மனைவியை அவனுக்காக சிருஷ்டித்தேன். லிங்கராஜுவுக்கும் கூடிய சீக்கிரம் கல்யாணம் செய்துவைக்க வேண்டும்.

# இருபத்துநாலு

பழைய தெருவில் 'ஆறு புஷ்பம்' வீட்டுக்கு அப்பால் பத்தடி நடையை எட்டிப் போட்டால், வலது வசத்தில் முதலாவது வீடு காசி வாத்தியாருடையது. வாசலில் ரெண்டு பப்பாளி மரம், அவரைக் கொடி என்று சின்னத் தோட்டத்தைக் கடந்து வீட்டுக்குள் படியேறினால் இருண்ட ஆளோடி. ரேழி என்று சொல்வார்கள் எங்க ஊர் வழக்கில். ரேழியில் மரக்கதவு அடைத்து பூட்டுப் போட்டு ஒரு அறை. வாசலில் 'யாரும் பிரவேசிக்கக் கூடாது. முயற்சி செய்தால் போலீஸ் வசம் ஒப்படைக்கப்படும்' என்று சிவப்பு பென்சிலால் கிறுக்கிய நோட்டீஸ் ஒட்டியிருக்கும். போலீஸ் பயத்தோடு அறையைத் தாண்டி உள்ளே நடந்தால் பெரிய கூடம். எல்லா வீட்டிலும் இருக்கப்பட்டதுதான். ஒரே வித்தியாசம் கூரையே இல்லாமல் கூடம் முழுக்க வானம் பார்த்து சூரிய வெளிச்சத்தில் காய்ந்து, பௌர்ணமி நிலவில் குளிர்ந்து கிடக்கும். அதையும் கடந்தால் இடிந்துகொண்டிருக்கும் சமையலறை. பின்னால் கீரைப் பாத்தி, கைப்பிடிச் சுவர் பாதி காணாமல் போன கிணறு, ஏதோ வைராக்கியத்தோடு இன்னும் தரையில் விழாமல் நின்று கொண்டிருக்கிற செல்லரித்துப்போன கொல்லைக் கதவு. பழைய தெருவிலேயே ஆகப் பழைய வீடு காசி வாத்தியார் வீடாகத்தான் இருக்கும்.

காசி வாத்தியார் பள்ளிக்கூட வாத்தியாரில்லை. புரோகிதர். கனபாடிகள், தீட்சிதர்கள், சிரவுதிகள் என்று பட்டங்களோடு ஊரில் புரோகிதம் செய்த பெரிய கைகளுக்கு நடுவே காசி வாத்தியார் சாதாதான். கல்யாணம், கணபதி ஹோமம், திவச காரியம் என்று இந்த சீனியர்கள் போகும்போது ஒத்தாசையாகக் கூடவே போய், தொன்னை முடைந்து, மஞ்சள் பிள்ளையார் பிடித்து வைத்து, சமித்து தயார் செய்து ஒத்துழைக்கிறவர். கோவில் நடேச பண்டிதர் நாதஸ்வர கோஷ்டியில் ஒத்து ஊதுகிறவரைப் பார்த்தால் எனக்கு காசி வாத்தியார்தான் நினைவுக்கு வருவார்.

இரண்டு தலைமுறைகளுக்கு முன்னால், ஊரில் சாப்பாட்டுப் பிரியர்கள் இன்னும் அதிகமாக இருந்த காலத்தில், காசி வாத்தியார் குடும்பம் ஊருணிக்கரையில் நடத்திய காப்பி சாப்பாடு ஓட்டல் ஏகமாகப் பிரசித்தி பெற்றிருந்தது. இது பாட்டியம்மாளிடமிருந்து கிடைத்த தகவல். கல்யாணமான புதிதில் மதியம் அங்கேயிருந்துதான் பாதாம் அல்வா வாங்கிவந்து ஓசைப்படுத்தாமல் வீட்டில் நுழைந்து, பாட்டிக்குக் கொடுப்பாராம் தாத்தா. ‘அல்வா பொதிஞ்சு வந்த வாழையிலை நறுக்கைக்கூட தூரப் போட மனசு வராது. அப்படி கமகமன்னு நெய் அப்பியிருக்கும்.’

காசி வாத்தியார் தலையெடுத்தபோது ஓட்டல் ஓய்ந்துபோய், நெய்யும், அல்வாவும் பழங்கதை லிஸ்டில் சேர்ந்திருந்தன, வேத பாடசாலையில் ஏதோ ஒப்புக்கு நாலைந்து மாதம் படித்திருந்தார் அவர். அந்த மந்திரங்கள், யார் வீட்டிலாவது திவசம் தரும்போது காசி வாத்தியாரை பித்ருக்கள் சார்பில் பெரிய வாழையிலை முன்னால் உட்கார்ந்து சேப்பங்கிழங்கு மிளகூட்டானையும், எள்ளுருண்டையையும், பிண்டம் பிடிக்க அவசரமாக வடித்த சோற்றையும் சாப்பிட்டு, தட்சிணை வாங்க ஒத்தாசை செய்தன.

புரோகிதத்துக்குக் கூப்பிடப்படாத நேரங்களில் காசி வாத்தியாரை கோகலே ஹால் லைபிரரியில் தவறாமல் பார்க்கலாம். தினமணியில் ஆரம்பித்து, முரசொலி, ஜனசக்தி, தீக்கதிர், விடுதலை என்று ஒரு பத்திரிகை கூட விடாமல்

சிரத்தையாக வாசித்துக் கொண்டிருப்பார் அவர். அது முடிந்து கலைக்கதிர், சோவியத் யூனியனிலிருந்து வெளிவரும் ஸ்புட்னிக் என்று அறிவியல் பத்திரிகைகளை அதேபடிக்குப் பாராயணம் செய்துவிட்டு, லைபிரரி வாசலில் யாரோடாவது 'தினமணியிலே ஏ.என்.சிவராமன் அப்போஜி, பெரிஜி பத்தி விளக்கினது' என்று வானத்தில் ராக்கெட் ஏவுதல் பற்றிப் பேசிக்கொண்டிருப்பார். அதுவுமில்லாவிட்டால், 'ஏ.என்.எஸ். குன்னத் மிர்தலோட பொருளாதாரக் கொள்கையை விவரிச்சிருக்காரே.'

காசி வாத்தியாரின் மூத்த சகோதரர் அவரை வீட்டைக் காலி செய்யச்சொல்லி வருடக் கணக்காக வற்புறுத்தி, கேஸ் போட்டதோடு நிற்காமல், பரம்பரை சொத்தென்று ஓட்டல் அண்டா குண்டாவை எல்லாம் ரேழி அறையில் போட்டுப் பூட்டி, வாசலில் ஏற்கனவே கூறிய அச்சுறுத்தும் அறிவிப்பும் எழுதி ஒட்டியிருந்தார். 'அந்த ரூமுக்குள்ளே எத்தனை அற்புதமான புஸ்தகம் எல்லாம் இருக்கு தெரியுமா? மகாராஜா ரஞ்சித்சிங், விக்டோரியா மகாராணி ஆட்சியோட ஐம்பதாவது ஜூபிளி கொண்டாட்டம் நடக்கறபோது, அதான் ஆயிரத்து எண்ணூத்து எண்பத்தேழுலே, எழுதின கிரிக்கெட் சரித்திரப் புஸ்தகம் படிச்சிருக்கியா? எனக்கு இங்கிலீஷ் படிக்க வராட்டாலும் அதிலே ஒவ்வொரு போட்டோவும் மனசிலேயே தங்கியிருக்கு. எஸ்.எம்.ஜே உட்ஸ் இப்படி புல் ஸ்ட்ரோக் அடிக்கறது கண்கொள்ளாக் காட்சியாச்சே' என்றபடிக்கு, தர்ப்பைக் கட்டை ஊஞ்சலில் வைத்துவிட்டு, வக்கீல் எஸ்.எம். ஆர் வீட்டில் அமாவாசைத் தர்ப்பணத்துக்குப் போனபோது குமஸ்தா சுப்பிரமணியிடம் கிரிக்கெட் மட்டை பிடித்த அபிநயத்தோடு அவர் பேசுவதைப் பார்த்திருக்கிறேன்.

காசி வாத்தியாருக்கு ஒரே ஒரு மகள். மாலதி. எஸ்.எஸ்.எல். சி படித்து, டைப் ரைட்டிங் லோயர் முடித்து எங்கெல்லாமோ வேலைக்கு அப்ளிகேஷன் போட்டுக் கொண்டிருந்தாள். ஒரு வழியாக சர்வீஸ் கமிஷன் எழுதி பாஸாகி அவளுக்கு ஃபிஷரிஸ் டிப்பார்ட்மெண்டில் ராமேஸ்வரத்திலோ மண்டபத்திலோ உத்தியோகம் கிடைத்தது. 'என்ன ஓய், உம்ம பொண்ணு மீன் இலாகாவிலே என்.ஜி.ஓவாமே. இனிமேல்கொண்டு சலுகை விலையிலே கடல் புஷ்பம் எல்லாம் கிடைக்கும்னு சொல்லும்'

என்று நடராஜ தீட்சிதர் நக்கல் செய்தபோது அதை ஒரு பொருட்டாகவே எடுத்துக்கொள்ளாமல், தீட்சிதரின் சைக்கிள் விளக்கு மங்கலாக இருந்ததற்கு டைனமோவில் என்ன குறை என்ற தன் ஆராய்ச்சி முடிவுகளைப் பகிர்ந்துகொண்டிருந்தார் காசி வாத்தியார்.

சூரிய கிரகணமோ சந்திர கிரகணமோ வரும்போது தவறாமல் என் ஜன்ம ராசியில் கிரகணப்பீடை என்று சொல்லி வீட்டில் என்னை நேரங்கெட்ட நேரத்தில் குளிக்கச் சொல்லி, அரையில் துண்டோடு காத்திருக்க வைப்பார்கள். ஏதோ மந்திரம் சொல்லி ஒரு பனை ஓலையில் இரண்டு பக்கமும் துளைபோட்டு நூலால் கட்டி, நெற்றியைச் சுற்றி அணிந்துகொண்டால் தோஷம் விலகிப் போய்விடுமாம். இந்த அற்பமான நெற்றிப் பட்டயம் சூட்டும் காரியத்துக்கு எல்லாம் சீனியர் புரோகிதர்கள் வரமாட்டார்கள் என்பதால் காசி வாத்தியார்தான் லொங்கு லொங்கென்று பனை ஓலையோடு சைக்கிளில் வந்து இறங்குவார். அப்படி எழுந்தருளியபோது நான் பத்திரிகையில் தொடராக வந்து பைண்ட் செய்த முகமூடி சித்திரத் தொடர்கதையில் மூழ்கியிருந்தேன். 'லா.ச.ரா, பிலோ இருதயநாத், அழ வள்ளியப்பா எல்லாம் முகமூடி கதை எழுதினா எப்படி இருக்கும்னு எஸ்.ஏ.பி குமுதத்திலே ஹாஸ்யமா எழுதினதைப் படிச்சீரா?' என்று என் மாமாவிடம் விசாரித்தபடி மந்திரம் சொன்னார் வாத்தியார்.

'வி.கே.ஆர்.வி ராவோட மாலைக் கால்வாய் திட்டத்தை அமலாக்கி, கங்கை காவிரி இணைப்பு வந்தா அப்புறம் இந்த தேசத்திலே பஞ்சம் என்கிறதே பழங்கதையாயிடும்' என்று அடிக்கடி பரந்துபட்ட தேசியப் பார்வையோடு உற்சாகமாகக் குரல் கொடுப்பார் காசி வாத்தியார். அரண்மனை வாசலில் ஒரு பொதுக்கூட்டத்தில் பேச பிரஜா சோஷலிஸ்ட் தலைவர் அஷோக் மேத்தா வந்தபோது, யாரை வைத்தோ இங்கிலீஷில் கங்கை காவேரி இணைப்பை அடுத்த இருபது வருஷத்தில் நிறைவேற்ற வேண்டிய அவசியம் பற்றி மனு எழுதிக் கொண்டுபோய்க் கொடுத்தார் அவர். மேடையில் இருந்த அஷோக் மேத்தா மனுவை பிரிக்காமலேயே, 'தேக் லேங்கே' என்று வடக்கத்திய தலைவர் தொனியில் சொல்லிவிட்டு

மைக்கைப் பிடித்தபோது பக்கத்திலேயே நிறைவான சிரிப்போடு காசி வாத்தியார் நின்றார். அதற்கு இரண்டு நாள் முன்னால்தான் மாலதி தன்னோடு மீன்வளத்துறையில் வேலை பார்த்த ஜார்ஜை மதுரையில் ரிஜிஸ்தர் கல்யாணம் செய்துகொண்டு வீட்டை விட்டுப் போயிருந்தாள்.

# இருபத்தைந்து

புறா. கொழுகொழுவென்று, மரக் கிளையிலோ ஜன்னல் கம்பியிலோ தத்திக்கொண்டு அலகில் நெல் கதிரைப் பிடித்திருக்கிற புறா. அதன் மேல் டிராயிங் மாஸ்டருக்கு என்னமோ அலாதியான பிரியம். ஆறு தொடங்கி எட்டாம் வகுப்பு வரை வாரம் ஒரு மணி நேரம் டிராயிங்க் கிளாஸ். எந்த வகுப்பில் எந்த செக்ஷனில் சாக்குக் கட்டியோடு நுழைந்தாலும் டிராயிங் மாஸ்டர் கை, போர்டில் புறா வரையத்தான் துறுதுறுக்கும்.

பள்ளிக்கூட நூலகம் பக்கம் அவர் தலை தெரிந்ததுமே குண்டுராஜு டிராயிங் நோட்டில் அவசர அவசரமாக புறாவை வரைந்து வைத்துவிட்டு, காமிக்ஸ் படிக்க ஆரம்பிப்பான். 'என்னடா இது பாறாங்கல் சைசிலே உங்க தாத்தா மண்டையைப் போட்டு வச்சிருக்கே?' வகுப்புக்குள் நுழைந்து நேரே அவன் பெஞ்சுக்குப் போய் நோட்டைப் பிடுங்கிப் பார்த்த டிராயிங் மாஸ்டர் சிரித்துக்கொண்டே விசாரிப்பார். அது ஒரு குணம் அவரிடம். கோபப்படவே தெரியாது. 'நான் ஏதும் செய்யலே. நீயும்தான். ஏதோ ஒண்ணு சாவி கொடுத்து ஆடச் சொல்லுது. ஆடறோம். சாவி தீர்ந்தா.' வாக்கியத்தைப் பாதியில் நிறுத்தி கரும்பலகைப் பக்கம் விரைவார். நாலு பேர் முகத்தில் சிரமம்

தெரிய தூக்கிக்கொண்டு போகிற பிணத்தின் படம் அடுத்த நிமிடம் அங்கே கோடுகோடாக எழுந்து பரவும். அதன் நெற்றியில் ஒரு காசை ஒட்டிவைத்தது மாதிரி வட்டமாக வரைந்து விட்டு மேஜையில் சாக்பீஸை நெட்டுக்குத்தலாக நிறுத்தி வைப்பார். 'அப்புறம் என்னடா விஷயம் பசங்களா?' என்று அவர் பார்வை விசாரிக்கும்.

'எங்க தாத்தா.' குண்டுராஜு அடி எடுத்துக் கொடுப்பான். 'அவருக்கு என்னடா, ராஜா மாதிரி இருந்தாரு. சட்டத்தை முழுக்கக் கரைச்சுக் குடிச்சுட்டு கோர்ட்டுக்குப் போகாமே இப்படி.' இதுவும் பாதியில் நிற்க, போர்டில் சவ ஊர்வலம் அவசரமாக அழிக்கப்பட்டு, வீட்டுக் கூடம். ஊஞ்சல். தலைப்பாகை, கோட்டு சகிதம் ஊஞ்சலில் உட்கார்ந்து டபரா டம்ளரில் ஆவி பறக்கிற காப்பி சாப்பிடுகிற புஷ்டியான தாத்தா. 'சார், கோட்டிலே ரெண்டு கைதானா?' யாராவது ஞாபகப்படுத்துவார்கள். 'சேசே, வக்கீல் கோட்டுன்னா பிரம்மதேவன் போட்டுக்கற மாதிரி நாலு கை இருக்கணும்' டிராயிங் மாஸ்டர் தாத்தா தோளிலிருந்து இரண்டு பக்கமும் உபரியாக வழிந்து தொங்கும் கோட்டுக் கைகளை வரைவார். 'திருப்திதானே' என்கிறது போல சிரிப்பு.

'சின்னப் புள்ளையிலே இவன் தாத்தா எனக்கு பள்ளிக்கூடத்திலே படு சீனியர். ஒரு தவணை மழைன்னா அப்படி மழை. பனங்காட்டு ஓடையிலே வெள்ளம் கரைபுரண்டு ஓடுது. ஓடைக்கரையிலே பனமரத்து நுங்கு எல்லாம் காத்துலே விழுந்து அதுவும் தண்ணியோடு போகுது. வாங்கடா, நுங்கு எடுத்தாந்து சாப்பிடலாம்னு சீனியர் ஓடைக்குள்ளே குதிச்சாரு. நாங்களும் குதிச்சு நீந்திப் போனோம். கையிலே அள்ளி வாயிலே கவ்விக்கிட்டு ஏகத்துக்கு நுங்கு. இவங்க தாத்தா கவ்விப் பிடிச்சாரே பாக்கணும்.' சின்ன வயசுத் தாத்தா உச்சிக் குடுமியோடு கோழிக் குஞ்சைக் கவ்விக்கொண்டு மிரள மிரள கரும்பலகையில் விழிக்க ஆரம்பிக்க குண்டுராஜு சிரிப்புச் சத்தம் தான் முதலில் கேட்கும். 'மெதுவா. எட்மாஸ்டர் வந்துடப் போறார்டா' டிராயிங் மாஸ்டர் வாயில் விரலை வைத்து எச்சரித்துவிட்டு நாற்காலியில் அமர்வார்.

சாயந்திரம் ஐந்து மணிக்குக் கடைசி மணி அடித்ததும் பிள்ளைகளுக்கு முன்னால் பள்ளிக்கூடத்தை விட்டுப் பூஞ்சிட்டாகப் பறப்பது டிராயிங் மாஸ்டர்தான். அவருடைய பழைய இருபத்து நாலு இஞ்ச் ராலே சைக்கிளுக்கு எங்கிருந்தோ அப்படி ஒரு வேகம் வந்துசேரும். எதிர்க்காற்றிலும் சளைக்காமல் அழுத்தி மிதிக்க அது போய் நிற்கிற இடம் ஜெயராம் தியேட்டர். தினசரி சினிமா பார்ப்பதற்கு டிராயிங் மாஸ்டர் சினிமா பைத்தியம் இல்லைதான். சாயந்திரத்துக்கு மேல் தியேட்டரில் அவருக்கு வேலை என்பதே காரணம். அதற்காகச் சின்னதாக இன்னொரு வருமானமும் உண்டு.

பகல் நேரத்தில் பள்ளிக்கூட உத்தியோகம், சாயந்திரம் தொடங்கி நடுராத்திரி வரைக்கும் சினிமா தியேட்டரில் டிக்கட் கிழித்து, காசு எண்ணி எடுத்து வைக்கிற வேலை. பள்ளிக்கூட நிர்வாகம் அனுசரணையாக இருந்ததால் இப்படி இரட்டைச் சம்பளம் வாங்குகிற விஷயத்தில் சிக்கல் இல்லாமல் போனது. வந்தாலும் விடுவிக்கத் தயாராக ஊரில் அநேக வக்கீல்கள் டிராயிங் மாஸ்டர் கூடப் படித்த சிநேகிதர்கள். தினசரி சினிமா வசனமும் பாட்டும் தியேட்டரிலிருந்து ஒலிக்கக் கேட்டுக்கொண்டு, அவ்வப்போது உள்ளே எட்டிப் பார்த்து எம்.ஜி.ஆரையும், சிவாஜியையும் தரிசித்தபடி காசை எண்ணுகிறது மாதிரி ஆனந்தமான வேலை இருக்கமுடியாது என்று நாங்கள் பொதுவாக அபிப்பிராயப்பட்டோம். ‘பாவம்டா, குடும்ப பிரச்சனை’ என்றான் ராஜு. அதற்கு மேல் நாங்களும் என்ன ஏது என்று கேட்கவில்லை. அவனும் சொல்லவில்லை.

‘எங்க வீட்டுப்பிள்ளை’ ஜெயராம் தியேட்டரில் ரிலீஸ் ஆனபோது, விறகுக்கடை ராஜேந்திரன் வகுப்பு எடுத்து முடிந்து வெளியே போகிற டிராயிங் மாஸ்டரிடம் ஓடி ரெண்டு டிக்கட் வாங்கித்தர முடியுமா என்று விசாரித்தான். அவனுக்கு இல்லை. எம்.ஜி.ஆர் ரசிகரான அவன் அப்பாவுக்கு. ‘டேய் தம்பி, உங்கப்பன் கிட்டே போய்ச் சொல்லு. ஒன்பதுலே இருந்து அஞ்சு, டிராயிங் மாஸ்டர் டிக்கட் கிழிக்க மாட்டான். ஆறிலேருந்து ராத்திரி பதினொண்ணு தியேட்டர்காரன் படம் வரையமாட்டான்’ என்று சிரித்தபடியே அவன் கன்னத்தைச் செல்லமாகத் தட்டிவிட்டு நடந்தார் மாஸ்டர்.

அரைப்பரீட்சை, முழுப்பரீட்சை விடுமுறை என்று வரும்போது அவர் வீட்டில் இருந்தே படம் போடுவார். இது அநேகமாகப் புறா படமாக இருக்காது. இயற்கைக் காட்சி, அம்மன், சாமி, ஏர் உழவன், சோப்புக் குமிழ் ஊதும் குழந்தை என்று இந்தப் படம் எல்லாம் காகிதத்தில் வரைந்தவை இல்லை. சுட்ட களிமண்ணால் செய்த மண்பானை மூடியில் பொறுமையாக சகலமான வர்ணமும் தீட்டி அவற்றை வரைவார் மாஸ்டர். எல்லா மூடியிலும், ஆணியில் கோத்து சுவரில் அலங்காரமாக மாட்டத் தோதாக, மேலே ஒரு துளை இருக்கும். குயவரிடம் சொல்லிவைத்து ஸ்பெஷலாக உருவானவை அவை. 'எட்டு அணா தாண்டா ஒண்ணு. வீட்டுலே வந்து வாங்கிட்டுப் போங்க' என்று விடுமுறைக்கு முந்திய வகுப்பில் தவறாமல் அறிவிப்பார் டிராயிங் மாஸ்டர்.

நான், ரகு, குண்டுராஜு, கிரி அடங்கிய நாலு நபர் கோஷ்டி இப்படி ஒரு விடுமுறைநாள் காலையில் மாஸ்டர் வீட்டுக்குப் படையெடுத்தோம். வீட்டு வாசலில் அவர் உட்கார்ந்து வரையும் மர நாற்காலி காலியாக இருந்தது. உள்ளே இருந்து புகையும் அகப்பையோடு வந்த அம்மாவிடம் விசாரித்தோம். 'அவுக முட்டி வாங்கப் போயிருக்காகளே.' முட்டி என்றால்? 'பானை சட்டிடா' என்று ரகசியக் குரலில் சொன்னான் குண்டுராஜு.

'படம் வேணுமா? நிறைய கிடக்குது. அதுக்கு என்ன குறைச்சல்? நாலணாவும் எட்டணாவுமா வித்துக் காசு பாத்து சீவிக்கணும்னு தலையெழுத்து. ரெண்டு பெத்து வளர்த்து என்ன? பானை சட்டிதான் மிச்சம். அது கிடக்கட்டும். உள்ளாற வாங்க.'

நாலுபேரும் கொடுத்த காசைப் பார்க்காமலேயே மடியில் முடிந்தபடி அந்தம்மா அடுக்களைக்குப் போனார். சுவர் மூலையில் அடுக்கியிருந்த பானை மூடிகளிலிருந்து ஆளுக்கு ஒன்றை எடுத்துக்கொண்டு வெளியே வந்தோம். எல்லாம் ஒரே மாதிரி ஓவியம். பௌர்ணமி ராத்திரியில் இரண்டு கரையிலும் தென்னைமரம் வரிசையாக நிற்க, ஆற்றில் படகில் போகிற புருஷனும், பெண்சாதியும். அந்த ஆண் டிராயிங் மாஸ்டர் ஜாடையில் இருந்ததாக எனக்குப் பட்டது. யாரிடமும் சொல்லவில்லை.

அவர் அடுத்தமுறை பெருமழை பெய்து பனங்காட்டு ஓடையில் வெள்ளம் கரைபுரண்டு ஓடும்போது வீட்டம்மாவை இப்படிப் பௌர்ணமி ராத்திரியில் படகில் கூட்டிப் போனால், அந்தம்மா சலித்துக் கொண்டிருக்க மாட்டாளோ. அப்புறம் ஜெயராம் தியேட்டரில் ராத்திரி காட்சிக்கு யார் டிக்கெட் கிழிப்பார்கள்?

# இருபத்தாறு

ரெட்டைத் தெருவாசியாக இருபது வருடத்துக்கு மேலே இருந்தும், தெருக்காரர்கள் பலரின் கண்ணில் படாமல் போயிருக்கக் கூடிய ஒருத்தர் மாத்திரம் உண்டு. தெருக்கோடி உமர்தீன் ரெடிமேட் ஹவுஸுக்கும், நல்லப்பா பெட்டிக் கடைக்கும் நடுவே கீகடமாகக் குறுக்குவெட்டில் நீளும் இத்தனூண்டு வீட்டுக்காரர் அவர். ரிடையர்ட் போஸ்ட் மாஸ்டர். அவர் வீட்டை அடையாளம் காட்டக்கூட அவரை யாரும் உபயோகித்ததில்லை. 'எருமைக்கார வீடு'. இந்தச் சிறப்பு அடையாளத்தை நியாயப்படுத்தும் விதமாக, தெருவிலேயே எருமை வளர்த்த ஒரே வீடு அவர் வீடுதான்.

வயதான போஸ்ட் மாஸ்டர், அவரை விட வயதான ஒரு அக்கம்மா (அதாவது அக்கா-அம்மா) அப்புறம் சுமார் ஐம்பத்தைந்து மதிக்கத்தக்க அவருடைய செல்லி. செல்லி என்றால் தெலுங்கில் தங்கை என்று அர்த்தம் என்று யாரோ சொன்னார்கள். அது சரியாக இருக்கலாம். விடிந்ததும் யாரையாவது 'ஏண்டா எருமை', 'ஏண்டி எருமைச்சி' என்று உச்சக்குரலில் கூப்பிட்டபடி தகரக் குடத்தோடு படியிறங்கிப் போகும் அந்தத் தாட்டியான அம்மாவைச் செல்லமாக யாரும் செல்லி என்று கூப்பிட்டிருக்க முடியாது. சொந்தத் தங்கை என்றாலும் ரிடையர்ட் போஸ்ட் மாஸ்டர் கூடத்தான்.

செல்லியம்மா, வீட்டில் வளர்ப்பு மிருகங்களான எருமைகளைத்

தவிர மற்ற இனங்களை எருமை என்று சிறப்புப் படுத்தும்போது, அக்கம்மாவுக்கு அவர்கள் எல்லாரும் 'உலக்கை'களாக மட்டும் தெரிவார்கள். 'ஓலக்க்க்கை' என்று ஏகப்பட்ட அழுத்தத்தோடு புடவைத் தலைப்பை இழுத்துச் செருகிக்கொண்டு தகரக் குடத்தை ஓரமாக வைத்துவிட்டு அவர் தெருவில் இறங்கினால், எதிர்ப்பட்ட ஆள் சட்னிதான். ஆக இந்த எருமைகளுக்கும் உலக்கைகளுக்கும் நடுவே ரிடையர்ட் போஸ்ட் மாஸ்டர் காணாமல் போய், வீட்டுப் படியிறங்காமல் மாதக் கணக்கில், வருடக் கணக்கில் உள்ளேயே அடைகாப்பதால், அவர் ஒல்லியா குண்டா, கறுப்பா சிவப்பா, குட்டையா நெட்டையா என்று தெரியாதவர்கள் தெருவிலும் ஊரிலும் அனேகம்.

ரிடயர்ட் போஸ்ட் மாஸ்டர். இதை, ரி.போ.மா என்று சுருக்கிக் கொள்ளலாம். இந்த ரி.போ.மா பற்றித் தொடர்வதற்குள் தகரக் குடங்கள் பற்றி ரெண்டு வரியாவது சொல்லியாக வேணும். அக்கம்மாவும், செல்லியம்மாவும் தகரக் குடத்தோடு தெருவில் மற்ற வீடுகளின் கொல்லைக் கதவைத் தட்டுவது கழுநீருக்காக. அரிசி களைந்து, வடித்து ஊற்றிய நீரை எல்லா வீட்டிலும் முன் ஜாக்கிரதையாக ஒரு பழம்பானையில் சேமித்து வைத்திருப்பார்கள். இப்படிப் பல வீட்டுக் கழுநீரைத் தகரக் குடத்தில் கலந்து எடுத்துப் போய்க் கொடுக்கிற கழுநீர் காக்டெய்ல், ரி.போ.மா வீட்டுப் பசு, எருமைகளுக்கு இஷ்டமான காலை பானம் என்று தெருவில் எல்லோருக்கும் தெரியும். வாங்கிய கழுநீருக்குப் பண்டமாற்றாக கொஞ்சம் ஊர் வம்பும், சாண வரட்டி இரண்டும் ரி.போ.மா சகோதரிகளால் வழங்கப்படுவது வாடிக்கை. குளிக்க வென்னீர் கொதிக்க வைக்கும் 'வேம்பா' என்ற கொஞ்சம் பெரிய சைஸ் டீக்கடை பாய்லர் சமாச்சாரத்துக்கு முக்கிய எரிபொருள் இந்த வரட்டிகள். ரி.போ.மா வீட்டு மாடுகளும், எங்கள் வீட்டுக் கழுநீரும், அந்தத் தகரக் குடங்களும் இல்லாமல் இருந்தால், நான் வருடக்கணக்காகக் குளிக்க முடியாது போயிருக்கும்.

இது இப்படியிருக்க, விடிந்ததும் அஞ்சால் அலுப்பு மருந்து வாங்க ஒரு நாள் என்னைத் துரத்திய இடம் நல்லப்பா பெட்டிக்கடை. வீட்டில் யாருக்கோ சள்ளைக் கடுப்பு. அது என்ன என்று இன்றுவரை எனக்குத் தெரியாத சமாச்சாரம். விழுந்து படுத்துப்

போர்வையைப் போர்த்துக்கொண்டு காலை பத்து மணி வரை சும்மா புரண்டுகொண்டிருக்க வைக்கும் ஏதோ நோக்காடு. இந்த அலுப்பு மருந்து விழுங்கினால் மதியத்துக்குள் நோய் தீர்ந்து வெங்காய சாம்பாரை ஒருபிடி பிடிக்க வலுக்கொடுக்கும். பள்ளிக்கூடம் போக வெறுப்பாக வரும் சில நாட்களில் நானும் இந்த சள்ளைக்கட்டு அஸ்திரத்தைப் பிரயோகித்திருக்கிறேன். அப்போதெல்லாம் என் தீனமான கோரிக்கைகள் ஏகமனதாக நிராகரிக்கப்பட்டு, ஸ்கூலுக்குத் துரத்தப்படுவது வாடிக்கை.

அலுப்பு மருந்தோடு திரும்ப நடக்கும்போது ரி.போ.மா வீட்டு வாசலில் கொரகொர என்று ஆகாசவாணியில் பஞ்சாபகேசன் அகிலபாரதச் செய்தி அறிக்கை வாசிக்கிறது கேட்டது. தர்மாம்பாள். சரோஜ் நாராயணசாமி என்று யார் டெல்லியிலிருந்து 'பிரதமர் சாஸ்திரி நான்கு நாள் நல்லெண்ண விஜயமாக மாலத்தீவு போய்ச் சேர்ந்தார்' நாடு தழுவிய செய்திகளை வாசித்தாலும் எல்லார் குரலும் ஜலதோஷம் பிடித்துத்தான் கேட்கும். தில்லி ஆகாசவாணி ஸ்பெஷல் விஷயம் இது.

ரி.போ.மா பஞ்சாபகேசனுக்கு ஒத்தாசையாக ரேடியோ பக்கம் குனிந்து ஏதோ செய்துகொண்டிருந்தது கண்ணில் பட்டது. அந்தப் பழைய வால்வ் ரேடியோவைத் தரையில் பள்ளம் தோண்டி துருப்பிடித்த ஒரு கம்பியால் இணைத்திருந்த இடத்தில் ஒரு பீங்கான் குவளை பொருத்தியிருந்தது. ஒரு டம்ளரில் இருந்து குவளைக்குக் கொஞ்சம் கொஞ்சமாக திரவ பதார்த்தமாக எதையோ புகட்டிக் கொண்டிருந்தார் ரி.போ.மா.

'ஆகாசவாணிக்குக் காப்பி தரீங்களா தாத்தா?' என்று ஆவலோடு விசாரித்தேன். எருமை, உலக்கை என்ற வீட்டு பிரயோகங்கள் இல்லாமல், ரி.போ.மா 'தண்ணிடா' என்றார். 'அப்பப்போ விட்டுக்கிட்டு இருந்தா, எர்த் சரியா பிடிச்சு, கொரகொரக்காம ரேடியோ கேக்கலாம்.' அவர் விளக்கம் பாதி புரிந்தாலும், பஞ்சாபகேசனின் ஜலதோஷம் இந்த ஊருணித் தண்ணி வைத்தியத்தில் இன்னும் கடுமையானது.

'என்னய்யா போஸ்ட் மாஸ்டர் வேலை. வெள்ளிக்கிழமை சாயந்திரம் ஒருத்தன் கவுண்டர்லே எட்டிப் பார்த்துக்

கட்டியாச்சான்னு அச்சானியமாக் கேட்பான். வெளியே போற தபாலை எல்லாம் ரயிலுக்கு எடுத்துப் போகச் சாக்குப் பையிலே கட்டறதை எப்பச் செஞ்சா இவனுக்கு என்ன? இவனுக்குக் கட்டியாச்சு, கட்டலேன்னு பதில் சொல்லி முடிக்கும்போது இன்னொருத்தன் எடுத்தாச்சான்னு விசாரிப்பான். கட்டறதுக்கும் எடுக்கறதுக்கும் நித்தியப்படி சாவு விழற இடமா என்ன?' ரி.போ. மா ஒருதடவை அப்பாவிடம்தான் ரிடையர் ஆனபிறகு இந்தத் தொந்தரவுகள் இல்லாமல் அக்கம்மா, செல்லி, ஆகாசவாணி, எருமைகள் சகவாசத்தில் நிம்மதியாக இருப்பதை அழுத்திச் சொன்னார். கழுநீர் போக, ரேடியோவுக்குத் தண்ணீர் வார்க்க அவர் வீட்டில் இன்னொரு தகரக் குடம் இருந்திருக்க வேண்டும். அகில பாரதச் செய்தி, தென்கிழக்கு ஆசிய நேயர்களுக்காக அதே தர்மாம்பாள், பஞ்சாபகேசன், சரோஜ் நாராயணசாமி கூட்டணி நடத்திய தினசரி சேவை ('மலேயா பாங்கூர் ரப்பர் எஸ்டேட் முனியப்பன், ஆதினமிளகி வகையறாவுக்காக ஆலயமணியில் இருந்து சட்டி சுட்டதடா கை விட்டதடா இதோ ஒலிக்கிறது'), மதியம் நிலைய வித்துவான் கோட்டு வாத்தியம், சாயந்திரம் 'வாங்க கண்ணுச்சாமி, வாங்க சின்னச்சாமி' இத்யாதி. முழுக்க முழுக்க ஆகாசவாணி ஆதரவாளராக டம்ளரும் கையுமாக இருந்ததால், ரி.போ.மா தெருவில் இறங்கி நாலு பேரோடு சகஜமாகப் பழகியது அபூர்வமாகிப் போயிருந்தது. பஞ்சாபகேசன் மட்டும் தில்லியிலிருந்து வந்திருந்தால், வீட்டுத் திண்ணையிலிருந்தே நல்லப்பா கடையில் அஞ்சால் அலுப்பு மருந்து வாங்கிக் கொடுத்து ரெண்டு நிமிஷம் பேசி அனுப்பியிருப்பாராக்கும் எங்க ரிட்டயர்ட் போஸ்ட் மாஸ்டர்.

என்றாலும் நான் பத்தாவது பாஸ் ஆனதைச் சொல்ல தேங்காய் சாக்லெட்டோடு போனபோது, அவர் எனக்கு ஒரு சன்மானம் கொடுத்தார். கட்டுக்கட கட்டுக்கட என்று தந்தி அடிக்க மோர்ஸ் கோட் பழக உதவி செய்யும் ஒரு கட்டைப் பலகை. மேலே, வளைந்து அழகான பிடியோடு பளபளவென்று பித்தளையில் ஒரு லீவர். 'ஆகாசவாணி, அகில பாரத செய்தியறிக்கை' என்று தந்தியடிக்க அவர் சொல்லிக் கொடுத்தது இன்னும் நினைவிருக்கிறது. எருமையும் உலக்கையும் எப்படி அடிப்பது என்று அவர் சொல்லவும் இல்லை. நான் கேட்கவும் இல்லை.

# இருபத்தேழு

சீரங்கத்தம்மா வீடு ரெட்டைத் தெருவில் இல்லை. ராஜுஉத் தெருவில் முதல் வீடு. அடுப்புக்கரி டிப்போவை அடுத்து, ரெட்டைத் தெருவுக்குச் செங்குத்தாக ஒரே வசத்தில் மட்டும் அமைந்த தெரு அது. ரெட்டைத் தெருவிலிருந்தே சீரங்கத்தம்மா வீட்டைப் பார்க்க, பேச முடியும் என்பதால் அவளும் எங்கள் தெருவாசியே.

சீரங்கத்தம்மா வீட்டுக்காரர் சுதந்திரப் போராட்ட தியாகி. கோலி சோடாவும் கலரும் உற்பத்தி செய்கிற சோடா கம்பெனி நடத்தியவர். எனக்கு நினைவு தெரிந்ததிலிருந்து வீட்டுக் கூடத்தில் கண்ணாடி பிரேம் செய்த ஓவல் சைஸ் கறுப்பு வெள்ளைப் படத்தில் முண்டாசும் நெற்றி நிறைய விபூதி குங்குமமுமாகத்தான் உருட்டி விழித்துக் கொண்டிருக்கிறார். ஓய்ந்துபோன சோடா மிஷினை ராம.பெரி வகையறாவில் பட்ட யாரோ வாங்கி, பக்கத்து பூங்குடி கிராமத்தில் ‘சோடா கலர் ஃபாக்டரி’ நடத்திக் கொண்டிருக்கிறார்கள். ஜெயராம் சினிமா தியேட்டரில் ஐம்பது காசுக்குக் கிடைக்கும் பச்சையும் மஞ்சளுமான கோலி சோடா அங்கேதான் தயாராகிறது. ‘சோடான்னா, அந்தக் கால கதர் சோடா மாதிரி குடிச்சதும் சுகமா வாய் வழியாக் காற்றுப் பிரிஞ்சு ஏப்பம் வரணும். இதுலே காத்தும் இல்லே. கலரும் இல்லே. சாக்ரின் தண்ணிதான்

நுரைச்சுக்கிட்டு நிக்குது'. பூங்குடி சோடா குடித்த பெரிசுகள் ஏமாற்றத்தோடு பழைய கோலி சோடாவின் பொற்காலமாகக் காட்டும் கதர் சோடா காந்தி, கதர், கைராட்டினம் காலத்தில், சீரங்கத்தம்மா வீட்டுக்காரர் சுதேசிச் சரக்காக உற்பத்தி செய்தது. அது சென்னை, பெங்களூர், ஓங்கோல் என்று எல்லா ஊர் பொருட்காட்சியிலும் மெடல் வாங்கியதாம். சீரங்கத்தம்மா தான் ஒரு பகல் நேரத்தில் வீட்டுக்கு வந்து ஊர்க்கதை பேசும்போது சொன்னாள். பொற்காலத்தில் கோலி சோடாவுக்கெல்லாம் மெடல் கொடுத்துக் கவுரவித்தது ஏனென்று கேட்க நினைத்தாலும் தேசபக்தி காரணமாகச் சும்மா வாய் பார்த்துக் கொண்டிருந்தேன்.

பக்கத்துப் பட்டி தொட்டி கிராமங்களில் யார் வீட்டில் குழந்தை பிறந்தாலும், பிரசவ மருந்து கொடுப்பது சீரங்கத்தம்மா வீட்டில்தான். இந்த இலவச சேவையும் கதர் சோடா காலத்தில் அமலில் இருந்ததாகக் கேட்டிருக்கிறேன். பழைய நினைவோடு யாராவது அவ்வப்போது வந்து, மருந்து கிடைக்காமல் பக்கத்து கங்கராஜு கடையில் அதை விலைக்கு வாங்கி, சீரங்கத்தம்மா கையால் கொடுக்கச் சொல்லி எடுத்துப் போவார்கள். 'வாவரசியா இருந்த மகாராசி' என்று வாயாரச் சொல்வார்கள் அவர்கள்.

சீரங்கத்தம்மா வீட்டில் எப்போதும் ஏதேதோ உறவுமுறை சொல்லிக்கொண்டு கூட்டம் நிரம்பி வழியும். வாரம் ஒருதடவை தேங்காய்த்துருவி கடன் கேட்டு யாராவது அங்கிருந்து வருவார்கள். மனசேயில்லாமல் துருவியைக் கொடுத்தனுப்பிவிட்டுப் பாட்டியம்மா பதினைந்து நிமிடம் கூடத்தில் பித்துப் பிடித்ததுபோல் உலாத்திக்கொண்டிருப்பாள். அது முடிந்ததும் என்னைக் கெஞ்சுகிற பார்வை பார்ப்பாள். ஓடிப்போய் தேங்காய்த்துருவியைத் திரும்ப வாங்கிவா என்று அதற்கு அர்த்தம். சீரங்கத்தம்மா வீடு தினுசு தினுசான நபர்கள் புழங்குகிற இடம் என்பதால் அம்பலப்பழை தச்சன் இழைத்துக்கொடுத்து பாட்டியம்மா சீதனமாக எடுத்துவந்த துருவி காணாமல் போகவோ, ஊருக்குக் கிளம்புகிறவர்களால் கிளப்பிக்கொண்டு போகப்படவோ வாய்ப்பு உண்டு என்று அவள் நினைத்ததில் தப்பு ஏதுமில்லைதான்.

ரேஷன் ஆபீசில் வேலை பார்க்கிற ஒரு பிள்ளையும், மலேரியா கணக்கெடுத்து, எல்லா வீட்டு வாசல் சுவரிலும் பென்சிலால் சதுரம் போட்டு பால்காரி மாதிரி அவ்வப்போது அந்த சதுரத்துக்குள் ஏதோ குறித்துவிட்டுப் போகும் இன்னொரு மகனும் சீரங்கத்தம்மாவுக்கு உண்டு. கல்யாணம் ஆகியும் பிள்ளைகுட்டி இல்லாத இந்த இரண்டு பேரும் அம்மாவோடு அதே வீட்டில் இருந்தாலும், சீரங்கத்தம்மாவுக்கு தினசரி சாப்பாடு என்னமோ ஆனந்தபவன் ஓட்டலிலிருந்துதான் வரும். சர்வர் குருமூர்த்தி, நாலடுக்கு டிபன் செட், மேலே அலங்காரமாகச் சுருட்டி வைத்த வாழையிலை, அப்பளத்தோடு சீரங்கத்தம்மா வீட்டுப்படி ஏறும்போது தினம் ஓட்டல் சாப்பாடு சாப்பிடக் கொடுத்து வைத்த அந்தம்மாவைப் பற்றிப் பொறாமையாக இருக்கும். ராத்திரிக்கு மிச்சம் எடுத்து வைத்துவிட்டு அதைச் சாப்பிடுவாள் என்று கேட்டபோதுதான் பரிதாபமாக இருந்தது. பகலில் செய்து அனுப்பிய ஓட்டல் சாப்பாட்டை ராத்திரி சாப்பிடுவது போல் ஒரு தண்டனை வேறே உண்டா என்ன?

ரெண்டு பிள்ளைகள், மற்றும் மருமகள்களோடு தொடர்ந்த குடும்பச் சண்டை காரணமாகவும், சமையல் செய்ய முடியாமல் கண் பார்வை மங்கியிருந்ததாலும் சீரங்கத்தம்மா இப்படி ஓட்டல் சாப்பாட்டை நாட வேண்டிப் போனது. ஆனந்த பவன்காரர் குடும்ப நண்பர் என்பதால் மேற்படி போஜனம் அடக்க விலைக்கே அந்தம்மாவுக்குக் கிடைத்ததாம். தியாகி குடும்ப பென்ஷனாக சீரங்கத்தம்மாவுக்கு மாதாமாதம் கிடைத்து வந்ததில் கணிசமான பகுதி இதற்கே செலவாகியிருக்கும்.

ஆனந்தபவன் சாப்பாடு, குடும்பச் சண்டை, மூட்டை முடிச்சோடு வந்து சேர்ந்து தேங்காய்த்துருவி கடன் வாங்க அலைகிற உறவுக்காரர்கள் என்று எல்லாம் அலுத்துப்போய் சீரங்கத்தம்மா தீபாவளி கழிந்த அடுத்த நாள் திடுதிப்பென்று காசிக்குக் கிளம்பிவிட்டாள். மதுரையிலிருந்து யாரோ கூட்டிப் போவதாகச் சொல்லி, எல்லா வீட்டிலும் விடைபெற்றுக்கொண்டு புறப்பட்டாள். பாட்டி பத்து ரூபாயும், மஞ்சள் துண்டில் முடிந்து வைத்திருந்த ராஜா தலைக்காசு எட்டணாவும் சீரங்கத்தம்மாவிடம் கொடுத்து, பணம் வழிச்செலவுக்கென்றும்,

மஞ்சள் துணிக் காணிக்கை காசி விசுவநாதர் கோவிலில் சேர்க்க எந்தக் காலத்திலோ எடுத்து வைத்திருந்தது என்றும் சொல்லியனுப்பினாள். சீரங்கத்தம்மா பற்றி அப்புறம் ஒரு வருடம் போல பேச்சே இல்லை. காசியில் அவள் காலமாகியிருக்கலாம் என்று வீட்டில் ராத்திரி சாப்பாட்டுக்கு அப்புறம் பேச்சுக் கச்சேரியில் எப்போதாவது பேச்சு எழும். ‘உத்தரப் பிரதேசத்தில் வெள்ளம்’ என்று ஜெயராம் தியேட்டரில் ‘கலங்கரை விளக்கம்’ படத்துக்கு முன்னால் காட்டிய இந்தியன் நியூஸ் ரீலில் படகில் உட்கார்ந்து போகிற சீரங்கத்தம்மாவைப் பார்த்ததாக குண்டுராஜு சொன்னதை யாரும் நம்பவில்லை.

அடுத்த தீபாவளிக்கு நாலு நாள் இருக்கும்போது சீரங்கத்தம்மா திரும்பி வந்திருந்தாள். இப்போதும் வீடுவீடாகப் படையெடுப்பு. காசி விபூதி கொடுக்கவும், கங்கைச் செம்பிலிருந்து இங்க் பில்லரால் எடுத்து கங்கா தீர்த்தம் பிரசாதம் வழங்கவுமாக ஒரு பத்து நாள் மும்முரமாக அலைந்தாள். பிரசாதம் எல்லாம் வாங்கிக்கொண்டு மருமகள்கள் குடும்பச் சண்டையை விட்ட இடத்திலிருந்து தொடர்ந்ததால், மறுபடியும் ஆனந்தபவனிலிருந்து டிபன் காரியர் அணிவகுப்பு.

‘காசியிலே போய் நின்னா, அங்கே ஜனம் பேசறது ஒரு அட்சரம் புரியலே. அவுகளை அதான் தெய்வமா நிக்கறாரே எங்க வீட்டுக்காரர், அவுகளையும் காசிநாத சாமியையும் மனசுலே தியானிச்சுட்டு வாயைத் தொறந்தேன் பாருங்க. என்னையறியாமலேயே கடகடன்னு இந்துஸ்தானி கரைபுரண்டு நாக்குலே வந்துது. அப்புறம் என்ன, நம்ம ராஜ்ஜியம் தான்.’ சீரங்கத்தம்மா சொன்னதை பாட்டி மட்டும் நம்பினாள்.

சீக்கிரமே சீரங்கத்தம்மா ஓய்ந்துபோனாள். சர்வர் குருமூர்த்தி கொண்டு வரும் சாப்பாடைக் கையில் எடுத்துச் சாப்பிடக்கூட முடியவில்லை. அது வருவதும் நின்று போனது. மருமகள்கள் சண்டைக்கு நடுவில் கஞ்சி வைத்துக் கொடுத்தார்கள். ஊர்ந்தபடி வீட்டுக்குள் நகர்ந்த சீரங்கத்தம்மா உடுத்த பழம்புடவையை விட்டெறிந்தார்கள். வீட்டை விற்றுப் பாகப் பிரிவினையாகிக் காலி செய்து போனபோது இளைய மகன் நசுங்கின அண்டா, பாதாளக் கரண்டி, எலிப்பொறி, ஒட்டடைக்குச்சி இவற்றோடு

கைவண்டியில் சீரங்கத்தம்மாவையும் ஏற்றி ஒரு கிழிந்த போர்வையை போர்த்தி உட்கார்த்தி வைத்துத் தள்ளிக்கொண்டு போனான். ‘அந்தக் காலத்துலே சாரட்டுலே கல்யாண ஊர்வலம் வந்தவள்டா சீரங்கத்தம்மா’ என்றாள் பாட்டி. அவள் கண் கலங்கியிருந்தது.

# இருபத்தெட்டு

தாடிக் கொத்தனார் வழுக்கைத் தலையும், தாடியும், தீர்க்கமான கண்ணுமாக, லெனினை நீட்டி இழுத்து உருவானது போல கிட்டத்தட்ட ஏழடி உயரம் இருப்பார். அவருடைய நிஜப் பெயர் நாடிமுத்து, நாச்சிமுத்து என்று பல விதத்தில் அவ்வப்போது விவாதிக்கப்பட்டாலும், 'தாடி அண்ணே' என்றுதான் சக கட்டிடத் தொழிலாளி, சித்தாள், நிமிர்ந்தாள் வகையறாக்களும், மொத்த ஊரும் கூப்பிடுகிற வழக்கம்.

தாட் தாட் என்று சத்தம் போடும் வார்ச் செருப்போடு அவர் நடந்துவரும்போது, சட்டென்று புதிதாகப் பார்ப்பவர்களுக்கு அவருடைய பச்சை ஜிப்பாதான் கண்ணில் படும். ஜிப்பாவை மட்டும் மாட்டிக்கொண்டு, ஞாபக மறதியில் வேட்டி கட்டாமல் வீட்டை விட்டுக் கிளம்பியிருப்பார் என்று ஊகிக்க வைக்கும். ஆனால் அது மகாத் தவறானது. கொத்து வேலை செய்ய ஒத்துழைப்பாக இருக்க, அவருடைய வேட்டி தார்ப்பாய்ச்சிக் கட்டி முழங்கால் வரை மட்டும் நிற்கும். வேட்டியை மறைத்து பச்சை ஜிப்பா நீண்டு வழிவதால் ஏற்படுகிற இந்த மாயத் தோற்றம், ஜிப்பாவை ஓரமாகச் சுருட்டி வைத்துவிட்டு அவர் வேலையில் இறங்கும்போது காணாமல் போய்விடும்.

ரெட்டைத் தெருவில் பாதி வீடுகளில் வாசல் நிலை ஆறடி உயரத்துக்கு மேல் இருக்காது என்பதால் தாடிக் கொத்தனாருக்கு ஏணி என்பதே பல நேரத்தில் அவசியமில்லாத

சாதனமாகிவிடும். எங்கள் வீட்டுச் சமையலறையில் மழைக் காலத்தில் மேல்கூரையில் விரிசல் ஏற்பட்டு, மேலே மொட்டை மாடியில் தேங்கிய தண்ணீர் ஒழுகியதைச் சரிசெய்ய அவர் வந்தபோது பாட்டியம்மா நொடிக்கொரு தரம் 'தலை பத்திரம்' என்று அறிவிப்பு செய்துகொண்டிருந்தாள். சமையல்கட்டில் நிலைக்கதவு சராசரிக்கும் குறைந்த உயரமானவர்களுக்கே தலையில் இடிக்கிற உயரத்தில் அல்லது தாழ்ச்சியில் இருக்கும். தாடிக் கொத்தனார் அடிமைப் பெண் எம்.ஜி.ஆர் மாதிரி ஏறக்குறைய அவருடைய முழங்காலுக்குக் குனிந்து அங்கே உள்ளே நுழைந்து, அதே கோலத்தில் வேலை பார்க்கும்போது திணறித்தான் போனார்.

'அந்தக் காலத்துலே நான் எத்தனையோ சொல்லியும் பெரிய ஐயா மனை சாஸ்திரப்படி இருக்கணும்னு இப்படி குருவிக் கூடு மாதிரி கிச்சனைக் கட்டிப் போட்டாரு. பாருங்க, நாளைக்கு உங்க பேரனுக்கே தலையைக் குனிஞ்சுக்கிட்டேதான் உள்ளே தவழ்ந்துவர வேண்டியிருக்கும்.' வேலை முடிந்து, பாட்டியம்மாவிடம் என்னைக் காட்டியபடி தாடிக் கொத்தனார் சொன்னார். தாத்தா கால நிலைவாசலை இடித்து, உயர்த்தி வைத்துக் கட்டும்படி வழக்கமான ஆலோசனையையும் கூடவே வழங்கினார்.

அவ்வப்போது டூர் முடிந்து வந்து கௌரவ உறுப்பினராக வீட்டு நடவடிக்கைகளில் கலந்துகொள்ளும் அப்பா உட்பட சகல கட்சி ஆதரவு இந்தக் கோரிக்கைக்கு இருந்தாலும், பாட்டி சர்வாதிகாரத்தைப் பிரயோகித்து 'அப்புறம் பார்த்துக்கலாம். ராசியான நிலைக் கதவு' என்று அதை நிராகரித்து விட்டாள். சமையல் கட்டுக்குள் நுழையும்போது தலை குனிந்து வரவேண்டும் என்று நினைவுபடுத்த நிலைக்கு நேர்மேலே 'காலகண்ட' பிள்ளையார் படம் மாட்டப்பட்டது. ரொம்ப நாள் அப்படித்தான் நினைத்துக் கொண்டிருந்தேன். விநாயகருக்கு, அச்சானியமாகக் காலகண்டன் என்று எந்தப் புராணத்தில் பெயர் இருக்கு என்று தெரியாமல் வீட்டுப் பெரிசுகளைத் தஞ்சமடைந்தபோது கிடைத்த தகவல் விஷயத்தை விளக்கியது. காப்பிப்பொடிக் கடைக் காலண்டரில் எத்தனையோ வருஷம் முன்னால் அச்சடித்து வந்த படத்தைக் கண்ணாடிச் சட்டம்

போட்டு 'காலண்டர் பிள்ளையார்' என்று நாமகரணம் செய்தது பாட்டியம்மா. காலகண்டன் ஆக்கிய வில்லன் நான்தான்.

எத்தனை உசரத்தில் சாரம் கட்டிக் கொத்துவேலை பார்த்தாலும், மதியம் ஒருமணிக்கு பஞ்சாயத்து ஆபீசில் சங்கு ஊதும்போது, இறங்கிவிடுவார் தாடிக் கொத்தனார். இருபத்தாறு இஞ்ச் சைக்கிளில் நாகலட்சுமி மிலிட்டரி ஓட்டலுக்கு வேகுவேகென்று பெடலை மிதித்துப் போகும்போது ராஜ்தூத் மோட்டார் சைக்கிளில் வலம் வருகிற போலீஸ் சப்-இன்ஸ்பெக்டரைவிடக் கம்பீரமாகத் தெரிவார் அவர்.

சாப்பிட்டு வந்ததும் உடனே வேலை தொடராது. சாமராஜு கடைப் பொடி, நல்லப்பா கடை வெற்றிலை பாக்கோடு, கொஞ்ச நேரம் தமிழ்நாட்டு, இந்தியா, உலக அரசியல் அலசப்படும். எங்கள் வீட்டு மாடிப்படியை அகலப்படுத்தும் போது நாலு நாள் தொடர்ந்து கொத்துவேலைக்குக் குழுவோடு வந்து சேர்ந்தார் தாடிக் கொத்தனார். விடுமுறை காலம் என்பதால், அவருடைய மதிய அரட்டை அரங்கில் நானும் இடம் பிடித்தேன். 'இந்தியாவின் அடுத்த பிரதமர் நேதாஜி சுபாஷ் சந்திரபோஸ். எலிசபெத் மகாராணிக்கு அறுபது வயது முடியும்போது போஸ் தலைமறைவு வாழ்க்கை முடித்து வெளியே வந்து பிரதமராவார். அதற்கு முன்னால் வந்தால் அவரைப் பிரிட்டீஷ்காரர்கள் பிடித்துக்கொண்டு போக மவுண்ட்பேட்டன் காலத்தில் ஒப்பந்தமாகி இருக்கிறது.' இதை நான் பள்ளிக்கூடம் திறந்ததும் சரித்திர வகுப்பில் சொன்னபோது, சேதுபதி சார் 'வீட்டிலே கொத்து வேலை நடக்குதோ? தாடியோட சிஷ்யனாயிட்டியே' என்றார்.

சாயந்திரம் ஆறுமணிக்குச் பஞ்சாயத்து போர்ட் சங்கு திரும்ப ஒலித்தாலும் தாடிக் கொத்தனார் வேலையை முடிக்க மாட்டார். 'சூரியன்தான் நமக்குக் கணக்கு. அவன் ஆறரைக்கு அஸ்தமிச்சா ஆறரை. ஏழுன்னா ஏழு. ஏதோ நாட்டிலே சூரியன் மாசக் கணக்கா அஸ்தமிக்காதாமே. என்னா உற்சாகமா மக்கள் வேலை செய்வாங்க பாரு' என்று அவர் சொல்லும்போது நார்வேயை நான் பார்த்திருக்கவில்லை என்பதால் அவரோடு நானும் ஆச்சரியப்பட்டேன். நார்வேக்காரர்கள் மேல் பரிதாபமும் வந்தது.

நாளாவட்டத்தில் தாடிக் கொத்தனாருக்குக் காது மந்தமாகிப் போனது. கம்பீரம் குறையவில்லை என்றாலும் ஆள் ஏகத்துக்குத் தளர்ந்து போனார். எங்கள் வீட்டுக் கூடத்துத் தரையில் அங்கங்கே வெடிப்பு கண்டு தூசியும் துப்பட்டையும் அடைய ஆரம்பித்தபோது, தரையை முழுக்கப் பெயர்த்துவிட்டு, வழவழவென்று சிவப்பு சிமெண்டால் புதிதாக வார்க்க முடிவானது. பாட்டியம்மா காலம் முடிந்ததால், ஜனநாயக முடிவுகள் சிரமமின்றி எடுக்கப்பட்ட காலம் அது.

தாடிக் கொத்தனாரிடம் வேலை விவரத்தை அம்மா சொன்னபோது தரை வழுவழுப்பாக எந்த மாதிரி இழைக்கப்பட வேண்டுமென்பதைக் கையைச் சுழற்றிச் சுழற்றி ஜாடையில் காட்டினாள். மதியம் சாப்பிட்டுக் குட்டித் தூக்கம் போட்டுவிட்டு அவள் ஊஞ்சலில் இருந்து எழுந்து பார்த்தபோது, அரிசியும் கோதுமையும் அரைக்கிற கல் யந்திரம் பின்கட்டிலிருந்து கூடத்துக்குக் குடிபெயர்ந்து மூலையில் அதன் அடிப்பாகம் உறுதியாக சிமெண்ட் தரையில் பதிக்கப்பட்டிருந்தது. 'யந்திரப் பிரதிஷ்டைங்கறது இதுதானா?' என்று அத்தை நேரங்கெட்ட நேரத்தில் ஜோக் அடித்தாலும், யாரும் தாடிக் கொத்தனாரைக் குற்றம் சொல்லவில்லை. கூடத்துச் சுவரில் சாய்ந்து சிலோன் ரேடியோவில் சினிமாப் பாட்டு கேட்டுக்கொண்டே, யந்திரத்தில் குருணையும், கோதுமையும் அரைக்க தாடிக் கொத்தனார் வழிசெய்து கொடுத்ததால் வீட்டில் அப்புறம் அரிசி உப்புமா, கோதுமைக் களியின் ஆதிக்கமும் மேலோங்கியது.

ஆன்மீகத்திலும் அம்பாசிடர் கார் மெக்கானிசத்திலும் மூழ்கிய மோட்டார் ராமய்யா தனக்கு முன்னேற்பாடாக ஒரு கல்லறை கட்டித்தரும்படி கேட்டுக்கொண்டபோது, தாடிக் கொத்தனார் மறுத்துவிட்டுக் கொத்துக் கரண்டியோடு நடந்தார். ராமய்யாவுக்கு உற்ற நண்பர் அவர் என்பதோடு, அது தொழில் தர்மமும் இல்லை என்ற அவருடைய உறுதியான நம்பிக்கையுமே இதற்கு முக்கியக் காரணம். அதற்கு ஒரு வாரம் கழித்து தாடிக் கொத்தனார் காலமானார். அப்போது அவருக்கு எழுபத்திநாலு வயது. சூரியனும் சுபாஷ் சந்திர போஸும் வந்திருக்காத ஒரு மழை நாளில் நடந்தது அது.

# இருபத்தொன்பது

ஏர் பூட்டி உழும் காளை மாடுகள், நீலக் கலர் பதக்கத்தின் நடுவே வெள்ளை நட்சத்திரம், சிங்கம், அப்பரின் 'வேயுறு தோளி பங்கன்', சிவன் கோவில் நவக்கிரக சந்நிதியில் இலுப்பெண்ணெய் தீபங்களின் பிரகாசம். எல்லாம் குழம்பி வர, 1962-ம் வருட ஜனவரியும் பிப்ரவரியும் மனதில் தங்கி இருக்கக் காரணம் இதெல்லாமே தான். எட்டு வயதை எட்டிய நினைவு இது முழுக்க முழுக்க.

அந்த வருடம் பிறந்ததுமே, சிவன் கோவிலில் பக்தர்களின் கூட்டம் வழக்கத்துக்கு அதிகமானது. அதுவும், காசி விசுவநாதரையும், விசாலாட்சி அம்மனையும் ஒரு நொடியில் குசலம் விசாரித்துவிட்டு, நவக்கிரக சந்நிதியில் இடித்துப் பிடித்து நுழைவதில் எல்லோரும் ஆர்வம் காட்டினார்கள். இது இப்படியிருக்க, பொங்கலுக்கு ஊரில் ஒரு சுவர் விடாமல் தேடித்தேடி வெள்ளையடிக்கப்பட்டது. சந்தைப் பேட்டைப் பக்கம் வரிசையாக நிற்கும் குட்டிச் சுவர்களைக்கூட விட்டுவைக்கவில்லை அங்கங்கே முளைவிட்டிருந்த செடிகளைப் பிடுங்கி எறிந்துவிட்டுச் சுண்ணாம்பு பூசி வெளுப்பாக்கியிருந்ததோடு, பாகப்பிரிவினை ஆனதுபோல நீளநெடுகக் கோடு போட்டு வைத்திருந்ததும் கண்ணில்பட்டது.

கீழே சின்ன எழுத்தில் இனம் புரியாத மர்மமாக ‘காங்’, ‘சுத’ மற்றும் ‘சுயே-முத்’ பெரிசாக ஏதோ நடக்கப்போகிறது.

தேரடித் தெருவில் தேர்தல் ஆபீஸ் திறக்கப்பட்டதோடு இதில் ஒரு பகுதி என்னவென்று தெரிய வந்தது. சுதந்திரா கட்சியின் தேர்தல் ஆபீஸ் அது. வக்கீல் எம்.கே.ஆர் வீட்டுக்குப் பக்கத்தில் ரொம்ப நாளாகப் பூட்டி வைத்திருந்த பங்காரய்யா வீடு. உற்சாகமாக வீட்டுக்குள் நுழைந்தவர்கள் ரெட்டைத் தெரு சீனியர் வக்கீல்கள் என்பதைவிட ஆச்சரியம், டீக்கடை மாயழகு, வட்டச் செயலாளர் ராக்கப்பன் மற்றும் என்.ஜி.ஓ பரீட்சை எழுதிவிட்டு அரசாங்க குமாஸ்தா உத்தியோகத்துக்காகக் காத்திருக்கும் அண்ணன்மாரில் பலரும் அங்கே கூட்டமாகப் போனதுதான். இவர்கள் யாரும் ரென் அண்ட் மார்ட்டின் இலக்கணப் புத்தகத்தை உருப்போட்டவர்கள் இல்லை என்றாலும் வக்கீல்கள் அவர்களிடம் கனிவாகப் பேசுவதைப் பார்த்தோம்.

அந்த வீட்டுச் சுவரில், பொங்கலுக்காக செம்மண் காவிப் பட்டை தீற்றுவதற்குப் பதிலாக பிரம்மாண்டமான நட்சத்திரத்தை வரைந்து ‘நட்சத்திரம் நம் சின்னம். பாளை தங்கம் நம் வேட்பாளர்’ என்று எழுதி வைத்ததும் மாயழகு கோஷ்டி தான். மலை முகடுகள் நடுவிலே உதயமாகும் சூரியன் சின்னம் பொறித்த பொதுக்கூட்ட நோட்டீஸ் விநியோகம் செய்கிற வழக்கத்திலிருந்து தாற்காலிகமாக மாறி இவர்கள் உற்சாகமாக ‘சுத’ என்று குறித்த சுவர் தோறும் நட்சத்திரங்களை வரைந்து தள்ளிக் கொண்டிருந்தது ஏன் என்று தெரிய வந்தது எலக்டிரீஷியன் லிங்கராஜு மூலமாக. ‘ரெண்டு கட்சி கூட்டணி தம்பி. மாட்டுக் கட்சியை உண்டு இல்லேன்னு ஆக்கிட்டுத்தான் மறுவேலை.’ அவனும் அந்த எலக்ஷன் ஆபீசில்தான் புகுந்து புறப்பட்டுக் கொண்டிருந்தான். ‘சுத’ என்றால் ‘சுதந்திரா கட்சி, ‘காங்’ காங்கிரஸ், ‘சுயே முத்’ சுயேச்சை வேட்பாளர் முத்துபாரதி என்று விளக்கியதும் லிங்கராஜுவே.

‘சுத’ சுவர் எல்லாம் கடகடவென்று நட்சத்திரத்தால் நிரம்பிக் கொண்டிருக்க, ‘காங்’ காலியாகவே கிடந்தது. ஆர்.வி.சாமியப்பன் வேட்பாளர். அவர் பெயரை எழுதுவதில் எந்தச் சிரமமும்

இல்லை. அதோடு கூட தேர்தல் சின்னமும் வரைய வேண்டும். அதில்தான் சிரமம். ஏர் பூட்டிய இரட்டைக் காளைகளை ஒரு சுவரில் வரைந்து முடிப்பதற்குள் டிராயிங் மாஸ்டருக்கே கைவலிக்க ஆரம்பித்துவிடும். சுயேச்சை வேட்பாளர் முத்துபாரதி அவரே காசு கொடுத்து வெள்ளையடித்த நாலைந்து சுவரில் உத்தேசமாக தன் சின்னத்தை வரைந்து வைத்திருந்தார். எத்தனை யோசித்தும் புரிபடாமல் கடைசியில் அவரிடமே கேட்க, ‘நம்மளது சிங்கச் சின்னமுங்க’ என்றார் முத்துபாரதி வெடிச் சிரிப்போடு. ‘எதுக்கும் கீழே சிங்கம்னு தெளிவா எழுதிடுங்க; செம்மறியாடு மாதிரியில்லே இருக்குது’ என்றார் மளிகைக்கடை ஆவன்னா றூனா.

‘மாட்டை ஓட்ட கட்சி கூடறது இருக்கட்டும். ஏழு கிரகம் ஒண்ணாச் சேர்ந்து உலகமே அழியற நேரம் வந்தாச்சு.’ கோயிலில் இன்னொரு கூட்டணி சாயந்திரப் பிரசங்கங்களில் பரபரப்பாக அறிவித்துக் கொண்டிருந்ததும் இந்த நேரத்தில்தான். சுப்பையா ஓதுவார், சுந்தரேசக் குருக்கள், வெண்ணெய்க்கடை கந்தசாமி, அழ.பெரி.வயி போன்றவர்கள் இதில் முக்கியமாக அங்கம் வகித்தார்கள். வீடு வீடாகப் போய்ப் பணம் வசூலித்து அப்பர் பாடியருளிய கோளறு திருப்பதிகம் பத்துப் பக்கப் புத்தகம் போட்டு விநியோகித்ததும் இவர்கள்தான். அந்தப் பாட்டுகளை ஒப்பித்தபடி நவக்கிரக சந்நிதியைத் தினம் சுற்றிவருவது மூலம், ஏழு கிரகம் ஒன்றாகச் சேர்வதால் உலகம் அழிவது மற்றும் குடும்ப, தனி நபர் கஷ்டங்கள் விலகும் என்று வலியுறுத்தப்பட்டது. நவக்கிரக சந்நிதியில் இலுப்பெண்ணெய் தீபங்கள் ராவும் பகலும் எரிய, வெளியே நீளமான க்யூ. எல்லாப் பாட்டையும் சொல்லி ஒன்பது தடவை சுற்றிவந்து ஒரு கூட்டம் வெளியேற அடுத்தது படியேறத் தயாராக நிற்கும். எண்ணெய்ப் பசை மினுமினுப்போடு சனீஸ்வரனும் சகாக்களும் ஜெயிக்கப் போகிற கட்சித் தலைவர்கள் போல் கன கம்பீரமாகக் காட்சியளித்தார்கள்.

நடராஜ தீட்சிதர் காங்கிரஸ் கட்சிப் பிரச்சாரத்திலும், நவக்கிரக பூஜைக் கூட்டணியிலும் ஒரே நேரத்தில் ஈடுபட்டபோது அவர் வீட்டுச் சுவரில் ‘கலிகாலச் சனிக்கும் காளைமாட்டுச் சாணிக்கும் அணுக வேண்டிய இடம்’ என்று சாக்பீசால் நடுராத்திரியில்

யாரோ கிறுக்கிவிட்டுப் போனார்கள். காங்கிரஸ் கட்சியின் பிரச்சார ஊர்வலம் அதி கம்பீரமாக நடந்தது. வீட்டில் பாட்டி, அம்மா வகையறாக்கள் நேரு கட்சிக்கே ஓட்டு என்று திடமாக அறிவித்தார்கள். பொடிக்கடை சாமராஜு மாத்திரம் சிங்கச் சின்னத்துக்கு ஓட்டுக் கேட்டு கடைத் திண்ணையில் உட்கார்ந்தபடியே பிரச்சாரம் செய்தார். தியோசாபிகல் சொசைட்டி கூட்டம் முடிந்து 'ராஜாஜி சுவராஜ்யாவிலே எழுதியிருக்கறபடி' என்று ரெட்டைத் தெரு வக்கீல்கள் பேசியது ஊருணிக்கரை வரை கேட்டது. ஆனாலும் நட்சத்திரக் கட்சி வேட்பாளர் பாளை தங்கத்துக்கு ஆதரவு தெரிவித்து தி.மு.க நடத்திய ஊர்வலத்தில் அவர்களில் பலரையும் காணோம். அன்றைக்கு அவர்கள் நவக்கிரக சந்நிதியில் உலகம் அழியாமல் தடுக்கும் பொருட்டு பிரதட்சணம் செய்துகொண்டிருந்ததைப் பார்த்தேன்.

பேரணி முடிந்து அரண்மனை வாசலில் மேடை போட்டு, 'ஒரு ரூபா தாரேன். உப்புமா காப்பியும் தாரேன். ஆட்டம் போடற பொண்ணே, மாட்டைப் பாத்துக் குத்து' என்று காந்தி குல்லாய் வைத்த நடிகர் கிண்டலாகப் பாட ஆரம்பித்தபோது அசன் ராவுத்தர் போன்ற பழுத்த காங்கிரஸ்காரர்கள் ஆட்சேபித்ததால் அது நிறுத்தப்பட்டு, வட்டச் செயலாளரின் சொற்பொழிவும் தொடர்ந்து வக்கீல் எம்.கே.ஆரின் ஆங்கிலப் பிரசங்கமும் அரங்கேறியது. மோர்க்காரியிடம் கூட இங்கிலீஷில்தான் பேசுவது வக்கீலின் வழக்கம். சிவன் கோவிலுக்குப் போவதும் பழக்கமில்லை அவருக்கு.

லிங்கராஜு தயவால் எனக்கு வட்ட வடிவமான தகரப் பதக்கம் ஒன்று இனாமாகக் கிட்டியது. பின்னால் அழகாக சேப்டி பின் பொருத்தி, முன்னால் நீல நிறம் பூசி நடுவில் ஒற்றை நட்சத்திரம் பொறித்த அதைப் பெருமையாகச் சட்டையில் குத்திக்கொண்டு பள்ளிக்கூடம் போனபோது கிருஷ்ணன் சார், எடுத்துச் சட்டைப் பையில் வைத்துக்கொள்ளச் சொல்லிக் கட்டளையிட்டார். அவர் காங்கிரஸ் அனுதாபி.

பிப்ரவரி பத்தொன்பது திங்கள்கிழமை பள்ளி விடுமுறை. அன்றைக்குப் பெரியவர்கள் சமர்த்தாகப் பள்ளிக்கூடம்

போனார்கள். ஓட்டுச் சாவடி அங்கேதான். தேர்தலில் நாங்கள் எதிர்பார்க்காதபடி ஆர்.வி.சாமியப்பன் *43,000* ஓட்டு வாங்கி வெற்றிபெற, பாளை தங்கம் *34,000* வாக்கு பெற்று தோற்றார். நிஜமான சிங்கப் படத்தை வாக்குச் சீட்டில் பார்த்த வாக்காளர்கள் குழம்பிப் போனதால் முத்துபாரதிக்கு *950* ஓட்டுதான் கிட்டியது. தேர்தலுக்கு இரண்டு வாரம் முன்னால் ஏழு கிரகம் சேர்ந்தது. ஆனாலும், உலகம் இன்னும் அழியவில்லை. நவக்கிரக சந்நிதியில் அப்பரின் 'வேயுறு தோளி பங்கன்' பாடியபடி நான் சுற்றி வந்ததே காரணமாக இருக்கும்.

# முப்பது

**வா**ரக் கடைசியில் மழை பெய்ய ஆரம்பித்தது. அப்புறம் அது ஓயவே இல்லை. அரைவருடப் பரீட்சை முடிந்து, சனிக்கிழமை அரைநாள் பள்ளிக்கூடம் வைத்து. கிறிஸ்துமஸ், தொடர்ந்து விடுமுறை என்று அறிவிப்பது வழக்கம். அதுகூட இல்லாமல் கலெக்டர் உத்தரவுப்படி அத்தனை ஸ்கூலும் அடைத்துப் பூட்டியிருக்க, மழை தொடர்ந்தபடி இருந்தது. 1964 சொட்டச் சொட்ட நனைந்தபடியே முடியப் போகிறது.

சனிக்கிழமை சாயந்திரம் மழைக்கு நடுவில் ரெட்டைத் தெருவிலிருந்து ஆடிட் கிளார்க் முத்துரங்கம் தலைமையில் வழக்கம்போல் அனுமார் கோவிலுக்குக் கிளம்பும் வானரசேனை எண்ணிக்கை கணிசமாகக் குறைந்திருந்தது. கோவிலுக்குப் போவதால் தடுக்க வேண்டாமே என்று வீட்டில் ஒரு பழைய குடையைக் கொடுத்து ஆடிட் கிளார்க்கோடு அனுப்பி வைத்தார்கள். குடை பத்திரம், கோவில் வாசலில் மறந்து விட்டுவிட்டு வரவேண்டாம் என்று நூறு தடவையாவது நினைவுபடுத்தப்பட்டது.

சணல் கயற்றில் நடுவில் நிறைய இடம் விட்டுக் கட்டிய வடைமாலை ஆடிட் கிளார்க்கால் வாராவாரம் அனுமாருக்குச்

சார்த்தப்படும். அதைப் பிரித்து அப்புறம் வினியோகிக்கும்போது கூடப் போகிற எங்கள் கூட்டத்தின் அளவை அனுசரித்து அரை அல்லது முழுவடை கிடைக்க வாய்ப்பு உண்டு. அன்றைக்கு என் பங்கு மூன்று வடை என்பதிலிருந்தே அன்றைய கோஷ்டி பலம் தெளிவாகத் தெரிந்திருக்கும்.

ஊருணிக்கரை மேட்டில் ஜாக்கிரதையாகக் குடையைத் தோளில் சாய்த்தபடி மழை இரைச்சலுக்கு நடுவே மிளகுவடை ருசியில் மூழ்கியிருந்தபோது பின்னாலிருந்து கனமாக உயரும் குரல் - 'ஆஸ்பத்திரி பீத்துணியை அலசாதே.' குடிதண்ணீர் ஊருணிக்கரையில் ரோந்து போனபடி, அந்தக் குரல் நாள் முழுக்க, ராத்திரியிலும் கூட கரை தாண்டி வெகுதூரம் கேட்கும். பக்கத்தில் அரசாங்க பிரசவ ஆஸ்பத்திரியில் கர்ப்பிணிப் பெண்களும், குழந்தை பெற்றவர்களும் விழுத்துப்போட்ட துணிகளை அவசரமாகத் துவைக்க ஊருணியில் சாடுகிற உற்றார் உறவினரை எச்சரிக்கும் விதமாக, காவல்கார மாரியம்மாளின் நீண்டு ஒலிக்கிற குரல் அது. அடைமழைக்கு நடுவே முதுகுத் தண்டில் சிலிர்ப்பை ஏற்படுத்தும் காவல் உத்தரவைத் தொடர்ந்து கிழக்கிலிருந்து திடீரென்று பலமான காற்று வீசத் தொடங்கியது. என் குடை கவிழ்ந்து கம்பிகள் மேலே உயர்ந்து தெரிய ஒரு வினாடி வானத்தில் எவ்வி அப்புறம் ஊருணித் தண்ணீரில் மிதந்தது. சொட்டச் சொட்ட நனைகிறபோது, வீட்டில் குடையில்லாமல் நுழைந்தால் கிடைக்கும் வரவேற்பு மனதில் நிழலாட இன்னும் நடுக்கம்.

'குடிதண்ணி ஊருணியிலே யாருடா குடையைத் தூக்கிப் போட்டது?' தாட்தாட்டென்று ஊருணிக்கரை மேட்டிலிருந்து குதித்து இறங்கி கரையில் நின்றபடியே மிதக்கிற குடையைக் கையில் இருந்த பிரம்பால் ஓட்டி இழுத்துக் கரையில் விட்டெறிந்தாள் மாரியம்மாள். அனுமாருக்கும் அவளுக்கும் மனதில் திரும்பத் திரும்ப நன்றி சொன்னபடி காந்திவீதிக் கடைத்தெருவில் நுழைந்தபோது, முன்னால் கடந்து வருகிறவர் முகம் தெரியாதபடி மழை மும்முரமாகியிருந்தது.

அந்தச் சனிக்கிழமை ராத்திரி ஒன்பது மணிக்குத் தெருமுனையில் யாரோ சர்க்கார் உத்திரவை உரக்கப் படிக்கும் சத்தம். இது

‘ரோஜா மலரே ராஜகுமாரி’ சகிதம் தட்சிணா ஆச்சாரியார் ஒலிபெருக்கியது இல்லை. போலீஸ் ஜீப்பில் உட்கார்ந்தபடி சர்க்கார் ஊழியர் ஒருத்தர் அறிவித்துப் போனது. ராத்திரியில் இந்தக் குரலும் ஊருணிக்காவல் சத்தம் போல இனம் புரியாத பயத்தைக் கிளப்ப, அறிவிப்பின் உள்ளடக்கம் கலவரத்தை மேலும் கூட்டியது. ‘வங்கக் கடலில் கடுமையான புயல் சின்னம். மிகுந்த நாசத்தை விளைவிக்க அது ராமேஸ்வரம் அருகே திங்கள்கிழமை கரை கடக்கக் கூடும். நம் ஊரிலும் காற்று, மழை இன்னும் தீவிரமடையும். தாழ்வான பிரதேசங்களில் இருப்பவர்கள் பக்கத்துப் பள்ளிக்கூடங்களுக்குக் குடிபெயரவும்’.

ஆறு மாதிரி மழைத் தண்ணீர் அலையடித்துப் போகிற தெருவில் அந்த ஜீப் அன்னப் பறவை போல் ஊர்ந்து கொண்டிருக்க, தெப்பக்குளம், உடையார் ஊருணிப்பக்கம் தாழ்வான பிரதேசங்களில் இருக்கும் சிநேகிதர்கள் நினைவுக்கு வந்தார்கள். இடியும் மின்னலுமாக வானமே பொத்துக்கொண்டு கொட்டும் ராத்திரியில், குடும்பத்தோடு பள்ளிக்கூட வராந்தாவில் குடிபோவது போல வேதனையான விஷயம் இருக்காது.

ஞாயிறு காலை விடிந்தது முதல் மழை இன்னும் வலுத்ததோடு, ரெட்டைத் தெரு முழுக்க மின்சாரமும் காணாமல் போயிருந்தது. கரண்ட் ஆபீஸ் வாசலில் ஒரு பேரேட்டை ஜன்னலில் சேர்த்துக் கட்டியிருப்பார்கள். அதில் வீட்டு முகவரியை எழுதிவிட்டு வந்தால் சாவகாசமாக ஒயர்மேன் வந்து கம்பத்தில் ஏறி ப்யூஸ் போட்டு வெளிச்சம் வழங்குவார். குடை அணிவகுப்பாக எங்கள் வானரசேனை வடைமாலை இல்லாமல் கரண்ட் ஆபீசில் அவசரமாக நுழைய, அங்கே பேரேடு இருந்த சுவடே காணோம். ஆபீசில் மழைவெள்ளம் புகுந்து அதை அடித்துப் போனதே காரணம்.

உடையார் ஊருணிக்கரை உடைந்து விட்டது என்று யாரோ சொல்ல அநேகமாக எல்லா வீட்டில் இருந்தும் தலையில் முண்டாசும் தார்ப்பாய்ச்சிக் கட்டிய வேட்டியுமாகப் பெரியவர்கள் கிளம்பிப் போனார்கள். அதற்குள் கொட்டகுடிப் பக்கமிருந்து பள்ளிக்கூடத்தில் குடிபெயர்ந்திருந்த மேற்குத் தெருக்காரர்கள் உடைப்பை அடைத்து ஊரைக்

காப்பாற்றியிருந்தார்கள். எந்தப் பிரதியுபகாரமும் எதிர்பார்க்காத செயல் அது. நன்றி சொல்லத்தான் ஆளில்லாமல் போனது.

பால்பண்ணை பால், தினசரி கறிகாயும், மோரும், தயிரும் விற்க வருகிறவர்கள், சாயந்திரம் பூக்காரிகளின் அணிவகுப்பு ஏதுமில்லாமல் மழை மட்டும் நிறுத்தாமல் பெய்துகொண்டிருந்தது. ஆச்சரியகரமாக, நல்லையா மட்டும் எப்படியோ மழைக்கு நடுவே ஞாயிற்றுக்கிழமை தினசரி செய்தித்தாளை கிட்டத்தட்ட ஊற வைத்த நிலையில் வீடுவீடாக வழங்கிவிட்டுப் போனார். 'நாளைக்கு வரும்னு எதிர்பார்க்காதீங்க' என்று முன்னறிவிப்பையும் தெரு வக்கீல்களிடம் செய்தார் அவர்.

ஊதி ஊதிக் காயவைத்துப் படித்த தினசரியில் ராமேஸ்வரத்தைப் புயல் நெருங்கிக் கொண்டிருப்பதும், அந்த ஊரும் தனுஷ்கோடியும் மொத்த இந்தியாவிலிருந்து துண்டிக்கப்பட்டு சூறைக்காற்றிலும் மழையிலும் சின்னாபின்னமாகிக் கொண்டிருப்பதும் முதல் பக்கத்தில் விவரமாக வந்திருந்தது. கூடவே நடிகர் ஜெமினி கணேசனும் குடும்பமும் ராமேஸ்வரத்துக்கு ரயிலில் போனதாகவும் அவர்கள் நிலைமை என்னவென்று தெரியவில்லை என்றும் பெட்டிச் செய்தி. ரேடியோக்கார புஷ்பவனம் ரிப்பேருக்கு வந்த டிரான்சிஸ்டரை தெரு முழுக்கக் கேட்கும் விதத்தில் வீட்டுத் திண்ணையில் உரக்க வைக்க, திருச்சி ரேடியோவில் நிலைய வித்துவான் தில்ரூபா வாசித்துக் கொண்டிருந்தார். 'வங்கக் கடலில் உருவான புயல் சின்னம் நாளைக் காலையில் ராமேஸ்வரத்தை அடுத்து' அவசர அறிவிப்பு கொரகொர சத்தத்தில் கரைய, பேட்டரி தீர்ந்து போனதாக ரேடியோக்காரர் கூவினார்.

புயலை எதிர்பார்த்து ராத்திரி முழுக்கத் தூங்காமல் புரண்டு கொண்டிருந்தபோது ராமேஸ்வரத்திலிருந்து தனுஷ்கோடி போய்க்கொண்டிருந்த ரயிலில், சுற்றுலாவாக வந்த பள்ளிச் சிறுவர்கள் உட்பட நூற்றிருபது பேர் இருட்டில் பாம்பன் பாலத்தில் சிக்கிக் கொண்டிருந்தது பற்றித் தெரியாது. கிறிஸ்துமஸுக்கு இரண்டு நாள் முன்னால் மழை நின்றபோது நல்லையா செய்தித்தாள் வினியோகத்தைத் தொடர்ந்தார். ஜெமினி கணேசனும் குடும்பமும் நலமாகச் சென்னை

திரும்பியதாகச் செய்தி தெரிந்தது. தனுஷ்கோடி என்ற ஊரே அழிந்து போனதும், பாம்பன் பாலத்தில் நுழைந்த ரயில் கடலில் விழுந்து அடித்துப் போகப்பட்ட கோர விபத்தும் தமிழகத்தையே குலுக்கியது. அந்த விபத்தில் இறந்த முகம் அறியாத என் வயதுப் பிள்ளைகள் மழைக்கால இரவுகளில் இன்னும் என்னைச் சூழ்ந்துகொள்கிறார்கள்

# முப்பத்தொன்று

**வி**டுமுறைக்கு முன்னால் வருகிற பரீட்சை, தீபாவளிக்கு அப்புறம் வரும் காய்ச்சல், பொங்கல் சந்தையில் கரும்பு. இது போல வருடம் தவறாமல் வருகிற இன்னொரு சங்கதி 'புது வாத்தியார்கள்'. இவர்கள் பத்துப் பேருக்குக் குறையாத கோஷ்டியாகப் பள்ளிக்கூடத்துக்கு வருவார்கள். எல்லோரும் ஊரின் தென்கிழக்கு எல்லையைத் தொட்டுக்கொண்டு இருக்கும் மூன்று மாடி சிமெண்ட் கட்டிடத்திலிருந்து கிளம்பி வருகிறவர்கள். வெளியே இருந்து பார்த்தால், வரிசையாக அடுக்கிய புறாக் கூண்டுகள் போல இருக்கும் கட்டிடத்தின் கீழ்ப்பகுதியில் ஆசிரியர் பயிற்சிக் கல்லூரியும் மேலே, தங்கியிருந்து படிக்கத் தோதாக விடுதியும் உண்டு. புது வாத்தியார்கள் அங்கே படிக்கிறவர்கள். படிப்போடு கூட, ஒரு பத்துநாள் ஊர்ப் பள்ளிக்கூடங்களில் போய் வகுப்பு எடுக்க வேண்டும் என்று சர்க்கார் உத்தரவோ சட்டமோ இருக்கும் போல.

பத்தில் நாலு புது வாத்தியார்களாவது கிருஷ்ணன் சார் வகுப்பு நடத்தும்போது கடைசி பெஞ்சில் உட்கார்ந்திருப்பார்கள். அங்கே வழக்கமாக உட்கார்கிற பிள்ளைகள் அவசரமாக இடப் பெயர்ச்சி செய்யப்பட்டு மற்ற வரிசை பெஞ்சுகளில்

ஓரமாக நெருக்கியடித்துக்கொண்டு ஒரு வாரம் ஓட்ட வேண்டும். அதில் கஷ்டம் ஏதும் இல்லை. ஏனென்றால் அந்தப் பத்து நாளும் சும்மா பெயருக்குத்தான் வகுப்பு நடக்கும். புது வாத்தியார்களுக்குப் பாடம் நடத்தப் பயிற்சி கொடுக்கவே நேரம் செலவாகும்.

வழக்கம் போல் வரலாறு பாடத்தை ஆரம்பித்து, நாலாவது வகுப்பில் நாங்கள் நுழைந்த நாள் தொடங்கிச் சொல்கிற 'தாஜ்மகாலைக் கட்டியவர் தாடிக் கொத்தனார் இல்லை. சக்கரவர்த்தி ஷாஜஹான்' போன்ற ஜோக்குகளை வாரிவிடுவார் கிருஷ்ணன் சார். நாங்கள் கடமைக்காக லேசாகச் சிரித்து வைக்க, கடைசி பெஞ்சில் இருந்து இதை ரசித்து, பலத்த சிரிப்புச் சத்தம் கேட்கும். புது வாத்தியார்கள் சிரித்து முடித்த கையோடு நோட்டுப் புத்தகத்தில் ஏதோ அவசரமாக எழுதிக்கொள்வது வழக்கம். இப்படிக் குறிப்புகள் நிறைந்த நோட்டுப் புத்தகம் கடைசி பெஞ்சில் ஒரு பகல் பொழுதில் அநாதையாகக் கிடந்தது. பிரித்துப் பார்க்க, 'ஆசிரியர் மிகுந்த நகைச்சுவையோடு பாடம் நடத்தி மாணவர்களுக்கு வரலாற்று அறிவைப் புகட்டுகிறார்' என்று எழுதி அந்த அரதப் பழைய தாஜ்மகால் ஜோக்கும் மறக்காமல் குறிப்பிடப்பட்டிருந்தது.

இந்த நகைச்சுவை நேரம் அரைமணி மட்டுமே நீடிக்கும். அப்புறம் கிருஷ்ணன் சார் கடைசி பெஞ்சில் ஓய்வாக உட்கார்ந்து வெற்றிலைக்குச் சுண்ணாம்பு தடவ ஆரம்பிக்க, புது வாத்தியார்கள் ஒவ்வொருத்தராகப் பாடத்தைத் தொடர்வார்கள். 'வெள்ளையனே வெளியேறு போராட்டம் ஆயிரத்து எண்ணூற்று நாற்பத்திரெண்டாம் ஆண்டு தொடங்கியது' என்று ஒருத்தர் பாடம் நடத்த, '1942-ன்னு புத்தகத்திலே போட்டிருக்கு சார்' என்று நாங்கள் கோரஸாகச் சொல்வோம். 'ரெண்டும் சரிதாண்டா, வெள்ளைக்காரன் 1842-லேயே இங்கிட்டு வந்திட்டான்லே, அப்பவே அவனை வெளியே போகச் சொல்லிட்டாங்க நம்ம ஜனங்க. இந்தோ போறேன், அந்தோ போறேன்னு அவன் நூறு வருசம் இழுத்தடிச்சுட்டு இருந்தான். அப்புறம் காந்தி வந்து 1942-லே.' புதுவாத்தியார் சமாதானம் சொல்லும்போது எங்களோடு கிருஷ்ணன் சாரும் சிரிப்பார்.

புது வாத்தியார்களில் பஞ்சவர்ணம் சார் தனியானவர். சினிமா கதாநாயகர்கள் ஜெய்சங்கர், ரவிச்சந்திரன் போல டிப்டாப்பாக உடுத்திக்கொண்டு மற்ற புதுவாத்தியார்கள் வந்தபோது, காக்கி பேண்டும் மேலே தொளதொளவென்று ஒரு கதர்ச் சட்டையுமாக இருந்தவர் அவர்தான். இவ்வளவு பூஞ்சையாக ஒருத்தரை நேரில் பார்த்தது கிடையாது. தமிழ் சினிமாவில் சாயிராம் என்ற நகைச்சுவை நடிகர் மாதிரி. சாயிராமை ஒரு படத்தில் ஜெயிலில் அடைத்து வைப்பார்கள். கதவில் கம்பிகளுக்கு நடுவே இருக்கும் இடுக்கு வழியாகப் புகுந்தே மனுஷர் வெளியே வந்துவிடுவார். பஞ்சவர்ணம் சாருக்கு சாயிராம் என்று பெயர் வைக்கலாம் என்று குண்டுராஜு யோசனை சொன்னாலும், அது பெருவாரியாக நிராகரிக்கப் பட்டதற்குக் காரணம், புதுவாத்தியார்களுக்குப் பட்டப் பெயர் வைக்கிற வழக்கம் கிடையாது என்பதே.

பஞ்சவர்ணம் மிரள மிரள விழித்தபடி கடைசி பெஞ்சிலிருந்து முன்வரிசைக்கு வந்தார். நாற்காலியைக் கெட்டியாகப் பிடித்துக்கொண்டு ஒரு வினாடி அசையாமல் நின்றார். நாங்கள் எல்லோரும் சேர்ந்து பலமாக மூச்சுவிட்டால் அவர் பின்பக்கமாகச் சரிந்து விழுந்துவிடுவார் என்று தோன்றியது. தொண்டையைக் கனைத்துக்கொண்டு பாடம் நடத்த ஆரம்பித்தார். கணித வகுப்பு. இப்படியும் ஒரு கணக்கு வாத்தியார்!

'தம்பிகளா, கணக்குலே ஒரு கஷ்டமும் கிடையாது. சும்மா தெக்கத்தி மிட்டாய் மாதிரி இனிச்சுக் கெடக்கும். தெக்கத்தி மிட்டாய் சாப்பிட்டிருக்கீங்களா?'

எப்போதாவது மதுரை போகும்போது பஸ் ஸ்டாண்ட் பக்கம் 'தமிழக எண்ணெய்ப் பலகாரக் கடை' என்ற இனிப்பு விற்கிற கடை கண்ணில் படும். அங்கே அறிவிப்பில் முதலில் எழுதி இருக்கும் இனிப்பின் பெயர் தெக்கத்தி மிட்டாய்.

'முப்பத்தைந்தை முப்பத்தைந்தால் பெருக்கினா என்ன வரும்?' பஞ்சவர்ணம் கேட்டார். நாங்கள் நோட்டுப்புக்கின் கடைசித் தாளில் பென்சிலால் எழுதி கணக்குப் போட ஆரம்பிப்பதற்குள் அவர் சொன்னார் '1225. அதே மாதிரி 45-ஐ 45-ஆல் பெருக்கினால்,

2025; ஐந்துலே முடியற எந்த ரெண்டு இலக்க எண்ணையும் அதே எண்ணாலே பெருக்க சுலபமான வழி என்னன்னா...'

அடுத்த ஒரு மணிநேரம் எண்களின் மாயாலோகத்தில் நாங்கள் அவரோடு சுற்றிக் கொண்டிருந்தோம். பதி மூன்றாம் வாய்பாடு கூட கஷ்டப்படுத்தாமல் இணங்கி வந்தது. கசந்து வழியும் பெருக்கலும் வகுத்தலும் ஐந்து இலக்க எண்களை வரிசையாக எழுதிக் கூட்டுவதும் சட்டென்று தித்திப்பானது. பஞ்சவர்ணம் சார்தான் காரணம்.

அந்தச் சனிக்கிழமை மதியம் அவரைப் பார்ப்பதற்காகவே ஆசிரியர் பயிற்சி கல்லூரிக்குப் போனோம். ஆளுக்கு ஐந்து பைசா போட்டு, அவருக்குக் கொடுப்பதற்காக கங்காராஜ் ஸ்டோரில் வாங்கிய கடலைமிட்டாய் பொட்டலம் சீதரன் கையில் இருந்தது. ஊரில் ஒரே ஒரு மிட்டாய்க்கடை. அங்கே தெக்கத்தி மிட்டாய் கிடைக்காததால் கடலை மிட்டாயைத் தேர்ந்தெடுக்க வேண்டிய கட்டாயம். 'சந்தைப்பேட்டைத் தெருவோடு கபடி மாட்ச்' என்று வீடுகளில் சொல்ல ரெடிமேட் சாக்கு தயாரித்து வைத்திருந்ததால் கூட்டமாக நழுவுவதில் கஷ்டமில்லாமல் போனது.

கல்லூரிப் படியேறி உள்ளே முதல் மாடியில் நுழைந்தபோது, லுங்கி உடுத்திய புது வாத்தியார்கள் சுவரில் சாய்ந்து அரட்டை அடித்துக் கொண்டிருந்தார்கள். அல்லது பாயை விரித்துத் தூங்கிக் கொண்டிருந்தார்கள். ஓரத்தில் ஒரு கும்பல் அவ்வப்போது திரும்பிப் பார்த்துக்கொண்டு, சத்தம் கிளப்பாமல் சீட்டு விளையாடிக்கொண்டிருந்தது. எல்லாரும் பள்ளிக்கூடத்துக்கு வந்தவர்கள். பஞ்சவர்ணம் சாரை மட்டும் காணோம்.

அடுத்த வருடம் காந்தி வாத்தியார் பள்ளிக்கூடத்தில் நிரந்தர ஆசிரியராகச் சேர்ந்தார். முந்திய வருடம் புதுவாத்தியாராக வந்து அறிவியலை உண்டு இல்லை என்று ஆக்கியவர் அவர். அவரிடம் பஞ்சவர்ணம் சாரைப் பற்றிக் கேட்க, கொஞ்சம் தயங்கிவிட்டு, 'இன்னும் வேலைக்கு அலைஞ்சுட்டு இருக்காண்டா பாவம்' என்றார். அப்புறம், பஞ்சவர்ணம் சார் திருப்பத்தூரில் இருப்பதாக அங்கே போய்வந்த யாரோ

சொன்னார்கள். பள்ளிக்கூடம் இல்லை. மிளகாய் மண்டி. கணக்குப்பிள்ளை மேஜை போட்டுத் தரையில் உட்கார்ந்து வரவு செலவுக் கணக்கு எழுதிக் கொண்டிருக்கிறாராம் அவர். எல்லாக் கணக்கும், வாழ்க்கையும் தெக்கத்தி மிட்டாயாக இனிக்காமல் போக என்ன காரணம் என்று தெரியவில்லை.

# முப்பத்திரண்டு

ஞாயிற்றுக்கிழமை காலை சுமார் ஏழரை மணிக்கு, வேட்டியை மடித்துக் கட்டிக்கொண்டு மேல் துண்டைத் தலைப்பாகை போல் தலையில் சுற்றியபடிக்கு நெடுநெடுவென்று உசரமான ஒருத்தர் ரெட்டைத்தெருவும் காந்தி வீதியும் சந்திக்கிற இடத்தில் குறுக்கும் நெடுக்குமாக அலைந்து கொண்டிருந்தால், அன்றைக்கு மதியம் வரை பரபரப்பாக நேரம் போகும் என்பதை நிச்சயமாகச் சொல்லலாம். அந்த உயர்ந்த மனிதர், நகரசபை வரிவசூலிப்பு சிப்பந்தி வேலாயுதம். அவர் தெருமுனையில் நடைபயிலக் காரணம் சைக்கிள். சரியாகச் சொன்னால் சைக்கிள்கள்.

ஊர் சதா குறுக்கு நெடுக்காக ஊர்ந்து செல்லும் சைக்கிள்கள் நிறைந்தது. இருபது மற்றும் இருபத்துநாலு இஞ்ச் ராலே, இருபத்திரண்டு இஞ்ச் ஹெர்குலிஸ் போன்ற அடிப்படைப் பிரிவுகள் போக, காந்திவீதி ரங்கராஜு சைக்கிள் கடையில் நாலைந்து பழைய சைக்கிள்களைப் பிரித்துப் போட்டு பிரத்யேகமாக உருவாக்கிய கதம்ப சைக்கிள்களும் நிறைய உண்டு. இவற்றில் புத்தம் புதியதாக, ஹாண்டில் பாரின் இருபுறமும் ஜிகினா நாடாக்கள் வழிய பளபளவென்று மின்னும் சைக்கிள்கள், நாலைந்து மாதம் முன்னால் சர்க்கார் வேலையில் சேர்ந்த என்.ஜி.ஓக்கள் ஓட்டுவது. குமாஸ்தா சீனியர் ஆக ஆக, சைக்கிளின் பளபளப்பு குறைந்து ஓட்டுகிறவர் முகத்தில் அது கூடும். மலேயா, சிங்கப்பூர் தொடர்புள்ள ராம.பெரி.அழகு,

அழ.பெரி.வயி வகையறாக்கள் ஓட்டுவது முழு மட்கார்ட் மாட்டி மினுமினுக்கும் அலங்கார டைனமோவோடு கூடிய இறக்குமதி சைக்கிள்கள். இதமாகப் பதமாக ஓட்டிப் போய், வாராவாரம் ஊசிமூக்கு கிண்ணத்திலிருந்து வார்த்து வார்த்து சக்கரங்களுக்கு எண்ணெய்க் குளியல் நடத்தி நீவி நீவித் துடைத்து இவர்கள் சைக்கிளுக்குச் செய்கிற சிஷ்ருஷைகளைச் சொல்லி மாளாது. ராத்திரி தூங்கும்போது ஜயண்ட் சைஸ் பீரோவில், அடகு பிடித்த நகை, வெள்ளிப் பாத்திரம், கரன்சி நோட்டு இவற்றோடு சைக்கிளையும் பூட்டிவைப்பார்களாக இருக்கும். ஊரின் மற்ற சைக்கிள்கள் பின்னால் கேரியரை வைத்தே இனம் காணப்படும். கேரியரில் கேஸ் கட்டு இருந்தால் வக்கீல் குமாஸ்தா சைக்கிள். பத்து இருபது காம்போசிஷன் நோட்டுகள் இருந்தால் பள்ளிக்கூட வாத்தியார். லாத்திக் கம்பு நீட்டிக்கொண்டிருந்தால் போலீஸ்காரர்.

முனிசிபல் வேலாயுதம் ஞாயிற்றுக்கிழமை காலையில் ரெட்டைத்தெரு முனையில் நிற்பது மேலே குறிப்பிட்ட சகல விதமான சைக்கிள்களையும் எதிர்பார்த்து. விஷயம் ஒன்றும் பிரமாதமில்லை. நகராட்சி தீர்மானம் போட்டு எந்தக் காலத்திலோ விதித்த சட்டப்படி, ஊரில் உருளுகிற எல்லா சைக்கிள்களுக்கும் வருடாவருடம் இரண்டு ரூபாய் வரிகட்ட வேண்டும். வசூலித்ததற்கு அடையாளமாக தபால்தலையை விடக் கொஞ்சம் பெரிய சைசில் ஒரு தகரவில்லை தருவார்கள். அதில் நடப்பு வருடம், புராதனமான சிந்து சமவெளி சின்னம் போல இரண்டு மர்மமான குறியீடுகள், நடுவிலே ஒரு துளை போன்ற சமாச்சாரங்கள் இருக்கும். சைக்கிளின் முன்பாகத்தில் துளை வழியாகத் தகரவில்லையை நுழைத்து முடுக்கினால், அடுத்த ஒரு வருடம் முனிசிபாலிட்டி பயம் இன்றி ரைட் ராயலாக ஊருக்குள் சைக்கிளை ஓட்டலாம்.

சிக்கல் இங்கேதான் ஆரம்பமாகிறது. முன்னூறும் நானூறும் கொடுத்து சைக்கிள் வாங்கி, குடும்ப உறுப்பினரை விடப் பிரியமாக அதைப் பராமரிக்கிற ஊர் மகாஜனங்களில் பலரும், வருடத்துக்கு இரண்டு ரூபாய் கொடுத்து நகராட்சி லைசன்ஸ் வாங்குவது அனாவசியமானது என்று ஒரே மனதாகத் தீர்மானித்திருந்தார்கள். பிரஸ்தாப தினத்தில்

இவர்களில் பலரையும் நேரடியாக மடக்கி, லைசன்ஸ் எடுக்க வைக்க முனிசிபாலிட்டி நிறைவேற்றும் அதிரடி திட்டத்தின் பகுதியாகவே விடுமுறை நாளான ஞாயிற்றுக்கிழமையிலும் கடமையே கண்ணாக வேலாயுதம் ரெட்டைத்தெரு முனையில் இப்போது நிற்கிறார்.

வாடிக்கையாளர்களுக்கு முதல் ரவுண்ட் பால் விநியோகம் முடித்து, கேரியரில் கட்டிய பால் பாத்திரத்தில் மிச்சம் இருந்த பாலோடு சில்லறை விற்பனைக்காகச் சுற்றிவரும் பால் பண்ணை கோபாலன் காந்திவீதி திரும்பி ரெட்டைத் தெருவில் நுழையும்போது முனிசிபாலிட்டி வேலாயுதத்தால் தடுத்தாட்கொள்ளப்படுகிறார். 'லைசன்ஸ் எங்கே கோபாலா?' வேலாயுதம் நகராட்சி வில்லை சூடியிருக்காத கோபாலன் சைக்கிளை ஆராய்ந்தபடி, வழக்கமான கேள்வியில் தொடங்குகிறார். 'எதுக்கு அண்ணே? பால் விக்கறதுக்கா?' கோபாலன் புன்சிரிப்போடு சைக்கிளில் இருந்தபடிக்கே காலை ஊன்றி விசாரிக்கிறார். 'பால் விக்கத் தொண்டை போதுமேப்பா. நான் கேட்டது உன் சைக்கிளுக்கு. அதுக்கு ஏன் லைசன்ஸ் எடுக்கலை? தப்பு இல்லியா?'

கோபாலன் சைக்கிள் கைப்பற்றப்பட்டு கங்கராஜ் கடை முன்னால் நிறுத்தப்படுகிறது. அடுத்து மாட்டுவது பேப்பரோடு வந்த நல்லையா சைக்கிள். மளிகைக்கடை ஆவன்னா றூனா வேகமாக ஏதோ யோசனையோடு சைக்கிளில் காந்திவீதியில் நேரே வந்தவர், சட்டென்று பிரேக் போட்டு சாத்தப்பன் தெருவில் வண்டியைத் திருப்ப, 'அண்ணே, அண்ணே, நில்லுங்க. அப்புறம் பிடிச்சுடுவேன்' என்று அறிவித்தபடி கொஞ்ச தூரம் வேலாயுதம் கூடவே ஓடுகிறார். பலன் இல்லை. பத்து நிமிடம் கழித்து, ஆவன்னா றூனா எட்டுமுழ மல் வேட்டியும் அரைக்கை பனியனும் நமுட்டுச் சிரிப்புமாக, வேலாயுதத்தைக் கடக்கிறார். நகரசபை ஊழியர் யாரும் இப்போது அவர் மேல் கைவைக்க முடியாது. நடந்துபோகிறவர்களுக்கு எதுக்கு வேணும் லைசன்ஸ்?

போலீஸ் ஏட்டு சைக்கிள் எதிர்ப்படுகிறது. வேலாயுதம் நட்போடு கையசைத்து நிறுத்துகிறார். ஏட்டு சைக்கிளில் விளக்கு, மணி, பிரேக் இதெல்லாம் கிடையாது. லைசன்சும்தான்.

‘போலீஸ் ஜீப்புக்குக்கூட லைசன்ஸ் வேணாம். கவர்மெண்ட் வண்டி இதெல்லாம்.’ வேலாயுதத்திடம் சொல்லியபடி ஏட்டு கம்பீரமாகப் போக, வேலாயுதம் நம்பாமல் சிரிக்கிறார். அவர் போலீஸ் ஜீப்பில் எல்லாம் ஏறியதில்லை .

டிராயிங் மாஸ்டர் பள்ளிக்கூட ப்யூன் ராஜுவை கேரியரில் ஏற்றிக் கொண்டு வேர்க்க விறுவிறுக்க மிதித்துப் போகிற சைக்கிள் நகராட்சி ஊழியர் கண்ணில் இப்போது படுகிறது. ‘சார், லைசன்சும் இல்லே. டபிள்ஸ் வேறே போறீங்க’ வேலாயுதம் குற்றச்சாட்டை எடுத்துவிட, ‘டபிள்ஸ் எல்லாம் காலையிலேயே கிரமமாப் போயாச்சுப்பா. ராஜுவைக் கூட்டிக்கிட்டு தச்சரைக் கூப்பிட போயிட்டிருக்கேன். ஸ்கூல் பெஞ்ச் எல்லாம் ஓட்டை ஓடசலாக் கிடக்குன்னு எச்.எம் சொல்லிட்டே இருக்காரு. இப்படியே போனா, நாளைக்கு உன் மகன் பாதி பாடம் படிச்சுட்டு இருக்கறப்போவே பெஞ்ச் உடஞ்சு விளுந்து அடிகிடி பட்டுதுனா நான் ஜவாப்தாரி இல்லே, சொல்லிட்டேன்.’ பிள்ளைப்பாசம் கண்ணை மறைக்க, வேலாயுதம் அவரைப் போகவிட, பால்பண்ணை கோபாலனும், பேப்பர் நல்லையாவும் ஆட்சேபிக்கிறார்கள்.

ராம.பெரி.அழகு இறக்குமதி சைக்கிளில் கனகம்பீரமாக வருகிறார். வேலாயுதம் வழிமறிக்கிறார். ‘தம்பி, இறக்குமதி பண்ணும்போதே இதுக்கு லைசன்ஸ் பணம் டில்லி சர்க்காருக்குக் கட்டியாச்சு. முனிசிபல் ஆபிசரை அங்கே எழுதிப்போட்டு ரெண்டு ரூபா வாங்கிக்கச் சொல்லு.’ வேலாயுதம் குழப்பத்தோடு நிற்க அழகு அய்யா அம்பேல்.

‘காலையிலே இருந்து வீட்டுலே காப்பிக்கு பால் இல்லே. அவ கத்திட்டுக் கிடக்கா. பேப்பரும் வரல்லே.’ சத்தம் கேட்ட திசையில் வேலாயுதம் திரும்பிப் பார்க்க, முனிசிபல் ஆபிசர்தான். கோபாலனும் நல்லையாவும் மௌனமாக வேலாயுதத்தைக் கைகாட்ட, ‘விட்டுடுங்க, போகட்டும்’ என்கிறார் ஆபிசர் பொறுமையில்லாத குரலில்.

இத்தனையும் சுவாரசியமாகப் பார்த்தபடி நின்ற எனக்கு அன்றும் இன்றும் புரியாத ஒன்று - ஊரில் எத்தனை சைக்கிள்களுக்கு லைசன்ஸ் வாங்கியிருந்தார்கள்? ஏன் வாங்கியிருந்தார்கள்? அந்த அப்பாவிகள் யார் யார்?

# முப்பத்துமூன்று

‘வடக்குவாடி’ என்று அழைக்கப்பட்ட காந்திவீதி வழியாக ஊருணியில் குடிதண்ணீர் எடுத்துவரக் குடமும் சிரிப்புமாக கூட்டமாக நடக்கிற பெண்கள், சப் கோர்ட் போகிற வக்கீல்கள், குமாஸ்தாக்கள், பள்ளிக்கூடம் போகிற பிள்ளைகள் எல்லாரும் பால் பண்ணை ஆபீஸ் பக்கம் ஒரு நிமிடம் நிற்பார்கள். இடது பக்கம் பார்த்துக் கைகூப்பித் தொழுதுவிட்டுத் தொடர்ந்து நடக்கவோ சைக்கிளை மிதிக்கவோ செய்வார்கள். காந்தி வீதியிலிருந்து கொஞ்சம்போல உள்வாங்கி, பெரிய பொட்டலாக விரிந்து மேற்கு மூலையில் திரௌபதி அம்மன் கோவில் இருக்கும் இடம் அது.

பஞ்ச பாண்டவர்கள் ஒருத்தர் கூடத் துணைக்கு இல்லாமல் தனியாகக் கோவில் இருக்கும் திரௌபதிக்கு ராவும் பகலும் காவல் ஐயனார் தான். பொட்டலின் வடக்கு பாகத்தில், சீயக்காய் மற்றும் மிளகாய் அரவை மிஷின்களின் நெடியை சகித்துக் கொண்டு அவர் பெரிய வாளை உருவிப் பிடித்தபடி கம்பீரமாக நீட்டி நிமிர்ந்து உட்கார்ந்திருப்பார். சிமிட்டி குழைத்துச் செய்த ஐயனார் பக்கம் உச்சிப் பொழுதில் தனியாகப் போக எல்லோருக்கும் பயம். முனி இறங்கி வந்து அடிக்கும்

என்று பரவலாக நம்பிக்கை. ஆனாலும் அடிக்கிற காரியத்தைப் பள்ளிக்கூட வாத்தியார்களே தொடர்ந்து செய்துகொண்டிருக்க, ஐயனார் யாரையும் தீண்டியதாகத் தெரியவில்லை.

செம்மண் புழுதி பறக்கும் திரௌபதி அம்மன் கோவில் பொட்டலில் ஒரு சாயந்திர நேரம் ஊருக்குப் புதுசாக யாரோ சிலபேர் வந்து சேர்ந்தார்கள். அங்கங்கே மண்வெட்டியால் செதுக்கிச் சமனப்படுத்தி ஊருணித் தண்ணீரை வாளிவாளியாகத் தெளித்து புழுதியை அடக்கிய அந்தக் கூட்டத்தில் இரண்டரை, மூன்றடி உயரத்தில் கூட ஆட்கள் இருந்தார்கள். தகவல் கிடைத்து, வேடிக்கை பார்த்து முழுவிவரம் அறிய ரெட்டைத் தெரு வானரசேனை போய்ச் சேரும்போது திரௌபதி அம்மன் கோவில் பொட்டல் இருந்த சுவடே தெரியாமல் அங்கே நீலமும் மஞ்சளுமாக ஒரு பெரிய துணிக்கூடாரம் எழும்பி நின்றது. பெரிய எழுத்தில் ‘இந்திரா சர்க்கஸ்’ என்று எழுதிய படுதாக்கள் அங்கங்கே பறக்க, கூடாரத்தைச் சுற்றி லிங்கராஜு, தஸ்தகீர் சாயபு போன்ற உள்ளூர் எலக்ட்ரீஷியன்கள் சுறுசுறுப்பாக சீரியல் செட் மின்சார விளக்கு மாட்டி அலங்காரம் செய்து கொண்டிருந்தார்கள். அது ஊருக்கு வந்த முதல் சர்க்கஸ்.

டாப் திறந்த பழைய வேனில் குள்ள மனிதர்கள் கோமாளித் தொப்பியும் காலில் சதங்கையுமாக பைஜாமா போட்டுக்கொண்டு குதிக்க, முன்னால் வயதான யானை ஒன்று களைப்போடு அசைந்து வர, சர்க்கஸ் விளம்பர நோட்டீசை வினியோகித்தபடி ஒரு கெச்சலான இந்திக்காரர் மெகபோனோடு நடந்தார். பத்திரிகை சைஸில் பாதிக்கு இருந்த நோட்டீசில், பார் விளையாடும் பெண்கள், ஒற்றைச் சக்கர சைக்கிள் ஓட்டியபடி வரிசையாக வரும் பெண்கள், கத்தி விட்டெறியும் பெண்கள் என்று சகலமும் பெண்மயமாக இருக்க, ஓரமாக பளு தூக்கும் பயில்வானும், மோட்டார் சைக்கிள் ஓட்டும் கரடியும் மட்டும் ஆண்களுக்குப் பிரதிநிதியானார்கள்.

‘நிஜார் உடுத்தின பொண்குட்டிகள் சைக்கிள்லே போறதையும் உருளையிலே விளையாடறதையும் பார்க்கறதுக்கு எல்லாம் காசு கொடுக்க முடியாது.’ பாட்டி ஒற்றை வினாடியில் சர்க்கஸ் பார்க்க அனுமதி மறுத்துவிட்டாள். ஆனாலும் ஊர் முழுக்க

அந்தப் பெண்களைப் பற்றியே சுவாரசியமான பேச்சாகிப் போனது. கோவிலுக்குத் தெற்கே வக்கீல் கணேச சுப்பிரமணியன் வீட்டுக்கு இரண்டு வீடு தள்ளி வீடெடுத்து சர்க்கஸ் பெண்கள் தங்கியிருந்தார்கள். சர்க்கஸில் வேலை பார்த்த ஆண்பிள்ளைகள் கூடாரத்திலேயே தங்கி, உடையார் ஊருணியில் குளித்து, உடுப்பி ஓட்டலிலும் பூரணா மிலிட்டரி ஓட்டலிலும் சாப்பிட்டு வந்தார்கள், அது என்னமோ விடிந்ததிலிருந்து கோவிலுக்குத் தெற்குப் பக்கம் மட்டும் ஒரே கூட்டமாக இருக்கும்.

மலையாளக்கரைப் பெண்கள் அவர்கள் எல்லோரும். தூக்கம் போதாமல் சிவந்த கண்ணும், சுபாவமாகவே கனமான உதடுகளும், தலை குளித்து விரித்துவிட்ட நீண்ட முடியும் கசங்கிய வெள்ளைச் சேலையுமாக அவர்களில் யாராவது வீட்டு வாசலிலோ ஜன்னலிலோ தட்டுப்படும்போது தெருக்கோடியில் நிற்கிற யாராவது விசில் அடிப்பார்கள். 'வேறெ தோரொண்ணில்யோ நிங்கள்க்கு?' (வேறே வேலையே இல்லையா உங்களுக்கெல்லாம்?) என்று அந்தப் பெண்கள் சத்தம் போட்டபடி கதவை மூடும்போது இந்தக் கூட்டம் கைதட்டிச் சிரிக்கும். சாயந்திரம் கான்வாஸ் வைத்து டாப் அடைத்து ஜன்னலும் மூடிய வேனில் அவர்கள் சர்க்கஸ் கூடாரத்துக்குப் போகும்போது பின்னாலேயே சிலர் சைக்கிளில் வேகவேகமாகத் தொடர்வார்கள்.

இறுக்கப் பிடிக்கும் அரை நிஜாரோடு பார் விளையாடத் தொடங்கும்போது அதில் ஒரு பெண்ணின் தலைமுடி அவிழ்ந்துவிட்டது. கூட்டத்தில் யாரோ அவள் உடுப்பும் அதேபடி ஆகவேண்டும் என்று உரக்க ஆசைப்பட்டார்களாம். அவள் திரும்பிப் பார்த்து மலையாளத்தில் திட்டிவிட்டுக் கண்ணைத் துடைத்துக்கொண்டு பார் ஆட ஆரம்பிக்க, சர்க்கஸ் முதலாளிகள் கேலி செய்தவனிடமும் கூட இருந்த சிநேகிதர்களிடமும் திரும்பத் திரும்ப மன்னிப்பு கேட்டுக் கொண்டார்களாம். குண்டுராஜுதான் சொன்னான். கேட்டதும் கொஞ்சம் குறுகுறுப்பு, நிறைய வருத்தம்.

அந்தப் பெண்கள் நேருபஜாரில் காதர் கடைக்கு அடுத்த பேன்சி ஸ்டோரில் ரெமி ஸ்னோ வாங்க வந்தபோது

பக்கத்தில் வைத்துப் பார்த்தேன். முகப் பருவும் கண்ணில் தீற்றிய மையுமாக அவர்களுக்கும் ஊர்ப் பெண்களுக்கும் பெரிதாக வித்தியாசம் தெரியவில்லை. ஆனாலும் எனக்குத் தெரிந்த மலையாளத்தைவிட வித்தியாசமாக அவர்கள் பேசிய மொழி இருந்தது. எங்கே ஆரம்பித்து எங்கே முடிகிறது என்றே தெரியாதபடிக்கு 'நிக்கறியுமோடியென்னென்னெவ்ளிச்சம்ம யிதோதிச்சப்ளே' (உனக்குத் தெரியுமா அப்படின்னு அம்மா என்னைக் கூப்பிட்டுக் கேட்டபோது) என்று வார்த்தைகளில் பார் விளையாடியபடி ஸ்நோவும் கண்மையுமாகப் போனார்கள் அவர்கள்.

கோவிலுக்குத் தெற்குவசம் ஒரு கூட்டம் இந்தப் பெண்களை எதிர்பார்த்து சதா நிற்க, நாங்கள் ஞாயிற்றுக்கிழமை பகல் பொழுதுகளில் சர்க்கஸ் கூடாரத்தைச் சுற்றிவந்து கோமாளிகளோடு சிநேகிதர்களாகிப் போனோம். மொத்தம் நாலு பேர். அதில் மூணு பேர் தமிழ். ஒருத்தர் தெலுங்கு பேசுகிறவர். குட்டிக் கரணம் அடிப்பதிலிருந்து வாள் பயிற்சி வரை தெரிந்த நிபுணர்கள் அவர்கள். அந்தப் பெண்களுக்கு பார் விளையாடச் சொல்லிக் கொடுத்ததும் அவர்களில் வயதில் மூத்த கோமாளிதான் என்று தெரிந்தது.

"அவங்க எல்லோரும் மலையாளம் பேசறவங்க. நீங்க தமிழ், தெலுங்கு பேசறீங்க. வண்டியோடு வந்து நோட்டீஸ் கொடுக்கறவர் இந்தி பேசறார். எப்படி சேர்ந்து இருக்க முடியுது?" கூடார வாசலில் ஸ்டூல் போட்டு உட்கார்ந்து மாயழகு கடை டீயை ருசித்துக்கொண்டிருந்த அந்த மூத்த கோமாளியிடம் கேட்க, அவர் வயிற்றைத் தொட்டுக் காட்டினார். 'எங்க எல்லோருக்கும் தெரிஞ்ச ஒரே மொழி இது மட்டும்தான் தம்பி'.

எதிர்பாராத விதமாக பள்ளிக்கூடத்திலேயே வசூல் செய்து சிறப்புக் கட்டணத்தில் சர்க்கஸ் கூட்டிப் போனதால் இந்திரா சர்க்கஸ் பார்க்கும் பாக்கியம் எனக்கும் கிட்டியது. நண்பர்களான கோமாளிகள் எங்களைப் பார்த்து ஸ்பெஷலாகக் கையசைத்து சரம்சரமாக பல்டி அடிக்க, வலிக்க வலிக்கக் கைதட்டினோம். கிலோ கணக்கில் கனமான இரும்பு வளையங்களைச் சுமந்தபடி நடந்து வந்த பயில்வான், ஆசீர்வாதம் சார் தோளில் அதை

வைப்பது போல் போக்குக் காட்ட, ‘எனக்குக் கல்யாணமாயிடுச்சு’ என்றார் வாத்தியார். சோனியான கரடி மோட்டார் சைக்கிள் விட்டபோது அசிஸ்டெண்ட் ஹெட்மாஸ்டர் நினைவுக்கு வந்தார். அப்புறம் கடைத்தெருவில் பார்த்த அந்தப் பெண்கள் அள்ளிச் செருகி இறுக்கக் கட்டிய கூந்தலும் ஜிகினா உடுப்புமாக பாரில் ஏறி ஆடினார்கள். அவர்களில் ஒருத்தியைக் கீழே கிடத்தி பலகையை வயிற்றுக்குக் குறுக்கே வைத்தார்கள். அழுக்கு பட்டுத் துணியை அலங்காரமாகச் சுற்றிக்கொண்டு வந்த யானை அவள் வயிற்றில் மிதித்தபடி அந்தப் பக்கம் கடந்தது. யானைக்கும் வயிற்றுமொழி தெரிந்திருக்கும்.

# முப்பத்துநாலு

மதிய நேரத்தில் யாரோ கொல்லைக் கதவைத் தட்டினார்கள். இது அபூர்வமான நிகழ்ச்சி என்றுதான் சொல்ல வேண்டும். கம்பி போட்ட வாசல் இரட்டைக் கதவில் ஒன்று மட்டும் நாள் முழுக்க அவ்வப்போது திறந்து மூடி போக்குவரத்துக்கு வழிசெய்ய, கொல்லையில் மரக் கதவை எப்போதும் இழுத்துச் சாத்தி இரட்டைத் தாழ்ப்பாள் போட்டு வைக்கிறதே வழக்கம். லொட்டு லொட்டென்று கதவு தட்டும் சத்தம் அதிகமாகிக் கொண்டிருக்க, 'பலகை உடைஞ்சு விழப் போறது. யார்னு போய்ப் பாரு' என்று வீட்டில் சகல தரப்பிலிருந்தும் எனக்கு அவசர உத்தரவு பிறப்பிக்கப்பட்டது.

பூஞ்சிட்டாகப் பறந்து கொல்லைக் கதவில் மோதி தாழ்ப்பாளை பலம் கொண்ட மட்டும் நெம்பித் திறந்தால், தபால்காரர் சென்னகிருஷ்ணன் ஒரு கையில் பெரிய பார்சலைத் தூக்க முடியாமல் தூக்கியபடி நின்றுகொண்டிருந்தார்.

"உனக்குத் தாண்டா, தம்பி. அட்ரஸை அரைகுறையா நிரப்பி வச்சிருக்கான் அனுப்பின புண்ணியவான். வேகாத வெய்யிலிலே நாலு தெரு சுத்தி நாக்குத் தள்ளி..." எனக்குத் தெரிந்து கொல்லைப் பக்கமாக வந்து கதவைத் தட்டித் தபால்

பட்டுவாடா செய்த ஒரே தபால்காரர் சென்னகிருஷ்ணன்தான். இவ்வளவுக்கும், இரண்டு மணிநேரம் முன்னால் வழக்கப்படி வீட்டு வாசலுக்கு வந்து திருச்செந்தூர் இலைவிபூதிப் பிரசாதக் கவரைக் கையில் கொடுத்தபோது, எனக்கு ஏதாவது கடிதாசு உண்டா என்று விசாரித்தேன். ‘எழுதிக்கிட்டிருக்காங்க’ என்று அவருடைய வழக்கப்படி பதில் சொல்லிப் போனார். ‘இல்லை’ என்று அவர் வாயில் வரவே வராது.

ரெட்டைத் தெருவில் எல்லாப் பையன்களையும் கடிதாசுக் காய்ச்சல் பிடித்திருந்த நேரம் அது. அதுவரை தெப்பக்குளத்து தெற்குப் படித்துறை போஸ்ட் ஆபீசில் எப்போதாவது படி ஏறுவது ரிப்ளை கார்ட் வாங்கத்தான். பாட்டியம்மாவுக்கு மிகவும் விருப்பமான பொருட்களின் பட்டியலில் வேப்பிலைக் கட்டி, குரு பல்பொடி, கோடாலித் தைலம், அஞ்சால் அலுப்பு மருந்து இவற்றையெல்லாம் முந்திக்கொண்டு நிற்பது ரிப்ளை கார்ட். ஒட்டிப் பிறந்த இரட்டைக் குழந்தைகள் போல வரும் இரண்டு தபால் அட்டைகளில் ஒன்றில் இண்டு இடுக்கு விடாமல் எழுதி, அடுத்ததில் தன்னுடைய முகவரியைப் பொறித்து அனுப்பிவிட்டால் எதிர்பார்த்த தகவல் எல்லாம் உடனடியாக வந்து சேர்ந்துவிடும் என்று அசாத்திய நம்பிக்கை அவளுக்கு.

ரிப்ளை கார்டு வாங்கப் போகாமல், கடிதம் எழுதி அதில் ஒட்ட காந்தி தலை ஸ்டாம்ப் வாங்க போஸ்ட் ஆபீசுக்குப் படையெடுத்து ஒரு மாதமாகிறது. கடுதாசிக் காய்ச்சலில் உச்ச கட்டம் அது. உலக வரைபடத்தில் நாட்டுப் பெயர்களைத் தேடி, தில்லியில் இருக்கும், இருப்பதாக நாங்கள் நினைத்த அவற்றின் தூதரகங்களுக்கு, ரெட்டைத் தெரு வீடுகளிலிருந்து கோரிக்கைகள் பறந்த நேரம். ‘மேற்படி கதவிலக்கத்தில், இந்த ஊரில் இருக்கும் பள்ளிக்கூட மாணவனான எனக்கு உங்கள் நாட்டைப் பற்றி அறிந்துகொள்ள மிகவும் ஆவலாக உள்ளது. ஆசிரியர்கள் வழிகாட்டியபடி உங்களை அணுகுகிறேன். உடனே விரைந்து தகவல் அனுப்பவும்’ இப்படி முடியும் இங்கிலீஷ் கடிதங்களை கணக்கு நோட்டில் கிழித்த தாளில் கவனமாகப் பிரதி செய்து பல தூதரகங்களுக்கும் அனுப்பினோம். ஒரே விலாசம்தான் எல்லாவற்றுக்கும். நாட்டுப் பெயரோடு எம்பஸி

என்று சேர்த்து அடுத்த வரியில் சாணக்கியபுரி, தில்லி என்று எழுதி, தபால்தலை ஒட்டிப் போட்டால் கடிதம் போய்ச் சேர்ந்துவிடும். வெற்றுக் கவர், ஸ்டாம்ப் வாங்க வீட்டில் காசு பெயருவதற்குள்தான் முழிபெயர்ந்துவிடும்.

கடிதம் கிடைத்த உடன், ரிப்ளை கார்டாகப் பாவித்து இந்த தூதரகங்கள் பதில் அனுப்பவில்லை என்பது உண்மைதான். முக்கியமாக, அமெரிக்கா, பிரிட்டன், மேற்கு ஜெர்மனி, பிரான்ஸ் போன்ற வல்லரசுகள் ரெட்டைத் தெருச் சிறுவர்களை அலட்சியம் செய்ய, செக்கோஸ்லோவேகியா, லிபியா, ருமேனியா, பல்கேரியா போன்ற சோஷலிச நாடுகள் கட்டுக் கட்டாகப் புத்தகங்களை அனுப்பி வைத்தன. அத்தனையும் வழுவழு காகிதத்தில் நெருக்கமாக அச்சடித்தது. ஏழாவது கட்சி காங்கிரஸ், பிளீனம் என்று புரியாத தலைப்புகளும், பட்டை பிரேம் மூக்குக் கண்ணாடியோடு, சீரியசாகத் தோன்றும் தலைவர்களின் படங்களுமாக இருந்த இந்தப் புத்தகங்களை வாங்கி அடுக்கி வைப்பதே பெருமையான விஷயம். கானா நாடு மற்றவற்றை விட ஒரு படி மேலே போய், மாதாமாதம் இலவசமாக நாலு பக்கத்துக்கு அச்சடித்த 'கானா நியூஸ்' அனுப்ப ஆரம்பித்தது. மஞ்சளும் கறுப்புமாக வரும் இது தவிர, அமெரிக்காவிலிருந்து 'ப்ளெயின் ட்ரூத்' என்ற பத்திரிகை. இதுவும் இலவச சேவை. 'சந்தா அனுப்பினால் வாங்கமாட்டோம்' என்ற அறிவிப்போடு வந்த இந்த மாதப் பத்திரிகையில் அமெரிக்க ஜனாதிபதி லிண்டன் ஜான்சன், சோவியத் அதிபர் குருஷேவ், சீனத் தலைவர் மாசேதுங், கடவுள் என்று எல்லாரையும் தாக்கி எழுதியிருப்பார்கள். இது விலாசம் மாறிப் பத்திரிகை கிட்டிப் பிரித்துப் படித்த ரெட்டைத் தெரு வக்கீல் யாரோ சொன்னது. 'பவான்ஸ் ஜோர்னல்' என்று நினைத்துப் படிக்க ஆரம்பித்தாராம் அவர்.

போஸ்ட்மேன் சென்னகிருஷ்ணன் கொல்லைக் கதவைத் தட்டி எனக்கு டெலிவரி செய்த புத்தக மூட்டை ஹங்கேரி நாட்டுத் தூதரகம் அன்போடு அனுப்பியது. மொத்தம் பத்து புத்தகங்கள். வழக்கமான வெல்வெட் காகிதம். நெருக்கி அச்சடித்த அறிக்கை. பக்கத்துக்குப் பக்கம் கறுப்பு வெள்ளைப் புகைப்படங்கள். தொப்பி வைத்த மகிழ்ச்சியான உழவர்கள்,

தொழிற்சாலையில் வேலை செய்யும் மகிழ்ச்சியான பெண்கள், மகிழ்ச்சியான குழந்தைகள், மகிழ்ச்சியான பசுமாடு, அதேபடிக்கு மரம், ராணுவ டாங்க், பூங்காவில் செடிகொடிகள், ராட்சச இயந்திரங்கள், சரக்கு ரயில், சுருட்டுப் புகைக்கிற கிழவர்கள். அடுத்த ஜன்மத்தில் மகிழ்ச்சியோடு ஹங்கேரியில் பிறக்க நான் தயார் - ரெட்டைத் தெரு அங்கே இருந்தால்.

பாட்டியம்மா கண்ணாடியைப் போட்டுக் கொண்டு ஒவ்வொரு புத்தகமாகப் புரட்டிவிட்டு, 'பத்திரமா எடுத்து வை. நவராத்திரிக்கு சுண்டல் கட்ட பிரயோஜனமாகும்' என்றாள். அவளுடைய கருத்து எப்படி சாணக்கியபுரிக்கு எட்டியதோ, கூடிய சீக்கிரம் ஹங்கேரி விழித்துக் கொண்டது. ஹங்கேரி மட்டும் இல்லை. ரெட்டைத் தெருவுக்கு இலவசமாகப் புத்தகம் சப்ளை செய்த அனைத்து நாடுகளும் தான். அங்கெல்லாம் அவசர அவசரமாக பிளீனம், கட்சி காங்கிரஸ் கூட்டி திடீரென்று தேசிய செலவு ஏகத்துக்கு எகிறிய காரணத்தை ஆராய்ந்திருப்பார்கள். இன்ன ஊரில் இன்ன தெருப் பிள்ளைகள் படித்து அறிவு பெற டன் கணக்கில் புத்தகம் உற்பத்தி செய்து அனுப்பிய வகையில் ஏற்பட்ட செலவு அது என்று கமிட்டிகள் அறிக்கை அளித்திருக்கும். மாய்ந்து மாய்ந்து அச்சடித்து அனுப்பிய புத்தகங்களை மேற்படி தெருப் பெரிசுகள் பட்டாணி சுண்டல் மடித்து விநியோகிக்கப் பயன்படுத்தப் போகிறார்கள் என்ற கவலை தரும் தகவலும் சூடான சுண்டல் மாதிரி பரிமாறப்பட்டிருக்கும்.

இதன் விளைவாக எங்கள் பள்ளிக்கூடத்துக்கு சாணக்கியபுரியிலிருந்து கடிதங்கள் வந்து சேர்ந்தன. பள்ளிக்கூடத்தைக் கண்டுபிடிக்க நாங்கள் தூதரகத்தைக் கண்டுபிடிக்க எடுத்த அளவு கூட முயற்சி தேவைப்பட்டிருக்காது. எந்தப் பள்ளிக்கூடத்தில் எந்த வகுப்பில் படிக்கிறோம் என்றுதான் எல்லோரும் புத்தகம் கேட்டு விடுக்கும் கோரிக்கைக் கடுதாசில் விலாவாரியாக எழுதியிருக்கிறோமே.

'பாடப் புத்தகத்தைப் படியுங்கடா. ஸ்கூல் லைப்ரேரியிலே காலெடுத்து வச்சிருக்கீங்களா எப்பவாவது? அங்கே இல்லாத புத்தகமா? எம்பசிக்கெல்லாம் லெட்டர் போட்டுத் தொந்தரவு

கொடுத்தா தொலைச்சுடுவேன்' ஹெட்மாஸ்டர் ரெட்டைத் தெரு கும்பலைக் கூட்டி வைத்து நீளமாகச் சொற்பொழிந்தார். பட்டை பிரேம் மூக்குக் கண்ணாடியோடு அவரைப் பார்க்க ஹங்கேரி நாட்டுத் தலைவர் போல் இருந்தது. கறுப்பு வெள்ளை புகைப்படம் எடுக்கத்தான் முடியவில்லை.

# முப்பத்தைந்து

ஆனந்தன் டாக்டருக்கு சரித்திரம் அத்துப்படி. எந்த மன்னன் எங்கே கோவில் கட்டினான், குளம் வெட்டினான், சாலை அமைத்தான், மரம் நட்டான் என்று பேரரசர்களையும் மகாராணிகளைப் பற்றியும் எழுதி வைத்து பள்ளிக்கூடத்தில் பாடப் புத்தகமாகத் தலையில் கட்டுகிற சாதா சரித்திரம் இல்லை இது. மகாஜனங்களின் சரித்திரம். சரியாகச் சொன்னால் சுகவீனங்களின் தொடர் வரலாறு.

தலையில் ஆரம்பித்து உடம்பு முழுக்க வலி. வாயைத் திறந்தால் தெப்பக்குளப் பக்கம் கொல்லர் பட்டறை மாதிரி அனல் அடிக்கிறது. பாயைச் சுருட்டி வைத்துவிட்டு எழுந்திருக்க முடியாமல் ஒரு அசதி. இந்த அடையாளங்கள் காலையில் தென்பட்டால் கொஞ்சம் பயமும் நிறைய சந்தோஷமுமாக இருக்கும். பயம் ஆனந்தன் டாக்டரை நினைத்தும், மகிழ்ச்சி பள்ளிக்கூடத்துக்கு மட்டம் போடுவதை எதிர்பார்த்தும்.

குறைந்தது மூன்று உறுப்பினர் கொண்ட வீட்டுப் பெரியவர்கள் குழு நெற்றியில் கைவைத்து, நாடி பிடித்து, நாக்கை நீட்டச் சொல்லிப் பரிசோதித்து முதல் கட்ட நடவடிக்கையாக ‘இன்னிக்கு இவன் ஸ்கூல் போகவேணாம்’ என சிபாரிசு

செய்யும். வீட்டு மாடப் புரையில் வைத்திருக்கும் பழைய பாட்டில் வென்னீரால் அலம்பப்பட்டுக் கையில் திணிக்கப்படும். ஆனந்தா ஆஸ்பத்திரிக்கு நடக்க உத்தரவு அடுத்து வரும்.

'என்ன தீபாவளி ஸ்வீட் வெளுத்து வாங்கினே போலேருக்கு. கொல்லைக்குப் போனியோ? இந்த வருஷம் இது உனக்கு நாலாவது காய்ச்சல். பூத்திருவிழாவுக்கு நாலு நாள் கழிச்சு ஒண்ணு நூத்துரெண்டு டிகிரி. அப்புறம் சுதந்திர தினத்தன்னிக்கு சாயந்திரம் அடுத்தது. சாதுவா நூறு டிகிரிதான். அதுக்கு அப்புறம் விநாயக சதுர்த்திக்கு மறுநாள் ஒன் நாட் டு பாய்ண்ட் செவன்.' ரேடியோவில் கிரிக்கெட் கமெண்டரியின்போது மன்சூர் அலிகான் பட்டோடி இங்கிலாந்துக்கு எதிராக அந்த வருடம் பம்பாய், கான்பூர், சென்னை பந்தயங்களில் எடுத்த ஸ்கோரை 'மார்க்கர் மாமா' எடுத்துவிடுவதுபோல் என் காய்ச்சல் ஸ்கோரை வீசியபடி ஆனந்தன் டாக்டர் வாய்க்குள் தர்மாமீட்டரைச் செருகுவார். 'கடிச்சுடாமப் பிடிச்சுக்கோ, வந்துடறேன்.'

அவர் சாவதானமாக மேஜையைத் திறந்து தளிர் வெற்றிலை எடுப்பார். பச்சை மின்னும் இலையை ஆசையாக வருடி வேட்டியில் செல்லமாகத் துடைத்துவிட்டு, காம்பைக் கிள்ளி ஸ்டதாஸ்கோப் ஓரமாக வைப்பார். வாசனை சுண்ணாம்பு, சீவல் பாக்கு போன்ற சேர்மானங்கள் வெற்றிலையை ஒவ்வொன்றாக அலங்கரிக்க, நான் வாயில் தெர்மாமீட்டரைக் கவ்விக்கொண்டு வாய்க்கோடியில் எச்சில் வழிய பாமரேனியன் நாய்க்குட்டி மாதிரி அவருக்கு முன்னால் வாலாட்டாமல் உட்கார்ந்திருப்பேன்.

'வைரப்பா.' வெற்றிலைச் சாறு தொண்டைக்குள் இறங்குகிற ஆனந்தத்தை அனுபவித்துக்கொண்டு ஆனந்தன் டாக்டர் என் வாயிலிருந்து தெர்மாமீட்டரை உருவும்போது கம்பவுண்டர் வைரப்பன் என் கையில் பிடித்திருக்கும் பாட்டிலை முறைத்துப் பார்த்தபடி மடித்துக் கட்டிய வேட்டியோடு உள்ளே நுழைவார். 'இந்தப் பையனுக்கு கார்பனேட் மிக்சர் கொடு.' இதை அவர் சொல்வதை எதிர்பார்த்து வைரப்பனும் நானும் காத்திருக்கும்போது டாக்டர் வாஷ்பேசினுக்கு நடந்து ஒரு

தடவை வாய் கொப்பளித்துவிட்டு, ஓரத்தில் மானாமதுரை மண் கூஜாவிலிருந்து ஒரு மடக்கு குளிர்ந்த தண்ணீர் குடித்து விட்டு மேற்படி அறிவிப்பை வெளியிடுவார்.

இந்தக் கார்பனேட் மிக்சர் என்பது சுகந்த பரிமளவாடை வீசும் சங்கதி. தேசலான பிங்க் கலரில் பாட்டிலில் வழியவழிய நிறைத்துக் கையில் பிடித்தபடி நடக்கும்போது ரெட்டைத் தெருவே 'கொல்லைக்குப் போனியோ?' என்று விசாரிக்கும். தொட்டுக்க ஏதுமில்லாமல் அனாதையாக ஒற்றை இட்லி, பாலில் ஊற வைத்த சீரக வாடை தூக்கலான ரஸ்க், பாட்டி ஸ்பெஷல் திப்பிலி கஷாயம், வேப்பம்பூ ரசத்தில் மிதக்கும் நாலைந்து சோற்றுப் பருக்கை போன்ற நாவுக்கு இனிய உணவுகளுக்கு நடுவே ஆனந்தன் டாக்டர் கொடுத்த டெக்னிக் கலர் மாத்திரைகளை விழுங்கியாக வேண்டும். மதியத்தில் ராயர் கடையில் சூடாகத் தவலைவடை வாங்கிவந்து வீட்டோடு ரசித்துச் சாப்பிடும்போது, சகித்துக்கொண்டு கஷாயம் குடிப்பதற்கு நிறையப் பொறுமை தேவை.

தினசரி காலையில் ரெட்டைத்தெரு வக்கீல்கள் தலைப்பாகையும் கறுப்புக் கோட்டுமாகக் குதிரைவண்டி அணிவகுப்பில் வடக்கு நோக்கி சப் கோர்ட்டுக்குக் கிளம்பும்போது எதிர்த்திசையில் பழநியின் குதிரைவண்டி ஒற்றைக்கு ஓடும். முன்னால் அச்சுறுத்தும் பார்வை பார்த்தபடி கம்பவுண்டர் வைரப்பன் உட்கார்ந்திருக்க, உள்ளே தினமணி படித்தபடி ஆனந்தம் டாக்டர் போவது கல்லூரிக்கு. அங்கே ஹாஸ்டல் மாணவர்களுக்கு கார்பனேட் மிக்சர் தரவே பயணம்.

சதா சிரித்த முகத்தோடு இருக்கும் ஆனந்தன் டாக்டருக்கு நேர் எதிரானவர் நாராயணன் டாக்டர். குண்டுராஜூ ஒரு தடவை காதுவலி என்று போனபோது, 'குளிச்சுட்டு வரதுக்கு என்ன?' என்று சிடுசிடுத்தார். 'காலையிலே தான் டாக்டர் குளிச்சேன்' என்றான் குண்டுராஜூ பயத்தோடு. 'அது என்னிக்குக் காலையிலே என்கிறதுதான் பிரச்சனை' என்றபடி அவன் காதைப் பிடித்து இழுத்து அரை லிட்டர் மருந்தை ஊற்றிப் பஞ்சு வைத்து அடைத்து அனுப்பினார் அவர். 'தலைக்குள்ளே மேட்டூர் அணைகட்டின மாதிரி சத்தம்

கேட்குதுடா' என்று குண்டுராஜு எங்களிடம் தகவல் பகிர்ந்து கொண்டாலும் அவன் காதுவலி இறங்கி மூக்கடைப்பானது இரண்டு நாளில். அப்போது அவன் அவசரமாக ஆனந்தம் டாக்டரைச் சரணடைந்தான்.

நாராயணன் டாக்டர் நோயாளிகளைக் குளித்துவிட்டு வரச் சொல்வதுபோல் தானும் தினசரி மாலை நாலு மணிக்கு வென்னீரில் குளித்து, மொடமொடவென்று துவைத்த வேட்டியும் மேலே நீலத் துண்டும் கையில் பைண்ட் செய்த புத்தகமுமாக சிவன்கோவில் தெற்கு வசத்தில் சுந்தரேசக் குருக்கள் வீட்டுக்கு நடப்பார். திண்ணையில் மணை போட்டுக் குருக்கள் தூணில் சாய்ந்து உட்கார்ந்திருக்க, அவருக்கு முன்னால் நீட்டி நிமிர்ந்து அமர்ந்து நாராயணன் டாக்டர் கையில் வைத்திருந்த புத்தகத்தை விரித்து ஒரு மணி நேரம் உரக்கப் படிப்பார். அநேகமாக அது கம்பராமாயணமாகவோ திருவாசகமாகவோ இருக்கும். ஒரு தடவை பவார்ன்ஸ் ஜேர்னலை விரித்து அதிலிருந்து ஆங்கிலக் கட்டுரையை டாக்டர் சத்தமாக வாசித்துக் கொண்டிருப்பதைப் பார்த்திருக்கிறோம். இதில் கொஞ்சம்போல் ஆச்சரியம் உண்டு. அதாவது சுந்தரேசக் குருக்களுக்கு இங்கிலீஷ் தெரியாது. அப்புறம், எனக்கு நினைவு தெரிந்த நாளில் இருந்து அவருக்குக் காது கேட்காது.

இந்த அலோபதி வைத்தியர்களோடு போட்டி போடுகிற மாதிரி ரெட்டைத் தெருக்கோடி தூத்துக்குடி வைத்தியருக்கும் கூட்டம் அலைமோதும். ஹோமியோபதி டாக்டர் அவர். பக்கத்து கிராமத்தில் எல்லாம் இருந்து வண்டி கட்டிக்கொண்டு வந்து வைத்தியர் நாடி பிடிக்கக் காத்திருந்து அவர் பாட்டிலில் அடைத்துத் தரும் சின்னஞ்சிறு மாத்திரைகளை வாங்கிக் கொண்டு போவார்கள். ஆனந்தம் டாக்டர் சிகிச்சையிலிருந்து தாற்காலிகமாகக் கட்சி மாறிப் பாட்டியம்மா பல்வலி சிகிச்சைக்கு தூத்துக்குடி வைத்தியரிடம் போனாள். நாலே நாளில் பல் விழுந்து வலியும் தீர, மீதி மாத்திரையைத் தூக்கிப் போடும்படி என்னிடம் கொடுத்தாள் அவள்.

'போடாதேடா, ஓமியோபதி மாத்திரை மிட்டாய் மாதிரி இனிக்கும். சாப்பிட்டுப் பாரு.' கிரிதரன் ஆசை காட்டினான்.

ஜாக்கிரதையாக ஒன்றை எடுத்துத் தின்று பார்க்க, அவன் சொன்னது சரிதான். அப்புறம் பாட்டில் முழுக்கக் காலியாக அதிக நேரம் பிடிக்கவில்லை அன்று சாயந்திரம் வயிறு கடமுட என்று சத்தம் போட ஆரம்பித்த போது நான் யாரும் மார்ச்சிங் ஆர்டர் கொடுக்காமலேயே ஆனந்தா ஆஸ்பத்திரியில் நுழைந்தேன். ‘வயித்துப் போக்கா? போன வருஷம் ஏப்ரல்லே ஜவுளிக்கடை மண்டகப்படி அன்னிக்கு இதே கம்ப்ளெய்ண்டோட வந்தே இல்லே?’ ஆனந்தன் டாக்டர் அன்போடு வரவேற்றார்.

# முப்பத்தாறு

ரெட்டைத் தெரு மத்தியில் ஃபண்ட் ஆபீசைக் கடந்து நடக்கும்போது தடதடவென்று குற்றால அருவி விழுகிறதுபோல் இரைச்சல் கேட்கும். அதற்கும் ஃபண்ட் ஆபீசுக்கும் எந்தச் சம்பந்தமும் கிடையாது. எதிரே இருக்கும் ரங்கநாதன் டைப் இன்ஸ்ட்டிட்யூட்டிலிருந்து வருகிற சத்தம் அது. எந்த நேரமாக இருந்தாலும், வெயில், மழை, குளிர்காலம் என்று மாறிமாறி வந்தாலும் இருபது டைப்ரைட்டர்கள் கோஷ்டி கானம் இசைத்துக்கொண்டிருக்க, உரக்க யாரோ பத்திரிகை படிப்பதும் கூடவே கேட்கும். 'பண்டிட் ஜவஹர்லால் நெஹ்ரு இன் ஹிஸ் அட்ரஸ் அட் இலாஹாபாத் ஸேட் த நான் அலைண்ட் நேஷன்ஸ்...' குறுக்கெழுத்துப் பயிற்சிக்கான டிக்டேஷன் அது.

நேரு காலமாகி ஐந்து வருடமாகியும் ஷார்ட் ஹேண்ட் டிக்டேஷனுக்குப் பழைய ஹிந்து பேப்பரைத்தான் படிப்பார் ரங்கநாதன். அவருடைய இன்ஸ்டிட்யூட்டில் டைப்ரைட்டர்களும் நேரு காலத்திலோ அதற்கு முன்போ வடிவமைக்கப்பட்டவை. ஐம்பது, அறுபதுகளில் பிரபலமாக இருந்த ரெமிங்க்டன், ஹால்டா என்ற இரண்டு வகை தட்டச்சு யந்திரத்திலும் வகைக்குப் பத்து அங்கே இருக்கும். இரண்டிலும் ரிப்பன் மாற்றுகிற நிகழ்ச்சி அத்திபூத்ததுபோல்

அபூர்வமாக நடைபெறுவதால் டைப் அடித்த காகிதத்தைத் தடவித் தடவித்தான் அடித்ததை வாசிக்க வேண்டியிருக்கும்.

காலையில் நாலு மணிக்கே ரங்கநாதன் இன்ஸ்டிட்யூட் வாசலில் விளக்கு எரிந்து, வாசல் பெருக்கித் தண்ணீர் தெளிக்கப்படும். அந்த நேரத்தில் வாசல் தெளிப்பது ரெட்டைத்தெருவில் இருக்கும் மற்ற வீடுகளில் மார்கழி மாதத்தில் மட்டும் நடப்பது வழக்கம். நாலு மணி பேட்சில் டைப் அடிக்க வருகிறவர்கள் கண்ணில் சில சமயம் வாசலில் கோலம் போட்டுக் கொண்டிருக்கும் ரங்கநாதனும் தட்டுப்படுவது உண்டு. வீட்டம்மாவை அந்த நேரத்தில் எழுப்பித் தொந்தரவு கொடுக்க விரும்பாததே காரணம்.

நாலு மணிக்கு டைப் பயிற்சி எடுக்க வருகிறவர்கள் பெரும்பாலும் ஸ்பீட் டைப்பிங் தேர்வுக்கு ஆயத்தம் செய்கிற பிஸ்தாக்களாக இருப்பார்கள். முழங்கையால் அமுழுத்தினாலும் லேசில் அசைந்து கொடுக்காத ரங்கநாதன் இன்ஸ்டிட்யூட் பழைய டைப்ரைட்டர்களின் விசைப் பலகை எழுத்துக்களின் மேல் இவர்களுடைய விரல்கள் நர்த்தனம் ஆட ஆயத்தமாக எல்லோரும் பிள்ளையார் சுழியாக ஒரு வாக்கியத்தை அடிப்பார்கள். *A quick brown fox jumped over the lazy pigs.* ஏ முதல் இசட் வரையான இருபத்தாறு எழுத்தும் வருகிற இந்த வாக்கியத்தால் எழுத்தெல்லாம் விரல் வசமாக, சுறுசுறுப்பான குள்ளநரி சோம்பேறிப் பன்றிகள் மேல் நிறுத்தாமல் தாவிக் குதிக்கும்.

ஐந்து மணியிலிருந்து டைப் இன்ஸ்டிட்யூட்டுக்கு சைக்கிள்களின் அணிவகுப்பு ஆரம்பமாகும். ஊரின் எல்லாப் பகுதிகளில் இருந்தும், ஏன், பக்கத்து கிராமங்களான பையூர், முத்துப்பட்டி, ஏனாதி அடங்கலாக எட்டுப் பட்டி இளைஞர்களும் தட்டச்சு பழக வருவது சைக்கிள் ஏறித்தான். ரங்கநாதன் இன்ஸ்டிட்யூட் வாசலை அடைத்துக் கொண்டு நாலைந்து வரிசையில் நிற்கும் சைக்கிள்கள் பக்கத்தில் ராமசாமி வக்கீல் வீட்டு வாசலையும் சமயத்தில் ஆக்கிரமிக்கும்போது ரங்கசாமியும், ராமசாமியும் சூடான ஆங்கிலத்தில் மோதிக்கொள்வார்கள். வக்கீல் ராமசாமி இதுபற்றிப் புகார் மனு தயாரித்ததாகக் கேள்வி.

ரேஷன் சர்க்கரை விநியோகத்தில் குளறுபடி, தெருநாய்த் தொல்லை, கொசுக்கடி இப்படி எதைப் பற்றியாவது தீவிரமாக ஆத்திரப்படும்போது ஹிந்து பத்திரிகைக்கு ஆசிரியர் கடிதம் எழுதினால் துரித நிவாரணம் கிடைக்கும் என்று வக்கீல் நம்பினார். ஆனாலும் எல்லைச் சண்டைப் புகாரை ஏனோ போலீசுக்கு அனுப்ப முடிவெடுத்தார். வேர் ஆஸ் என்று ஆரம்பிக்கும் அந்தப் புகாரை பெருமாள் கோவில் தெருவில் நரசிம்மன் இன்ஸ்டிட்யூட்டில் தான் போய் டைப் செய்து வந்தாராம் அவர். பழக்கதோஷத்தில் அதை ஹிந்துவுக்கு அனுப்பிவிட்டார். ஆச்சரியகரமாக பிரச்சனையும் முடிவுக்கு வந்தது.

பிரதி மாதமும் இரண்டு, மூன்றாம் தேதிகளில் டைப் இன்ஸ்டிட்யூட்டில் பரோபகாரி குப்பன் முழு நேர டியூட்டியில் இருப்பது வழக்கம். டைப்பும் ஷார்ட் ஹாண்டும் கற்றுக்கொள்ள மாணவர்கள் உள்ளே வரும்போதே வழிமறித்து அந்த மாத பயிற்சிக் கட்டணத்தை வசூலிப்பதில் அவனை மிஞ்ச யாராலும் முடியாது. குப்பனைத் தவிர்க்க யாராவது ஐந்து பத்து நிமிடம் தாமதமாக உள்ளே நுழைந்தாலும், அவ்வப்போது சுற்றிவந்து ஆளை அடையாளம் கண்டு பக்கத்தில் வந்துவிடுவான். அவன் குறுக்கே விழும்போது சுறுசுறுப்பான குள்ளநரிகளும் குதிக்க மறந்து நின்று போய்விடும்.

மதியம் ஒரு மணி மற்றும் இரண்டு மணி பேட்சுகள் பள்ளிக்கூடம் முடித்த பெண்களுக்கானவை. மூன்று பேருக்குக் குறையாத கூட்டமாக இந்தப் பெண்கள் வருவார்கள். தினசரி வெளியே போகக் கிடைக்கிற ஒரே சந்தர்ப்பம் என்பதால் ஒவ்வொருவரும் சிரத்தை எடுத்து சீவி முடித்து உடுத்தி வருவது வழக்கம். இந்த பேட்சுகள் தொடங்கும் மற்றும் முடியும் நேரங்களில் இன்ஸ்டிட்யூட் எதிரே ஃபண்ட் ஆபீஸ் வாசல், சமீபத்திய பிரதேசமான மயிலஞ் சந்தை பிரதேசங்களில் சைக்கிளை ஸ்டாண்ட் போட்டு நிறுத்தி உட்கார்ந்தபடி ஒரு கூட்டம் காத்திருக்கும். இவர்களில் பலரும் இரண்டு மணி பேட்ச் முடிந்து சுடச்சுடக் காலியான ஸ்டூல்களில் உட்காரும் அடுத்த பேட்ச்காரர்கள். இடம் பிடிக்கக் கடும் போட்டி நிலவிய பேட்ச் அது.

பகல் ஒரு மணிக்கு பஞ்சாயத்து போர்ட் ஆபீசில் சங்கு ஒலிக்க ஐந்து நிமிடம் முன்பு ரெட்டைத் தெருவில் திடீரென்று குணேகா செண்ட், மல்லிகைப் பூ, ரெமி பவுடர் என்று கதம்பமாக ஒரு நறுமணம் கிழக்கிலிருந்து மேற்காக மெல்ல நகர்ந்து டைப் இன்ஸ்டிட்யூட்டைச் சென்றடையும். செண்பக லட்சுமி ஆவாரங்காட்டிலிருந்து டைப் பழக காகிதத்தைச் சுற்றிக் குழலாகப் பிடித்தபடி ஒயிலாக நடந்து போவாள். குழந்தை முதல் பெரியவர்கள் வரை வியர்த்து வடிகிற செம்மண் பூமி வெயிலில் அத்தனை தூரம் நடந்திருந்தும் அவள் முகத்தில் துளி வியர்வை கூடத் தடம் போடாது. அறுபதுகளின் அழகிகள் பட்டியலில் செண்பக லட்சுமிக்கு நிச்சயம் இடம் உண்டு.

செண்பக லட்சுமிக்குப் பின்னால் ஜாக்கிரதையாக நூறு அடி இடைவெளி கொடுத்து, வேட்டியைத் தழையத்தழையக் கட்டிக் கொண்டு சுகுமாரன் கொஞ்ச நாள் நடந்து பார்த்தான். தெருமுனை குதிரைவண்டிக்காரர்களாலும், மாயழகு டீக்கடை வாடிக்கையாளர்களாலும் அவன் எச்சரிக்கை விடுக்கப்பட்டு அந்த வட்டாரத்திலேயே நுழைய முடியாமல் துரத்தப்பட்டான். தன் முயற்சியில் சற்றும் மனம் தளராமல் சுகுமாரன் காதல் கடிதத்தோடு சைக்கிளில் ஆரோகணித்து செண்பக லட்சுமி வீட்டு வாசலில் அதை வீசிவிட்டுப் போனதாகவும் உடனே வழிமறிக்கப்பட்டு அடி உதைக்கு ஆளானதாகவும் தகவல் வந்தது. அது நின்று போனது அவர்கள் இரண்டு பேருக்கும் கல்யாணம் நிச்சயிக்கப்பட்டபோதுதான். செண்பக லட்சுமி அப்போது டைப் ரைட்டிங் ஹையர் பாஸ் ஆகி, ஊருணிக்கரை சப் ரிஜிஸ்திரார் ஆபீசில் டைப்பிஸ்டாக நியமனம் ஆகியிருந்தாள். அவளை சைக்கிள் காரியரில் ஆபீஸ் கூட்டிப் போகவும், மதியம் சாப்பாடு கொண்டு போய்க் கொடுக்கவுமாக சுகுமாரன் அலைந்து கொண்டிருந்தான். நடுவில் மதியம் மூன்று மணிக்கு டைப் கிளாசுக்குப் போகவும் தவறவில்லை. எத்தனை முயற்சித்தாலும் லோயர் கூட பாஸ் செய்ய முடியாது போன துரதிர்ஷ்டம் அவனுக்கு வாய்த்திருந்தது. ஆனாலும் அவன் ரங்கநாதன் இன்ஸ்டிட்யூட்டை விடாமல் தினசரி அகம்படி சேவித்துக்கொண்டிருந்தான்.

ஒன்பதாவது வகுப்பிலேயே ரெட்டைத் தெருப் பையன்கள்

ரங்கநாதன் இன்ஸ்டிட்யூட்டுக்குத் துரத்தப்படுவது வாடிக்கை. தெருவாசிகளுக்கான ஸ்பெஷல் டிஸ்கவுண்டாக இரண்டு ரூபாய் குறைத்து பீஸ் வாங்கியதால் ராத்திரி ஒன்பது மணி பேட்சில்தான் எங்களுக்கு இடம் கிடைத்தது. தூங்கி வழிந்தபடி இன்ஸ்டிட்யூட் ரெமிங்க்டன் டைப்ரைட்டரில் அடித்துப் பழகிய ஏ எஸ் டி எஃப் தான் கம்ப்யூட்டரில் பத்து விரலையும் பயன்படுத்தி இந்தக் கட்டுரை எழுத உதவியாக இருக்கிறது.

# முப்பத்தேழு

ஸ்டாம்ப் வெண்டர் சின்னப்பாவை சைக்கிள் காரியரில் கட்டி வைத்த மரப் பெட்டியோடுதான் பார்த்திருக்கிறோம். ரெட்டைத் தெருவில் ஈசான மூலையில் இருக்கும் தன் இரண்டு கட்டு வீட்டிலிருந்து சைக்கிளைத் தள்ளிக்கொண்டு புறப்பட்டு தினசரி காலை எட்டு மணிக்கு சப் கோர்ட்டில் ஆஜராகி விடுவார் அவர்.

கோர்ட் திறந்து, தோளில் குறுக்கே சிவப்பு அங்கவஸ்திரம் போல டவாலி தரித்த சேவகன் நாலு திசையிலும் நறுமணம் பரவ அரக்கை உருக்குவதற்கு வெகு முன்பான நேரம் இது. கோர்ட் வாரண்டை அழுக்கு நிறத்தில் ஒரு கவரில் அடைத்து அதற்கும் சீல் வைத்து சாதா வாதி, பிரதிவாதி, பயங்கரவாதிகளுக்குக் கொடுக்க எடுத்துக் கொண்டு ஓடும் பிராசஸ் செர்வர்கள், சிரஸ்ததார், நாசர், பெஞ்ச் கிளார்க் போன்ற விநோதமான உத்தியோகப் பெயருள்ள கோர்ட் உத்தியோகஸ்தர்கள் என்று பலருக்கும் தொழில் ரீதியான அத்தியாவசிய சமாச்சாரம் இந்த அரக்கு என்பது புரிந்த விஷயம். ஆனால் ஸ்டாம்ப் வெண்டர் சின்னப்பா என்னத்துக்காக கோர்ட் வாசலில் ஸ்டாம்ப் விற்க வேண்டும் என்றுதான் ரொம்ப நாள் ஆச்சரியப்பட்டேன். போஸ்ட் ஆபீஸ் படி ஏறி சில்லறையைக் ஜன்னல் கம்பிக்கு

நடுவே நீட்டினால் காந்தி தலையும், நேரு தலையும், பக்ரா நங்கல் அணையின் படமுமாகக் கையில் வந்து விழும் ஸ்டாம்ப் இல்லை அது என்றும், பத்திரம் பதிய, மனு எழுத இன்னோரன்ன காரியங்களுக்கான முத்திரைத் தாள் என்றும் அப்புறம்தான் தெரிய வந்தது.

திடீரென்று ஒருநாள் சின்னப்பா கோர்ட்டுக்குப் போவதை நிறுத்திவிட்டார். வீட்டு வாசல் திண்ணையில் முக்கால் நீள அகலத்துக்குத் தடுப்பு வைத்து 'சின்னப்பா ஸ்டேஷனரி மார்ட்' ஆரம்பமான நாள் அது. 'இங்கே கோர்ட் ஸ்டாம்ப் கிடைக்கும்' போர்டும் கடைப் பெயர்ப் பலகைக்குத் துணையாகப் பொடி எழுத்தில் கீழே இருந்தது.

ஸ்டேஷனரி மார்ட்டுகளுக்கே உரிய இருநூறு பக்க நோட்டு, கணக்கு நோட்டு, காம்போசிஷன் நோட்டு வகையறாக்கள் தவிர லைபாய் சோப்பு, கல்கண்டு தமிழ்வாணனின் தமிழ்ப் பல்பொடி, சைபால், வட்ட வட்ட வில்லைகளாக பாரி கம்பெனியின் தேங்காய் மிட்டாய் போன்ற சகலவிதமான பொருள்களும் அந்த எட்டுக்கு எட்டு இடத்தில் எப்படியோ கச்சிதமாக அடுக்கப்பட்டு போகிறவர் வருகிறவர் கவனத்தை ஈர்த்தன. பார்க் பெஞ்சில் உட்கார்ந்திருக்கிற கிழவர் 'அடடா, பேரப் பிள்ளைகளுக்காக வாங்கிய பாரி மிட்டாய்களில் பாதியை நானே சாப்பிட்டுவிட்டேனே' என்று அங்கலாய்க்கிற விளம்பரத்தை ஆனந்த விகடனில் இருந்து கத்தரித்து எடுத்து கண்ணாடிச் சட்டம் போட்டுக் கடையில் மாட்டியிருந்தார் சின்னப்பா. நான் பிறப்பதற்கு முந்திய காலகட்டத்தில் ஆனந்த விகடன் குறுக்கெழுத்துப் போட்டி நடத்தியபோது அதில் அவ்வப்போது ஜெயித்து இரண்டு ரூபாய் மணியார்டர் கிடைத்த காரணத்தால் விகடனோடு தனக்கு எப்போதும் நெருக்கமான பந்தம் இருப்பதாக சின்னப்பா கருதியிருந்தார்.

சின்னப்பா ஸ்டேஷனரி மார்ட் மூலம் ரெட்டைத் தெருவுக்கும் சொல்லப்போனால் ஊருக்கும் ரெண்டு புது சமாச்சாரங்கள் அறிமுகப்படுத்தப்பட்டன. முதலாவது ஷாம்பு. தலைக்குத் தடவிக்கொள்ள வாசனைத் தேங்காய் எண்ணெய் வருகிறது போன்ற அச்சு அசலான பாட்டிலில் அதே மெலிசான மஞ்சள்

நிறத்தில் அதே கம்பெனி தயாரித்து வெளியிட்ட இந்த ஷாம்பு என்னத்துக்கு பிரயோஜனப்படும் என்று முதலில் யாருக்கும் விளங்கவில்லை. தலைக்குத் தேய்த்துக் குளித்தால் நுரை நுரையாக வந்து கண்ணை மறைக்கும் ஷாம்பு ஒரு பேன் கொல்லி மருந்து என்றுதான் சின்னப்பாவால் தெருவாசிகளுக்கு அறிமுகப்படுத்தப்பட்டது. ஷாம்பு போட்டுக் குளித்து பேன் தொல்லை ஒழிந்து போனால் அடுத்த மாதம் ஷாம்பு வாங்க வரமாட்டார்கள் என்று பட, சின்னப்பா விளம்பர தந்திரத்தைக் கொஞ்சம்போல மாற்றி அமைத்தார்.

பேசும் படம் பத்திரிகையில் வெளிவந்த படகோட்டி பட ஸ்டில்லில் சரோஜாதேவி படத்தை ஷாம்பு விளம்பரத்துக்கு மேலே ஒட்டியபோது ஆவாரங்காட்டிலிருந்து டைப் இன்ஸ்டிட்யூட்டில் டைப் பழக வந்த செண்பக லட்சுமி ஒரு பாட்டில் ஷாம்பு வாங்கிப் போனாள். இத்தனைக்கும் அவளுக்கு சரோஜாதேவியைவிட அழகான தலைமுடி.

அப்புறம் மில்க் சாக்லெட். அது சத்துணவு என்று அறிமுகப் படுத்தப்பட்டது. பால், கோக்கோ சேர்தத போஷாக்கு ஒரு கட்டியை விண்டு வாயில் போட்டுக் கொண்டால் உடனடியாகக் கிடைக்கும் என்று பீமபுஷ்டி அல்வா விளம்பர பாணியில் சின்னப்பா கடை வாசல் ஸ்டூலில் உட்கார்ந்து அறிவித்தார். ஆனாலும் மூன்று ரூபாய் கொடுத்து ஆரோக்கியத்தை வாங்க யாரும் வராததால் மில்க் சாக்லெட் காணாமல் போனது.

சோப், பவுடர் தயாரிப்பாளர்கள் ஏகப்பட்ட போட்டிகளை அறிவிக்கத் தொடங்கியிருந்த காலம் அது. சன்லைட் சோப் வாங்கிவர வீட்டில் அனுப்பினால், சோப் கூடவே ஒரு ஓவியமும் சின்னப்பாவால் தரப்பட்டது. வீட்டுத் தோட்டம், கிணறு, துணி துவைத்துக் கொடியில் உலர்த்தும் வீட்டு அம்மணி, ஒத்தாசையான கணவன், பூச்செடியோரம் ஸ்கிப்பிங்க் விளையாடும் பெண் குழந்தை, பக்கத்தில் குட்டி நாய் என்று இத்தனையும் இருந்த படம் அது. அதில் வண்ணம் தீட்டி, ஏன் எனக்கு சன்லைட் சோப் பிடிக்கும் என்று பத்து சொற்களுக்கு மிகாமல் பரீட்சை பேப்பரில் பதில் போல் எழுதி அனுப்பினால் நாலு பேண்ட் புஷ் டிரான்சிஸ்டர் ரேடியோ, லாம்பரட்டா

ஸ்கூட்டர், ராலே டேபிள் ஃபேன் என்று பல பரிசுகள். நீலப் பூச்செடி, மஞ்சள் குளித்த நாய்க்குட்டி, பச்சை வேட்டி, புடவை, ஸ்கர்ட் போட்டு கருப்புத் துணிகளைத் துவைத்துக் காயப்போடும் குடும்பம் என்று படத்துக்கு ஈஸ்ட்மென் கலர் அடித்தபோது டிரான்சிஸ்டர் ரேடியோ எனக்குத்தான் என்று நிச்சயமானது. 'எனக்கு சன்லைட் சோப்பை ஏன் பிடிக்கும் என்றால் அந்த சோப்பை குளிக்கவும் உபயோகப்படுத்தி வெள்ளை வெளேரென்று உடம்பு தூய்மையடைய வைக்கலாம்' என்று ஸ்லோகன் எழுதி அனுப்பிய ராத்திரி பரிசு நினைவில் தூக்கமே வரவில்லை. ஆனாலும் ஸ்கூட்டரும், ஃபேனும், டிரான்சிஸ்டரும் எல்லாம் பாட்டியாலா, ராமகுண்டம், வடக்கஞ்சேரி போன்ற பிரதேசத்து மகாஜனங்களுக்கே கிடைத்தன. சின்னப்பாவுக்கு விகடன் போல அவர்களுக்கு சன்லைட் சோப் உறவாகியிருக்கும்.

ரெக்சோனா சோப் போட்டி கொஞ்சம் மாறுபட்டது. சோப் உறையை ஜாக்கிரதையாகப் பிரித்தால் உள்ளே இந்திய வரைபடத்தின் ஒரு பகுதியைத் துண்டுப் படமாக வைத்திருப்பார்கள். ஒவ்வொரு சோப் வாங்கும்போதும் இப்படி துண்டு துணுக்காக எடுத்து நுழைவுத்தாளில் இந்திய வரைபடத்தில் சரியாகப் பொருத்தி, முழு இந்தியாவும் கிட்டியதும், 'நான் ஏன் இந்தியனாக இருக்க விரும்புகிறேன்' என்பதைப் பூர்த்தி செய்து அனுப்பினால் சோப்புக் கம்பெனி செலவில் குடும்பத்தோடு அகில இந்தியப் பயணம் போய்வரலாம். நான் எத்தனை தடவை சோப்பு வாங்கினாலும், உத்தரப் பிரதேசம் மட்டுமே கிடைத்ததால் பயணப் பரிசை இழக்க வேண்டி வந்தது. சோப்பு வாங்கி எல்லா துண்டு இந்தியாவும் கிடைத்து திருப்தியாகக் குளித்து, இந்தியனாக இருப்பதற்கான கவித்துவமான காரணம் எழுதி அந்தப் போட்டியில் வென்று அகில இந்தியப் பயணம் போய்வந்தவர் கவிஞர் சிற்பி பாலசுப்பிரமணியம். 'தோழர் பாலன்' போன்ற அவருடைய கவிதைகளை வருடங்கள் சென்று தாமரை பத்திரிகையில் படித்தபோது மனதுக்குள் ரெக்சோனா சோப் வாசம் அடித்தது.

சின்னப்பா கடையில் பாண்ட்ஸ் டால்கம் பவுடரோடு

இன்னொரு போட்டிக்கான படிவம் கிடைத்தது. ஈசியான போட்டி. பாண்ட்ஸ் ட்ரீம் ஃபிளவர் விளம்பரத்தில் படமாக இடம் பெற்ற பெண்ணுக்குப் பெயர் வைக்க வேண்டும். அவ்வளவுதான். ஏழெட்டுப் பெயரை எழுதி சாமிக்கு முன் சீட்டுப் போட்டு எடுத்ததில் வந்த பெயர், பாட்டி சொன்ன 'பங்கஜம்'. ஆனாலும் லூதியானாவிலிருந்து பாண்ட்ஸ் பெண்ணுக்குக் கோமல்கலி என்று பெயர் வைத்து யாரோ பரிசைத் தட்டிப் போய்விட்டார்கள். பங்கஜத்தின் கால்தூசு பெறுவாளா அந்த அல்பமான கோமல்கலி?

# முப்பத்தெட்டு

**வி**டிந்து கொண்டிருக்கும்போது வாரப் பத்திரிகையால் துயில் எழுப்பப்படுவதில் இருக்கும் ஆனந்தமே அலாதியானது. அதுவும் 'ஆனந்த விகடன்'. வியாழக் கிழமை காலையில் தினமணியோடு கூட பொத்தென்று தலைமாட்டில் வந்து விழும் விகடன். இருட்டில் கண்ணை மூடியபடியே தடவினால் வழுவழுவென்று அட்டை வார்னிஷ் மணக்கக் கையில் ஒட்டும். கண்ணைத் திறக்காமலேயே மூக்குக்கு அரை செண்டிமீட்டர் முன்னால் வைத்து முகர்ந்தால் கிறங்க அடிக்கும் அச்சுமை வாசனை.

இந்த வாரம் விசேஷமானது. இருட்டில் விகடனை வாசல்படி வெளிச்சத்தில் படிக்கிறேன். அட்டையில் கோபுலு துணுக்கு. அப்போதெல்லாம் விகடன் அட்டையை வாராவாரம் நகைச்சுவைத் துணுக்குதான் கலகலப்பாக்கும். நடிகைகள் கூட உள்ளேதான். இனி அட்டை ஜோக்கோடு விகடன் வர அவசரச் சட்டம் தேவை.

கோபுலு அட்டைப் படத்தைக் கூடப் பார்க்காமல் விகடனைப் புரட்டுகிறேன். உள்ளேயும் கோபுலுதான். ராக்பெல்லர் சீமாட்டி, மிஸ்டர் பஞ்ச், அம்மாஞ்சி வாத்தியார், சாம்பசிவ சாஸ்திரிகள், கல்யாண மாப்பிள்ளை ராஜகோபாலன், மணப்பெண் என்று அசத்தலாக அவர் வரைந்த படங்களோடு 'வாஷிங்டனில்

திருமணம்' கடைசி அத்தியாயம். 'முற்றும்' போட்ட பக்கத்தை அவசரமாகத் திருப்புகிறேன். கீழே சின்ன எழுத்தில் 'சாவி'.

ஆக, இத்தனை வாரம் ரகசியமாக வைத்திருந்த விஷயம் ஒருவழியாகத் தெரிந்துவிட்டது. எழுதிய ஆசிரியர் பெயரே போடாமல் வெளியாகி வாராவாரம் வரலாறு படைத்த வேறு எந்தத் தொடர்கதையும் தமிழில் இல்லை. வண்டி வண்டியாக அஸ்கா சர்க்கரையாக நகைச்சுவையைக் கொட்டிக் கல்யாணக் கலாட்டாவோடு கிளறி வரிக்கு வரி சிரிக்க வைத்த வாஷிங்டனில் திருமணம் யார் எழுதியது என்று அது வெளியான வாரங்களில் ரெட்டைத்தெரு வீடுகள் தோறும் பரபரப்பான பட்டிமன்றங்களையும் வாதப் பிரதிவாதங்களையும் உருவாக்கியது.

விகடனின் பக்கங்களில் அப்போது 'பத்து கேள்விகள்' பிரசித்தமானது. ரயில்வே போர்ட்டர், ரிக்ஷாக்காரர், டீக்கடைக்காரர் என்று சாமானிய மக்களின் பிரதிநிதிகளில் ஒருவரைச் சந்தித்துக் கேட்ட பத்து கேள்விகளும் அவற்றுக்கான பதில்களுமான பகுதி இது. கேள்வி கேட்ட நிருபர் அப்போது சிறுகதையில் தனக்கெனத் தனியிடத்தை சிருஷ்டித்துக் கொண்டிருந்த ஜெயகாந்தன்.

மணியனின் இதயம் பேச ஆரம்பித்திருக்காத நேரம் அது. 'உன்னை ஒன்று கேட்பேன்', 'உண்மை சொல்ல வேண்டும்', 'என்னைப் பாடச் சொன்னால்' என்று கண்ணதாசனின் பாட்டு அடிகளைத் தலைப்பாக வைத்து தொடர்ந்து விகடனில் தொடர்கதை எழுதி அசத்தினார் அவர். முழுப் பாட்டையும் வைத்து குறைந்தது இன்னும் இருபத்துரெண்டு தொடர்கதையாவது எழுதியிருக்க வேண்டும். யார் என்ன சொன்னார்களோ, விமான டிக்கெட் எடுத்து அமெரிக்கா, ரஷ்யா என்று சுற்றுப் பயணம் கிளம்பிவிட்டார். நடுவில் சி.சுப்ரமணியத்தின் சிந்தனைகளை அவரோடு ரயிலில் பயணம் செய்து பேட்டி எடுத்துத் தொடர் கட்டுரை எழுதியபோது இப்படி உலகம் சுற்றுகிற ஐடியா அவருக்கு உதித்திருக்கலாம். மணியனால் பொறுத்துக் கொள்ள முடியாத அளவு ரம்பம்-பம் என்று அமைச்சர் ராவித் தள்ளியிருப்பாரோ என்னமோ.

அருணாசல மகிமை பக்தித் தொடர் எழுதும் பரணீதரனாகவும், தனிக் குடித்தனம் மேடை நாடகம் எழுதும் மெரினாவாகவும் அவதாரம் எடுக்காமல் ஸ்ரீதராக கார்ட்டூன் மட்டும் போட்ட ஓவியக்காரரை விகடனில் வாராவாரம் சந்தித்த அனுபவம் உண்டு. அண்ணா, ராஜாஜி, காயிதே மில்லத் என்று காங்கிரஸ் அல்லாத சர்வ கட்சிக் கூட்டணித் தலைவர்கள் கோவேறு கழுதையில் உட்கார்ந்து போகும் 'போகாத ஊருக்கு வழி சொல்லும் கூட்டணிப் புரட்டு' கார்ட்டூன் அவர் வரைந்ததுதான். 1967-ல் வெளியாகி, காங்கிரஸ் கட்சியால் தேர்தல் போஸ்டராக்கப்பட்ட அந்த கார்ட்டூனை யார் மறந்தாலும் கலைஞரும் நானும் இன்னும் நினைவு வைத்திருக்கிறோம்.

கல்கி பத்திரிகை அறுபதுகளில் சாதுவாக வெளிவந்தது. பொன்னியின் செல்வனும் சிவகாமியின் சபதமும் திரும்பத் திரும்ப தொடர்கதையாக வரத் தொடங்கியிருக்காத நாட்கள் அவை. எட்டு முழ வேட்டி கட்டிக்கொண்டு புஸ்மத் விமானத்தின் பக்கம் கானாடுகாத்தான்காரர் ஒருத்தர் நின்று போட்டோவுக்கு போஸ் கொடுத்தது அட்டைப் படமாகாவிட்டாலும் குறைந்தபட்சம் நடுப்பக்கத்துக்கு அருகே பிரசுரமாகியிருக்கும். அந்தக் கால விமானிகள் ஒற்றை இஞ்சின் விமானங்களை தட்டுச்சுத்து வேட்டியோடு அநாயாசமாக ஓட்டித் தரையிறக்கியதாகத் தெரிகிறது. கல்கியின் மற்ற பக்கங்களில் காஞ்சி ஆச்சாரிய சுவாமிகளின் அருளுரை, ஆல்விட்டோன் சத்துணவு பானக் கம்பெனியில் சுற்றிவந்து புகைப்படங்களாகச் சுட்டுத் தள்ளி எழுதிய சிறப்புக் கட்டுரை, எம்.எஸ்.சுப்புலட்சுமியின் மாதாந்திர இசை நிகழ்ச்சிகளின் விவரம், ராஜாஜி சுவராஜ்யாவில் எழுதிய கட்டுரையின் தமிழாக்கமான தலையங்கம், மிச்ச இடத்தில் மாருதி வரைந்த படத்தோடு மகரிஷியின் குறுநாவல், சாமாவின் 'இன்னிக்கு என்ன ரசம்? பிபரே ராமரசம்' ஜோக், தேவிகா புகைப்படத்தை கண்டிப்பாக கழுத்துக்குக் கீழே தெரியாதபடிக்கு அச்சடித்த திரைப்படத் துணுக்கு, ரவாலாடு செய்முறை எல்லாம் ஸ்டாண்டர்டாக அததுக்கான இடத்தில் வந்திருக்கும்.

அந்த நாளில் வளையல்கடை பாலசுப்பிரமணியன், ஆசிர்வாதம்

சார் வகுப்புக்கு மறைத்து எடுத்து வந்து படித்த பத்திரிகை குமுதம். ஒட்டுப் போட்ட முந்தானை எங்கெங்கேயோ அஜாக்கிரதையாகக் கிழிந்து விலகியிருக்க, சாக்கடை ஓரம் உட்கார்ந்து சல்லடையால் எதையோ சலிக்கிற இளம் பெண்ணின் படம் அட்டையில் ஓவியர் வர்ணம் கைவண்ணத்தில் மின்னும். வீட்டுப் பெரிசுகளால் குமுதம் விலக்கி வைக்கப்பட அந்த விலகின முந்தானையும் ஒரு காரணம். 'அட்டைப் படத்தில் அரிகிற விதவைக்குப் பொட்டு வைத்துப் படம் போட்டீரே உமக்கு கண் மங்கலா?' என்று அடுத்த வாரம் ஆசிரியருக்குக் கடிதம் கட்டாயம் இடம் பெற்றிருக்கும். குமுதம் ஆசிரியரைக் கிண்டலடித்தால் கடிதம் கியாரண்டியாக இடம் பெறும் என்று தெரிந்ததாலோ என்னமோ, எல்லாக் கடிதமும் யோவ் என எள்ளலோடு ஆரம்பமாகும்.

கல்கண்டு பத்திரிகையில் முப்பத்திரெண்டு பக்கத்தையும் தமிழ்வாணனே நிரப்பிவிடுவார். அதில் ஏழெட்டுப் பக்கமாவது சங்கர்லால் ஜப்பானில் போய்த் துப்பறியும் 'டோக்கியோ ரோஜா'. அல்லது 'பேய் பேய்தான்' திகில் தொடர்கதை. ராணி பத்திரிகை தரும் திகில் வேறு வகையானது. தலை ஆப்பரேஷன் செய்து மாற்றி ஆள் மாறாட்டம் நடக்கும் கதையை திடுக் திடுக் என்று நெஞ்சுக்கூடு துடிக்கப் படிப்போம். அதை எழுதிய குரும்பூர் குப்புசாமிதான் 'கிறிஸ்துவ இதழ்கள்', 'இஸ்லாமியப் பத்திரிகைகள்' பற்றி எல்லாம் விரிவான ஆராய்ச்சிக் கட்டுரைகள் எழுதிய தமிழறிஞர் அ.மா.சாமி என்று அப்போது தெரியாது.

வீட்டு மாடிக்குள் சேந்தி என்ற இருட்டு அறை உண்டு. அங்கே இருந்து பைண்ட் செய்த பழைய பொன்னியின் செல்வன் தொடர்கதை புத்தகங்களைத் தூசிதட்டி எடுத்து வந்து ஒரு விடுமுறைக்காலம் முழுக்க மூழ்கியிருந்தேன். குந்தவையும் வந்தியத்தேவனும் சந்திக்கும் அத்தியாயத்தில் இருந்து ஒரு பழைய கடிதம் நழுவிக் கீழே விழுந்தது. எடுத்துப் பிரித்தேன்.

'உங்கள் பிள்ளை வயிற்றில் உதைக்கிறது நாளுக்கு நாள் அதிகமாகிக் கொண்டே போகிறது. ரொம்ப புத்திசாலியாக, சுட்டியாக வந்து பிறப்பான் என்று நினைக்கிறேன். நிச்சயம் உங்களைக் கொண்டிருப்பான்.'

அம்மா எங்கேயிருந்தோ வேகமாக வந்து வெடுக்கென்று அந்தக் கடிதத்தைப் பிடுங்கிவைத்தாள். அவள் முகம் அப்போது வெட்கத்தால் சிவந்து போயிருந்தது.

நான் அவள் எதிர்பார்த்தபடி சுட்டியாகப் பிறக்கவில்லைதான். குறைந்த பட்சம் புத்திசாலியாகவாவது பிறந்திருந்தால் நிறைசூலியான என் அம்மா வெளியூரிலிருந்த அப்பாவுக்கு எழுதிய அந்த உன்னதமான கடிதத்தைத் தவறவிட்டிருக்க மாட்டேன்.

# முப்பத்தொன்பது

ரயில்வே ஸ்டேஷன் ஊரை விட்டு விலகி இருந்தது. எல்லா ரயில்வே ஸ்டேஷனும் ஊரை விட்டு விலகித்தான் இருக்கும் என்றாலும், இடைவெளியை இட்டு நிரப்ப கடைகளும் கட்டிடங்களும், நீண்டு வளைந்து போகும் தார் சாலையும் இருப்பது வாடிக்கை. எங்க ஊரில் இந்த இடைவெளியை முழுக்க நிறைத்து வளர்ந்து கிடப்பவை வேலிகாத்தான் செடிகள். நெடுநெடுவென்று வளர்ந்து கிளை தோறும் ஊசியாகக் குத்திக் கிழிக்கும் முட்களோடு நிற்கும் இந்தச் செடிகளை ஜாக்கிரதையாக அங்கங்கே இரண்டு காலில் எவ்வியபடி ஆடுகள் மேயும் அபூர்வமான காட்சி எப்போதாவது காணக் கிடைக்கும். மற்றபடி செம்மண் பூமியும், சரளைக்கல் பாவிய பாதையும் வேலிகாத்தான் காடும்தான் ஊரை ரயில்வே ஸ்டேஷனோடு இணைக்கிற விஷயங்கள். ஸ்டேஷனுக்கு வந்து போகிற ஒருசில ரயில்களும்.

விடிகாலை மூன்றரை மணியிலிருந்து நாலரைக்குள் சென்னை - ராமேஸ்வரம் பாசஞ்சர் ஸ்டேஷனை வந்தடையும். முந்திய நாள் மதியத்தில் சென்னையிலிருந்து கிளம்பி கார்ட் லைனில் விருத்தாசலம் மார்க்கமாக ஒரு ஊர் விடாமல் நின்று நிதானமாக இந்த ரயில் எங்கள் ஊர் ஸ்டேஷனை அடையும்போது இருக்கிற

கொஞ்ச நஞ்ச பயணிகள் நல்ல தூக்கத்தில் இருப்பார்கள். கிட்டத்தட்ட எல்லா கம்பார்ட்மெண்டும் இருளடைந்து கிடக்க தூக்கத்தில் நடக்கும் வியாதிக்காரன் போல வரும் இந்த பாசஞ்சரிலும் யாராவது எப்போதாவது இறங்குவது உண்டு. அவர்கள் ஊருக்குள் போக, நேரம் வெளுப்பதற்காகக் காத்துக் கிடக்க நேரிடும்.

முற்பகல் பத்து மணி சுமாருக்கு ரயில்வே ஸ்டேஷனுக்கே தனிக்களை கட்டிவிடும். சென்னை - ராமேஸ்வரம் எக்ஸ்பிரஸ் ஸ்டேஷனுக்கு வந்து சேரும் கோலாகலமான வேளை அது. ரிடையர்ட் போஸ்ட் மாஸ்டர், ரிடையர்ட் ஸ்டேஷன் மாஸ்டர் போன்ற ரெட்டைத் தெரு ஈசி சேர் ஆத்மாக்கள் ரயில்வே பரிபாஷையில், 'ஒன் நாட் டூ அவுட்டா?' என்று தகவல் விசாரித்துக்கொள்வது நெம்பர் நூத்திரெண்டு டவுண் என்ற இலக்கத்தோடு ரயில்வே கைடில் குறிப்பிடப்படும் இந்த வண்டியைப் பற்றித்தான். மற்றபடி ஊரில் இந்த ரயிலை போட்மெயில் என்ற செல்லப் பெயரில்தான் அழைப்பது வழக்கம். ராமேஸ்வரம் போய்ச் சேர்ந்து அங்கிருந்து தனுஷ்கோடி மார்க்கமாகப் படகு ஏறி இலங்கை செல்ல இந்த ரயில் ஏற்பட்ட நாளிலிருந்து சூட்டப்பட்ட பெயர் அது. தனுஷ்கோடியும் இலங்கைக்குப் படகுப் போக்குவரத்தும் இல்லாமல் போனாலும் போட் மெயில் பெயர் மட்டும் வண்டியோடு ஒட்டிக்கொண்டு நிலைத்து நிற்கிறது.

சாயந்திரம் இந்த வண்டி ஐந்தரை மணி சுமாருக்கு நெ. நூற்று ஒண்ணு ராமேஸ்வரம் - சென்னை எக்ஸ்பிரஸாகத் திரும்பும்போது முழுக்க வடக்கத்தி வாடை அடிக்கும். ராமேஸ்வரம் யாத்திரை முடிந்து மானாமதுரை ஜங்ஷனில் வாங்கிய மண் கூஜாவோடு திரும்பிக் கொண்டிருக்கும் உத்தரப் பிரதேச, பீகார், குஜராத் மாநிலப் பயணிகள். அதெப்படி இவர்கள் ஒன்-நாட்-டூ வண்டியில் ராமேஸ்வரம் போகிறபோது கண்ணில் படாமல் போனார்கள் என்பது இன்னும் விடை காணமுடியாத புதிர்களில் ஒன்று.

ரயில்வே ஸ்டேஷனில் இரண்டு போர்ட்டர்கள் உண்டு. ராமேஸ்வரம் எக்ஸ்பிரஸ் என்ற ஒற்றை ரயிலில் வருகிறவர்களை

எதிர்பார்த்து இவர்கள் வாழ்க்கை எப்படி ஓடிக்கொண்டிருந்தது என்பது இன்னொரு ஆச்சரியம். அவர்களுக்கும் ஆச்சரியமாக இருந்திருக்கலாம். ஆனாலும், எப்போதும் சிரித்த முகத்தோடு தான் அண்ணா, தம்பி என்று மட்டும் அறியப்பட்ட இந்த இரண்டு போர்ட்டர்களையும் ஊருக்குப் பரிச்சயம்.

ரயில் வருவதற்குப் பத்து நிமிடம் முன்னால் ரயில் நிலைய ஆபீசில் ஏதேதோ இயந்திரங்கள் வேகவேகமாக இயங்கி, கிரிக்கெட் பந்து சைஸில் ஒரு உலோக உருண்டையைத் துப்பும். இதை ஒரு மூங்கில் வளையத்தில் பத்திரமாகக் கட்டி எடுத்துக் கொண்டு ஸ்டேஷன் மாஸ்டர் விருந்தாளி ரயிலை வரவேற்க ரயில்பாதை ஓரமாக நிற்பார். எப்போதாவது அவருக்குத் துணையாக ஆபீசில் இருக்கிற டிக்கட் கிளார்க்கோ அல்லது போர்ட்டர் சகோதரர்களில் ஒருத்தரோ வந்து கொண்டிருக்கும் ரயிலின் கடைசிப் பெட்டியை எதிர்பார்த்து இந்த மூங்கில் சாவியைப் பிடித்தபடி நிற்பார்கள். அந்தப் பெட்டியில் வருகிற தொப்பிக்காரர் சாவியை வாங்கி இன்னொரு சாவியைக் கைமாற்றும் லாகவமான காட்சியைப் பார்க்கவே ஸ்டேஷன் போகவேணும்.

அப்பா சில தடவை அபூர்வமாக போஸ்ட் கார்டில் இன்ன தேதியில் கல்கத்தாவிலிருந்தோ பம்பாயிலிருந்தோ வருகிறேன் என்று ஒரு வரி எழுதியிருப்பார். பள்ளிக்கூட விடுமுறை நேரத்தில் இது வந்தால் வீட்டில் மன்றாடி, சாமியாடி அனுமதி வாங்கிக்கொண்டு பூஞ்சிட்டாக ரயில்வே ஸ்டேஷனுக்குப் பறப்பதில் தனி உற்சாகம். இதில் பாதி, வாடகைக்கு எடுத்த நடுவாந்திர சைஸ் சைக்கிளில் எதிர்க்காற்றுக்கு ஈடுகொடுத்து குஷியாக சரளைக்கல் பாதையில் ரயில்வே ஸ்டேஷனை நோக்கி சவாரி போவதில் ஏற்படுவது. தரையில் கிடக்கிற வேலிகாத்தான் முள் சைக்கிள் டயரை பஞ்சர் ஆக்காமல் ஜாக்கிரதையாகக் கொண்டாட வேண்டிய சந்தோஷம் அது.

பிளாட்பாரம் டிக்கட் போன்ற விஷயங்கள் அறிமுகமாகாத காலம். கைகாட்டி மரம் கை இறக்குவதைப் பார்த்தபடி ரயிலுக்காகக் காத்திருக்கும்போது, அண்ணன் போர்ட்டரோ தம்பியோ தோன்றி எஸ்-பதினாலு கோச் இந்த இடத்தில்

தான் நிற்கும் என்பார். அதெப்படி அவர் சொன்ன இடத்தில் ஒரு செண்டிமீட்டர் கூட மாறாமல் கச்சிதமாக அந்த கம்பார்ட்மெண்ட் நிற்கும் என்பதோ, அதைவிட ஆச்சரியமாக, மேற்படி கம்பார்ட்மெண்டில் இருந்துதான் அப்பா இறங்குவார் என்பதோ ரயில்வே ஸ்டேஷன் தொடர்பான, இதுவரை புரியாத பல விஷயங்களில் இன்னும் இரண்டு.

ஒற்றை சூட்கேஸ் ஆனாலும் போர்ட்டர் அதைச் சுமந்து கொண்டு போக அப்பா காத்திருப்பார். காரியர் வைத்த சைக்கிள் கொண்டு வந்திருக்கிறேன் என்று அவரிடம் சொன்னால் ‘பாவம்டா அவனுக்கு ஒரு ரூபா ரெண்டு ரூபா கிடைக்கட்டும்’ என்பார். சிவப்புச் சட்டை போட்ட முதுகில் பச்சை சூட்கேசைச் சுமந்துகொண்டு அப்பா ஊருக்குப் போனது முதல் இன்று வரை ஊரில் நடந்த நிகழ்ச்சிகளின் செய்திச் சுருக்கத்தைச் சொல்லியபடி போர்ட்டர் அப்பா கூட வருவார். ஸ்டேஷன் வாசலில் ‘இந்த வாரம் ஆனந்த விகடன் வாசித்து விட்டீர்களா?’ விளம்பரப் பலகைக்குக் கீழே பேப்பர்க்கார நல்லையா உட்கார்ந்து, ரயிலில் வந்து சேர்ந்த விகடனையோ, கல்கியையோ, பவர்ன்ஸ் ஜேர்னலையோ பிரித்து சைக்கிளில் அடுக்கத் தோதாகக் கட்டிக் கொண்டிருப்பார். ரயில் சத்தம் கேட்ட ரெட்டைத் தெரு வக்கீல்கள் அவருக்காகக் காத்திருப்பார்கள்.

ரயில்வே ஸ்டேஷனுக்கு வெளியே இரண்டு மூன்று குதிரை வண்டிகள் நிற்கும். அதில் பழநியின் குதிரை வண்டிதான் கம்பீரமானது. வண்டிக் கூட்டிலிருந்து தொடங்கி, சக்கரம், அதில் ஆரம் வரை பச்சை பெயிண்ட் அடித்து, அலங்காரமாக ஒரு சிம்னி விளக்கு முன்னால் வைத்து ஜோடித்த வண்டி. அந்த வண்டியில் பூட்டி பளீரெனக் கறுப்பு மின்னும் குதிரை கலகலவென்று சேணத்தில் மணி அசைய நின்று கொண்டிருக்கும். வண்டிக்குள் மட்டிப்பால் ஊதுபத்தி மணமும் பசும்புல் வாடையும் கனமாகக் கவிந்திருக்கும். ரயில் வாசனைகளைச் சுமந்து வந்த அப்பாவின் சூட்கேஸ் இந்த நிரந்தர வாடைகளோடும் செம்மண் நெடியோடும் இதமாகச் சேர்ந்து கலக்கும்.

ஜல்ஜல் என்று சந்தோஷமாக பழனியின் குதிரை வண்டியில் அப்பா வீட்டை நோக்கிப் புறப்பட, போர்ட்டர் சொன்ன செய்திச் சுருக்கத்தைத் தொடர்ந்து விரிவான செய்திகள் வாசிப்பார் பழநி. பின்னால் தள்ளுகாற்றில் முன்னைவிட உற்சாகமாக சைக்கிள் மிதித்துக்கொண்டு அப்பாவைப் பார்த்து அவ்வப்போது சிரித்துக்கொண்டு நான் தொடர்வேன். இன்னும்தான் என் நினைவுகளில் தொடர்கிறேன்.

# நாற்பது

பிள்ளை வயல் என்று அந்தப் பொட்டலுக்கு ஏன் பெயர் வந்தது என்று தெரியவில்லை. கட்டாந்தரை பாளமாக வெடித்துப் பரந்து விரிந்து அங்கங்கே செம்மண் காலில் பிரியமாக ஒட்டிக்கொள்ளும் பிள்ளைவயலில் எந்தப் பயிரும் விளையாது. சுற்றி வேலிகாத்தான், கத்தாழைப் புதர்கள் மண்டிக் கிடக்க, நடுவே கூரைக் கொட்டகை போட்டு ஒரு கோவில் மட்டும் உண்டு. காளி கோவில் அது. பிள்ளைவயல் காளி.

திடீரென்று பழைய பிரார்த்தனை நினைவு வந்தோ அல்லது முந்தாநாள்தான் புதிதாக நேர்ந்தபடிக்கோ தெருப் பெண்கள் யாராவது பிள்ளைவயல் காளிக்கு மாவிளக்கு ஏற்றிப் படைத்துக் கும்பிடக் கிளம்புவார்கள். பழுப்புச் சர்க்கரை, வெல்லம், தேங்காய், பொட்டுக்கடலை மாவு எல்லாம் சேர்த்து இடித்து எடுத்துக்கொண்டு முள்காட்டைக் கடந்து அவர்களும், கூடவே வானர சேனையாக ரெட்டைத் தெருப் பசங்களான நாங்களும் உற்சாகமாக நடைபோடுவோம். அநேகமாக வெள்ளிக்கிழமை சாயந்திரம் ஸ்கூலிலிருந்து வந்த பிறகு ஆறு மணிக்கு மேல் ஆறரைக்குள் இந்த ஊர்வலம் புறப்படும். அதற்கு அப்புறம் போனால் இருட்ட ஆரம்பித்துத் திரும்பி வரக் கஷ்டமாகி விடும். பெயர் சொல்லாதது எல்லாம் இருளில் நெளியும்

பாதை என்பாள் பாட்டியம்மா. இந்த விசேஷப் பெயரில் குறிப்பிடப்படுவது ஆறடி நீள மலைப் பாம்பில் தொடங்கி, சாதா தண்ணீர்ப் பாம்பு வரையான ஜீவராசிகள்.

ஒருத்தர் இரண்டு பேராக வந்து படைக்காமல் ஊரே திரண்டு வந்து பிள்ளைவயல் காளிக்கு மாவிளக்கும் மலர் அலங்காரமுமாக வழிபாடு செய்வது வருடம் ஒரு முறை பூத்திருவிழா சமயத்தில் நடப்பது. சிவன்கோவில் தேர்த் திருவிழாவுக்கு அடுத்த பெரிய விழா இது. மாவிளக்கு வழக்கம்போல் லேடீஸ் ஒன்லி சமாச்சாரம். மலர் வழிபாடு ஆண்கள் நடத்துவது. தேர்க் காலத்தில் மண்டகப்படி போல் கடைத்தெரு ஜவுளி வியாபாரிகள், மளிகைக்கடைக்காரர்கள், மண்டிக்கடை நடத்துகிறவர்கள், சலவைத் தொழிலாளர்கள் என்று தொழில்முறை குழுக்கள் பரபரப்பாக நோட்டீஸ் அச்சடிப்பார்கள். 'பூச்செரிதலை முன்னிட்டு பல குரல் சினிமா இசை நிகழ்ச்சி', 'பூச்சொரிதலுக்காக ஸ்பெஷல் கதம்ப நாடகம்' என்று வரும் நோட்டீஸ்களைப் படிக்கும்போது ஏற்படும் முதல் சந்தேகம் பூச்சொரிதலா இல்லை பூச்செரிதலா?

மல்லிகை, முல்லை, ரோஜா, ஜவந்தி என்று சகலவிதமான பூக்களையும் பிரப்பங் கூடைகளிலும் பிரம்புத் தட்டுகளிலும் கொட்டி வைத்து ரதங்களில் நாலு தெரு சுற்றி ஊர்வலமாக நாதஸ்வர இசையோடு எடுத்து வந்து காளி மேல் மழைபோல் சொரிந்து வழிபடுவதால் பூச்சொரிதல்தான் சரியான சொல் என்று தமிழ் ஐயா வீர.வள்ளுவன் (இயற் பெயர் சேதுலிங்கம்) சொன்னார். அதை அப்படியே ஏற்றுக்கொண்டோம். நோட்டீசில் இருந்த இன்னொரு விளங்காத சமாச்சாரம் 'கதம்ப நாடகம்'.

அரண்மனை வாசலில் அவ்வப்போது நடக்கிற அரசியல் கட்சிக் கூட்டத்துக்கும் அதைத் தொடர்ந்து நடைபெறும் கட்சிப் பிரசார நாடகத்துக்கும் போகக் கூட வீட்டில் முணுமுணுப்போடு அனுமதி கிட்டிவிடும். ஆனால் கதம்ப நாடகம் என்றாலே பெருந்தலைகள் கூட்டமாகப் பாய்ந்து வந்து போட்டுத் தள்ளிவிடுவார்கள். அசங்கியமான சமாச்சாரம் என்று சகல தகவல்களுக்கும் மூல ஆதாரமான குண்டுராஜு சொன்னாலும்

அவனுக்கும் அதற்குமேல் ஒன்றும் தெரிந்திருக்கவில்லை. அவன் வீட்டுக் கட்டுப்பாடுகளே அதற்குக் காரணம். நாடகம் முழுக்க நடிகர்கள் இரட்டை அர்த்தத்தில் பேசியும், பாடியும் நடிக்கிறது இந்தக் கதம்ப நாடகம் என்று தெரிந்தபோது நான் ஊரில் இல்லை. கதம்ப நாடகமும் காணாமல் போனது.

பூவை நிரப்பி ரதங்களை அலங்கரிக்க அங்கங்கே பந்தல் போடப்படும். பந்தலில் நடுநாயகமாக மேடை போட்டுப் பல குரல் மன்னர்கள் 'இது டி எம் சவுந்திரராஜன்', 'இது சீர்காழி', 'இது ஜிக்கி' என்று அறிவித்துவிட்டுப் பாடுவார்கள். இப்படி முன்கூட்டியே சொல்வதால், தொடர்ந்து வரும் பாட்டில் லேசாக அசல் பாடகரின் சாயல் தட்டுப்படும். அல்லது நாங்களாகக் கற்பனை செய்து கொண்டு கைதட்டுவோம். வாய் நிறைய வெற்றிலை பாக்கு போட்டுக் கொண்டு, 'ஆயிரம் கண் போதாது வண்ணக் கிளியே' என்று ஒருத்தர் சி.எஸ். ஜெயராமன் குரலில் இசை மழையும், முன்வரிசை ரசிகர்கள் மேல் தாம்பூல மழையும் பொழிந்த நிகழ்ச்சியும் நடந்தேறிய ஒன்று.

நடுராத்திரிக்கு ஊர்வலமாகக் கிளம்புகிற ரதங்கள் விடிகாலையில் பிள்ளைவயலை அடையும். கள்ளிச்செடி, வேலிக்காத்தான் புதர்களை எல்லாம் வெட்டி நீக்கிச் சுத்தப்படுத்திய பொட்டல் முழுக்க டியூப் லைட் எரிய வரிசையாக பூ ரதங்கள் வந்து நிற்பது கண்கொள்ளாக் காட்சியாக இருக்கும். ஒவ்வொரு ரதத்திலிருந்தும் ஒவ்வொரு கூடையாகப் பையப் பதறாமல் இறக்கிக் காளியம்மன் மேல் பொழிவார்கள். விடியும்போது சிலையை மறைத்து, கோவிலை மறைத்து, கோபுரத்தை மறைத்து, பிள்ளைவயல் முழுக்க பூ மலர்ந்து கிடக்கும். ஊரே வாசனையாக இருக்கும் நேரம்.

பூத்திருவிழா நடத்த வர்த்தக நிறுவனங்கள், தொழில் ரீதியான குழுக்கள் தவிர சில தனி நபர்களும் பரபரப்பாக முன்வருவார்கள். இதில் முக்கியமானவர்கள் பனியன் பிரதர்ஸ் என்று அழைக்கப்பட்ட இரண்டு பேர். மடித்துக் கட்டிய வேட்டியும் மேலே கைவைத்த வெள்ளை பனியனும்தான் இவர்களுடைய யூனிபார்ம். அதைத் தவிர, இன்னும் இரண்டு

அடையாளங்கள் உண்டு. ஒரு அடாஸ் ஓல்ட் ஆஸ்டின் காரை ஓட்டி வருவார்கள் இந்த பனியன் சகோதரர்கள். அங்கங்கே காரை நிறுத்திவிட்டு இறங்கும்போது கக்கத்தில் ஒரு நாற்பது பக்க, கோடு போட்ட நோட்புக்கும், கையில் எலுமிச்சம்பழமும் ஏறுகிறது வாடிக்கை. கூடவே முகத்தில் ஒட்டிவைத்தது போன்ற ஒரு சிரிப்பு.

கோர்ட் கிளார்க், பள்ளிக்கூட வாத்தியார், வக்கீல் குமாஸ்தா, வக்கீல், டாக்டர், பேங்க் ஏஜெண்ட் என்று ஊரில் ஒருத்தர் பாக்கியில்லாமல் பனியன் சகோதரர்கள் சந்திப்பது பூத்திருவிழா நடக்க நாலு மாதம் முன்பே தொடங்கிவிடும். ஒவ்வொரு இடத்திலும் படியேறி உள்ளே போகிறபோது தேர்தலுக்கு நிற்கிறதுபோல் கையை உயர்த்தி ஏக காலத்தில் இரண்டு பேரும் கும்பிட்டு ரெட்டை எலுமிச்சம் பழங்களை அந்த நிமிடத்துப் பிரமுகர் கையில் கொடுப்பார்கள். எப்போதும், போனவருடத்தை விட இந்த வருடம் அதிவிமர்சையாகத் திருவிழா கொண்டாடத் திட்டம் போட்டிருப்பதாக அறிவித்துவிட்டு நோட்டுப் புத்தகத்தை நீட்டுவார்கள். பக்கம் முழுக்க எழுதிய பெயர்களுக்கு நேரே அன்பளிப்புத் தொகை நூறு, இருநூறு என்று மலைக்க வைக்கும். அப்படிக் கொடுத்த ஒருத்தரும் ஊர்க்காரர் இல்லை என்பது பட்டியலைக் கவனமாகப் படித்தால் புரியும். ரெட்டைத் தெரு வக்கீல்கள் லா பாயிண்ட் போல் இதைப் பிடித்துத் தொங்கிக்கொண்டு குறுக்கு விசாரணை நடத்தினால் ‘மதுரையிலே போய் வசூல் செஞ்சோம்’, ‘வண்டியை ஒரே விரட்டா விரட்டி மெட்ராசுக்கே போய் வந்துட்டோம். முதல் பக்கத்துலே பாருங்க, ஆர்.வெங்கட் ராமன், ஜோதி வெங்கடாசலம்னு பெயர் இருக்கும். எல்லாம் நம்ம மெட்ராஸ் மாகாண மந்திரிதான். சி.எம் பக்தவத்சலம் ஐயா ரெண்டு நாள் கழிச்சு வரச்சொன்னாரு. அவசரமா அ இ கா க காரியக் கமிட்டி கூட்டத்துக்குப் புறப்பட்டுட்டு இருக்காராம்’.

‘காங்கிரஸ் காரியக் கமிட்டி இன்னும் ரெண்டு மாசம் கழிச்சுத்தானே நடக்கப் போறது? காமராஜ் சொல்லியிருக்காரே?’ வக்கீல் ஏ.எஸ்.ஆர் விடாமல் பிடித்தபோது, நோட்புக்கையும், எலுமிச்சம் பழத்தையும் திரும்ப வாங்கிக்கொண்டு

போய்விட்டார்கள் பனியன் சகோதரர்கள். ஏ.எஸ்.ஆருக்கு இரண்டு ரூபாய் மிச்சம்.

ஒரு தடவை ஆஸ்டின் காரில் பள்ளிக்கூடத்திலிருந்து எனக்கு லிப்ட் கொடுத்தார்கள் பனியன் சகோதரர்கள். ஊரிலிருந்து வந்திருக்கும் அப்பாவைப் பார்த்து எலுமிச்சம்பழம் கொடுத்து பூத்திருவிழாவுக்கு வசூல் செய்ய ஒரு முன்னேற்பாடாக என்னையும் கூட்டிப் போனார்கள் போல. ஆனாலும் கார் சதி செய்துவிட்டது. காந்திவீதியில் பழநியின் குதிரை வண்டிக்கு வழிவிட்டு மேலே போக முடியாமல் நட்ட நடுவில் நின்று விட்டது அது. நான் இறங்கி நடக்க, காரைத் தள்ளியபடியே சின்ன பனியன் சொன்னார் - 'நாளைக்கு ஸ்கூல் விட்டதும் வந்து கூட்டிப் போறோம் தம்பி. வண்டியை ஒர்க் ஷாப்பிலே விட வேண்டியிருக்கு. மக்கர் பண்ணுது இன்னிக்குன்னு.'

வசூல் ரதத்தில் எனக்கு அப்புறம் லிப்ட் கிடைக்கவில்லை. ஆனாலும் பனியன் சகோதரர்கள் அந்த ஆஸ்டின் காரை ஓட்டியபடி நான் எழுதிய 'அரசூர் வம்சம்' நாவலில் கதையை நடத்திப் போகிறார்கள்.

# நாற்பத்தொன்று

கண்ணுச்சாமி வாத்தியார் இரண்டு தலைமுறைகளுக்குப் பாலமாக இருந்தார். அப்படித்தான் அவரைப் பார்த்தால் தோன்றும். முழங்காலுக்கு உயரக் கட்டிய கசங்கின எட்டு முழ வேட்டி. மேலே தொளதொளவென்று ஒரு பழைய அல்பாகா கோட். உள்ளே எப்போதும் காப்பிப் பொடிக் கலரில், பித்தான் உதிர்ந்துபோன சட்டை. பாக்கெட்டில் நிப் பேனா கசிந்த மை அடையாளம். நாற்பதுகளின் பாணியில் அந்தக் கோட்டும், சம்மர் கிராப் தலையும், ஷெல் பிரேம் மூக்குக்கண்ணாடியும் அறுபதுகளோடு அவரை இணைத்தன. கூடவே காம்போசிஷன் கிளாசும்.

எலிமெண்டரி ஸ்கூலில் இருந்து ஆறாம் கிளாஸில் சேர உயர்நிலைப் பள்ளியில் நுழைந்தபோது கண்ணுச்சாமி வாத்தியார்தான் முதலில் கண்ணில் பட்டவர். முதல் வகுப்பில் எடுக்கப்பட்ட பாடம் லீவ் லெட்டர் எழுதுகிறது எப்படி என்பது. திருப்பத்தூரில் இருக்கும் உறவுக்காரர்கள் வீட்டில் கல்யாணத்துக்காகப் போவதால் இரண்டு நாள் விடுமுறை வேணும் என்று வகுப்பு ஆசிரியருக்குக் கோரிக்கை விட்டு அனுப்பும் விண்ணப்பம் அது. எனக்கு திருப்பத்தூரில் யாரும் சொந்த பந்தம் என்று இல்லை. அப்படியே இருந்து கல்யாணம் காட்சி என்றாலும் வீட்டுப் பெரிசுகள்தான் ரயிலை பஸ்ஸைப் பிடித்துப் போய்விட்டு வருவார்களே தவிர ஒரு பேச்சுக்காகக் கூட என்னையும் கூட்டிப்போக மாட்டார்கள்.

பள்ளிக்கூடத்தில் சேர்ந்ததும் லீவு கேட்டால் கொடுப்பார்களோ என்பதும் தெரியாத விஷயம். ஆனாலும் விடுமுறை கேட்கக் கற்றுக்கொள்வது முக்கியமான பாடம் என்று மத்திய, மாநில சர்க்காரில் யாரோ முடிவு செய்து வகுப்பு எடுக்க, கண்ணுச்சாமி வாத்தியாரை அனுப்பி வைத்திருந்தார்கள்.

‘விடுமுறை விண்ணப்பம். முதல் வரி மத்தியிலே எளுதுங்கடா. நில்லு, நில்லு. விடுமுறைன்னா லீவா ஹாலிடேயா? இங்கிலீஷ்காரன்தான் வெளங்காப்பயன்னா நாமளும் அப்படியா? விடுமுறைன்னா ஹாலிடே ஆச்சே. அப்போ லீவு? என்ன எளவுக்குக் கல்யாணத்துக்குப் போறேன்னு விண்ணப்பிக்கறது? பழைய கால வளக்கம்தான் சரிப்படும். எளுதுங்கடா. ரஜா விண்ணப்பம். மதிப்புக்குரிய ஐயா’.

அவர் சொன்னபடிக்கு அட்சரம் பிசகாமல் எழுதி ‘உங்கள் கீழ்ப்படிதல் உள்ள கண்ணுச்சாமி’ என்று முடித்து அவரிடம் நோட்டை சமர்ப்பித்தபோது தலையில் அடித்துக் கொண்டார். ஏண்டா ஒரு உதாரணத்துக்கு என் பெயரைச் சொன்னா, நீங்களும் அதையே எளுதித் தொலைக்கறதா? இன்னும் ஒரு வருசம் உங்களை எப்படிக் கட்டி மேய்ச்சு மாரடிக்கப் போறேனோ. யார்டா அவன், ரஜா விண்ணப்பம்னு எளுதச் சொன்னா ராஜா விண்ணப்பம்னு எளுதி வச்சிருக்கறது? இங்கே பாருடா, விண் அப்பம்னு எவனோ ஒரு பய புள்ளை எளுதியிருக்கான். அப்பம், வடை, சுவியன் இதெல்லாம் காம்போசிஷன் நோட்டுலே என்ன மயிருக்குலே வருதுங்கறேன்?

இங்கே ஒரு வினாடி நிறுத்தி, கோட்டுப் பாக்கெட்டில் இருந்து மூக்குப்பொடி மட்டையை எடுப்பார் வாத்தியார். வஞ்சனை இல்லாமல் ஒரு சிட்டிகை பொடியை உள்ளே இருந்து எடுத்து, இரண்டு நாசித் துவாரத்திலும் ஏற்றிக்கொண்டு, பழுப்புக் கலர் கைக்குட்டையால் துடைத்துவிட்டு சரியாக நாலு தடவை தும்முவார். அந்தத் தும்மல் எப்போதும் மூன்றாகக் குறைவதோ ஐந்தாக நீளுவதோ கிடையாது. வாத்தியாரின் கைக்குட்டையும் அதேபோல் எப்போதும் மாறுவதில்லை.

வாத்தியார் உட்கார்ந்திருக்கும் நாற்காலிக்கும், முன்னால் போட்டிருக்கும் மர மேஜைக்கும் நடுவில் ஒரு சிறிய இடைவெளி இருக்கும். பாடம் எடுக்கும்போது மரமேஜைக்கு அடியில்

இரண்டு முழங்காலையும் வைத்து அந்த மேஜையை மெல்லத் தூக்கி ஆட்டியபடியே இருப்பார் கண்ணுச்சாமி வாத்தியார்.

திருப்பத்தூர்க் கல்யாணத்துக்குப் போக ரஜா விண்ணப்பத்தைத் தொடர்ந்து வயிற்றுவலி காரணமாகப் பள்ளிக்கூடம் வரமுடியாததால் நேற்றைக்கு ஒருநாள் லீவு கேட்டு அடுத்த கடிதம் எழுதப் பயிற்சி தரப்பட்டது. சொந்தக்காரர்கள் வீட்டில் கல்யாணத்துக்கெல்லாம் பிரயாணம் போனால் இப்படி வயிற்றுவலி வருமோ என்னமோ. குண்டுராஜுவை அந்த விண்ணப்பத்தை உரக்கப் படிக்கச் சொல்ல, அவன் 'ஐயா, எனக்கு நேற்று வயிற்று வழியாக இருந்தது' என்று ஆரம்பித்தான். 'உன் நாக்குலே தர்ப்பையைப் போட்டுப் பொசுக்க. வயிற்று வழியா என்னடா வந்துது உனக்கு? காத்தா கருப்பா?' என்று எகிறினார் வாத்தியார். அதுக்கு முந்திய வகுப்பில்தான் ழகரம் சரியாக உச்சரிக்கப் பயிற்சி கொடுத்திருந்ததால், தேவையோ இல்லையோ எங்கேயும் எப்போதும் ழகரமயமாக்கப் பழகியிருந்தான் குண்டுராஜு.

கண்ணுச்சாமி வாத்தியார் அப்புறம் வாராவாரம் வீட்டுப் பயிற்சியாகக் காம்போசிஷன் நோட்டை சகலவிதமான கடிதங்களாலும் நிரப்ப வைத்தார். வீட்டு வாசலில் நிறுத்திவைத்த சைக்கிள் திருட்டுப் போய்விட்டதென்று போலீஸ் இன்ஸ்பெக்டருக்கு மனு, ராத்திரியில் தெருவிளக்கு எரிவதில்லை என்று பஞ்சாயத்து போர்டுக்குக் கடிதம், குடிதண்ணீர் ஊருணியில் அசுத்தம் கலப்பதைத் தடுக்க உதவும்படி சர்க்கார் ஆஸ்பத்திரிக்குக் கோரிக்கை, மதுரைக்கு மேலூர் மார்க்கமாக பஸ் விடச்சொல்லி போக்குவரத்துத் துறைக்கு வேண்டுகோள் என்று சகலமானவர்களுக்கும் சகலமான விஷயம் பற்றியும் புகார் கொடுக்க அவர் தயவால் கூடிய சீக்கிரம் அத்துப்படியானது.

வீட்டுப் பாடத்தில் ஒரு பிரச்சனை உண்டு. இந்தக் காம்போசிஷன் நோட்டு என்பது கணக்கு நோட்டை விடப் பெரிசாக, தினசரிப் பத்திரிகையை நாலாக மடித்தது போல் நீள அகலமானது. பைக்கட்டில் அடங்காத ரெண்டுங்கெட்டான் சைஸில் இருப்பதால் அதை வீட்டுப் பாடம் எழுதி முடித்து வகுப்புக்கு எடுத்துப்போக மறந்துபோய்விடும்.

நோட்டு எங்கடா? கண்ணுச்சாமி வாத்தியார் சாவகாசமாக மூக்குப்பொடி போட்டுக் கொண்டபடி பக்கத்தில் கூப்பிடுவார். மேஜை ஆடுவது தாற்காலிகமாக நின்று போகும். அதற்கும் நாற்காலிக்கும் நடுவில் ஒரு சின்ன இடைவெளி இருக்கும். ஒரு சின்னப் பையன் நிற்கப் போதுமான இடைவெளி அது. அங்கே வந்து நிற்கச் சொல்வார்.

நோட்டு எங்கேன்னு கேட்டேன். அவர் இன்னொரு தடவை கேட்டபடி காதைப் பிடித்துத் திருகுவார். திருப்பத்தூரில் கல்யாணம், வயிற்றுவலி போன்ற அவர் ஏற்கனவே சொல்லிக்கொடுத்த காரணங்கள் உடனடியாக நினைவுக்கு வரும். பால்கார வீட்டுப் பையன் தாமோதரன் ஒருதடவை கன்னுக்குட்டி காம்போசிஷன் நோட்டின் அட்டையைத் தின்றுவிட்டது என்று பதில் சொன்னான்.

யார் எந்தச் சாக்கு சொன்னாலும் வாத்தியார் காது கொடுத்துக் கேட்க மாட்டார். அவருடைய கை கோட்டுப் பையிலிருந்து வெளியே வரும். மூக்குப்பொடி வாடை எல்லாத் திசையிலும் பரவும். அந்தக் கை அடுத்தபடியாக பையனின் முழங்காலுக்கு ஊர்ந்து போகும். முழங்காலில் ஒரு கிள்ளல். ஒரு வினாடி இடைவெளியில் வாத்தியார் கை பையனின் தொடையில் இருக்கும். வலிக்க வலிக்க அங்கே ஒரு திருகு.

நெளிந்து வளைந்து பையன் வாத்தியாரின் பிடியில் இருந்து தப்பிக்கப் பார்ப்பான். பின்னால் மேஜையும் முன்னால் நாற்காலியில் உட்கார்ந்த கண்ணுச்சாமி வாத்தியாரும் அவன் முன்னால் பின்னால் அசைய முடியாமல் செய்துவிட்ட படியால் அப்படியே நிற்க வேண்டி வரும். வாத்தியாரின் கை பையனின் தொடைக்கு மேலே நகர்வது அப்போதுதான். நிஜாருக்கு உள்ளே எதுவும் உடுக்கத் தொடங்காத பருவத்துப் பிள்ளைகள் பலரும் என்பதால் ரொம்பவே சங்கடமான நேரம் இது.

கண்ணுச்சாமி வாத்தியார் புதிரா புனிதமா என்று இன்னும் எனக்குத் தெரியவில்லை.

# நாற்பத்திரண்டு

வீர வள்ளுவன் சாருக்கு போண்டா என்று செல்லப் பெயர் வைத்ததற்கு, தினசரி அவர் ராமராயரின் திண்ணைக் கடையில் பள்ளிக்கூடப் பையன் யாரையாவது அனுப்பி போண்டா வாங்கி வரச் சொல்லிச் சாப்பிடுவது காரணமா என்று தெரியாது. கன்னம் புசுபுசுவென்று உப்பி கண் இரண்டும் சின்னதாக உள்ளே போயிருக்க அவர் ‘பூசினாற்போல்’ இருப்பதும் கூட அவரை போண்டா ஆக்கியிருக்கலாம். ஏழெட்டு கோட்டிங் நீல டிஸ்டெம்பர் பூசினது போல் உடல்வாகு. நீலம் என்றால் கறுப்பு என்று அவர்தான் வகுப்பில் சொல்லிக் கொடுத்திருந்தார். பழந்தமிழில் அப்படித்தானாம்.

‘இன்னிக்குப் பாடம் சிலப்பதிகாரத்துலே கானல் வரி. அப்படின்னா என்ன?’ வாத்தியார் கேட்க, ‘பார்த்தாலே வரி கட்டணும் சார்’ என்று விளக்குவான் (வேறு யார்?) குண்டுராஜு. ‘அட கழுதே, காணல் வரி இல்லேடா. கானல் வரி. பார்த்தவங்க எல்லாம் வரி கட்ட, ஆடல் அழகி அஞ்சலி தேவியா என்ன?’ வாத்தியார் சட்டைப் பையிலிருந்து எடுத்த அசோகா பாக்குப் பொட்டலத்தைப் பிரித்து வாயில் போட்டபடி காவிப் பல்லைக் காட்டிச் சிரிப்பார். கானல் வரி பாடம் அப்போதும் தொடங்காது.

வீர வள்ளுவனைப் பொறுத்தவரை அஞ்சலிதேவிதான் உலகிலேயே எந்தக் காலத்துக்குமான பேரழகி. அந்தம்மா கதாநாயகியாக நடித்து முடித்து வெகுநாள் ஆகியிருந்தாலும் வாத்தியார் பார்வையில் அஞ்சலியின் அழகுக்கு ஒரு மாற்றமும் இல்லை. எம்.எப்.ஹுசைன் மாதுரி தீட்சித் மேல் வைத்த பிரியம் போன்றது அது. அவர் வகுப்பில் ஒருதடவையாவது அஞ்சலிதேவி பாடத்துக்கு நடுவே வரத் தவறமாட்டார்.

வள்ளுவன் சார் கோடை விடுமுறை காலத்தில் வீட்டுக்குள் கதவைத் தாழ்ப்பாள் போட்டு ஒரு மாதம் போல் உட்கார்ந்து ஒரு நாவல் எழுதினார். சரித்திர நாவல். ‘மரகதப் பேழை’ என்று பெயர் வைத்த அந்தப் புத்தகத்தை மதுரையில் பாடப் புத்தகங்களுக்கு நோட்ஸ் போடும் ஒரு பதிப்பகம் அச்சுப் போட்டது. அசப்பில் எட்டாம் கிளாஸ் சயன்ஸ் நோட்ஸ் மாதிரி, அதே சைஸில் இருந்தது ‘மரகதப் பேழை’. அதன் பச்சை அட்டையில் ராஜா, ராணி படம் எல்லாம் சீட்டுக்கட்டு மாதிரி நிரப்பியிருந்தது. ‘நம்ம ஊரோட வரலாறுடா; அஞ்சலிதேவி மாதிரி கதாநாயகி வர்ற நாவல்’ என்றார் வாத்தியார் பாடம் எடுக்கும் முன்னால். ‘விலை பத்தே ரூபாய்’ அதிசயமாக அப்பா காசு கொடுத்து என்னை வாங்கி வரச்சொன்ன புத்தகம் அது. அப்பா அஞ்சலிதேவி ரசிகர் இல்லைதான். ஆனால் அவருக்கும் வரலாறு பிடிக்கும்.

முதல் பக்கத்திலேயே குதிரையை இருபது காதம் ஓட்டி வந்து களைப்பாக ஊருணியில் தண்ணீர் குடிக்க இறங்கும் கதாநாயகன், தாகம் தீர்ந்த அவனோடு வாள் சண்டை போடும் இரண்டு மர்ம முண்டாசுக்காரர்கள், அஞ்சலிதேவி போன்ற அழகான ஒன்றுக்கு இரண்டு கதாநாயகிகள், சிவனடியார், ஒற்றன் என்று ஏகப்பட்ட கதாபாத்திரங்கள் இருந்த அந்த நாவல்தான் நான் படித்த முதல் தமிழ் நாவல். வள்ளுவன் சார் இப்படி ஒரு அற்புதமான நாவலை எழுதியிருப்பார் என்று நான் எதிர்பார்க்கவே இல்லை. கல்கி, சாண்டில்யன் எல்லாம் பரிச்சயமான பிறகும் கூட ஊருணிக் கரையில் குதிரையை நிறுத்தித் தண்ணீர் குடிக்கும் எங்க ஊர்க் கதாநாயகன் இன்னும் மறக்கமுடியாமல் அங்கேயே நின்று கொண்டிருக்கிறான்.

வீர வள்ளுவன் நாவல் எழுதி உண்டாக்கிய ஆச்சரியத்தை விடக் கூடுதலானது கார்மேகம் சார் கொடுத்தது. குட்டையாகக் கட்டையாக, பெரிய மீசையோடு கார்மேகம் சார் எங்களுக்கு அறிமுகமானது உடற்பயிற்சி ஆசிரியராகத்தான். செவ்வாய், வெள்ளிக் கிழமைகளில் அம்மன் கோவில் ஆராதனை போல் தவறாமல் பள்ளிக்கூடத்தில் சாயந்திரம் உடற்பயிற்சி வகுப்பு நடக்கும். 'அட்டென்ஷன்', 'ஸ்டாண்ட் அட் ஈஸ்' போன்று கேட்டுப் பழகியிருந்த ஆங்கிலக் கட்டளைகளோடு இருந்த டிரில் கிளாஸ், பிரதமர் சாஸ்திரி மற்றும் முதல் மந்திரி பக்தவத்சலம் தயவால் இந்தி மயமாக்கப்பட்ட நேரம் அது. 'சாவ்தான் என்றால் அட்டன்ஷனா இல்லை ஸ்டாண்ட் அட் ஈஸா' என்று எங்களுக்குத்தான் அடிக்கடி சந்தேகம் வரும் என்றால் சொல்லிக்கொடுக்கிற கார்மேகம் சாருக்கும் அதே நிலைதான். 'வாயிலேயே வர மாட்டேங்குது எளவு. ஓலைக் கால், சீலைக்கால்னு சொல்லிக் கொடுக்கட்டுமாடா?' வாத்தியார் சிரித்துக் கொண்டே விசாரித்தபோது அவரோடு ஓர் இனம் புரியாத தோழமை உண்டானது. எங்க வாத்தியாரும் கூட.இந்தி பிடிக்காத இன்னும் ஒருத்தர்.

கார்மேகம் சார் இந்தியோடும் எங்களோடும் கஷ்டப்படாமல் ஒரு ஆறு மாதம் போல் விடுப்பில் போனார். திரும்பி வந்தபோது டிரில் மாஸ்டர் விசிலும், வெள்ளை பேண்டும் காணாமல் போயிருந்தது. தழையத்தழையக் கைத்தறி வேட்டி கட்டி, மேலே நீளமாகத் துண்டு போட்டிருந்தார். அதன் ஓரத்தில் கறுப்பும் சிவப்புமாக மெலிசான இரண்டு கோடுகளும் உண்டு. துண்டைப் பிரித்தால் மட்டுமே அவை வெளியே தெரியும்.

எட்டாம் வகுப்பில் முதல் நாளே எங்களோடு நுழைந்தார் கார்மேகம் சார் 'பாயே மோட்', 'தஹினே சல்' கட்டளைகளோடு எங்களை பெஞ்சில் ஏற்றி உடற்பயிற்சி செய்ய வைப்பாரோ என்று மனதின் மூலையில் சின்ன பயம். அது பொடிபொடிக்க, அவர் கம்பீரமாக எடுத்தது 'போயொரு கால் மீளும், புகுந்தொரு கால் பின் செல்லும்' என்ற நளவெண்பா. புலவர் தேர்வு எழுதி தமிழாசிரியராகியிருந்தார் அவர்.

அறுபத்தேழில் காங்கிரஸ் ஆட்சி முடிந்து அண்ணா

தலைமையில் ஆட்சி ஏற்பட்டு இரண்டாவது உலகத் தமிழ் மாநாடு சென்னையில் நடக்கும்போது கார்மேகம் எங்களுக்கு ஒன்பதாம் வகுப்பின் தமிழ் ஐயாவாக வந்தார். ‘கல்தோன்றி மண் தோன்றாக் காலத்து வாளொடு முன் தோன்றிய மூத்த குடியாம் தமிழர்தம் பெருமை ஆதவனென ஒளிரும் அறுபத்தேழில் அறிஞர் அண்ணாவின் அரசு அருந்தமிழுக்கு எடுத்த மாநாடாம்’ என்று தொடங்கி அவர் சொல்லக் கட்டுரை எழுதிக் கொண்டோம். அதை வீட்டு மாடியில் நடை போட்டபடி மனோகரா சினிமா வசனம் போல சத்தமாகப் படித்து மனப்பாடம் செய்யும்போது ஏற்பட்ட மகிழ்ச்சி அலாதியானது. ‘இப்படிக் கடமுடக்காம, நம்ம கார்மேகம் டிரில் மாஸ்டராகவே இருந்து விசில் ஊதியிருக்கலாம்’ என்றார் கரடி என்ற சயன்ஸ் மாஸ்டர். அவருக்கு அண்ணாவைப் பிடிக்காதா அல்லது கார்மேகத்தைப் பிடிக்காதா என்று தெரியவில்லை.

கார்மேகம் உடற்பயிற்சியிலிருந்து தமிழுக்கு லாங் ஜம்ப் செய்த ஆச்சரியத்தை விடப் பெரியது மௌனகுரு சார் அளித்தது. அவரும் தமிழ் ஆசிரியர்தான். இலக்கணம் எடுக்க அவரைத்தான் அனுப்பி வைப்பார்கள். டமால் டமால் என்று வகுப்பில் சகலமான முதுகுகளும் சத்தம் கிளப்ப, ‘நேர் நேர் தேமா நிரை நேர் புளிமா’ என்று வெண்பா இலக்கணம் தொடங்கும். ‘நேர் நிரை மாமா’ என்று அபத்தமாக யாராவது சொல்லிவைக்கத் தனி ஆவர்த்தனம் அந்த முதுகில் அடுத்த ஐந்து நிமிடம் அரங்கேறும்.

ஒரு ஜனவரி மாதக் காலையில் லேசான குளிருக்கு இடையே பள்ளிக்கூடத்தில் பிரேயர் தொடங்கும் முன்னால் எல்லா வகுப்பும் கூடியது. பிரார்த்தனையை ஆரம்பித்து வைக்க வந்த மௌனகுரு சார் காவி வேட்டியும் காவித் துண்டுமாகக் கைகூப்பினார். மொத்தப் பள்ளிக்கூடமும் வாத்தியார்கள் அடங்கலாகத் திகைத்து நின்ற நேரம் அது. மௌனகுரு சார் மௌனகுருசாமி சாமியார் ஆகி இருந்தார்.

‘குன்றத்தூர் போயிருந்தேன். குருவைக் கண்டேன். காவி பூணச் சொன்னார். பூண்டேன். மீண்டேன்’ என்று இலக்கணச்

சுத்தமாகச் சொல்லி கண்ணில் வழிந்த நீரைக் காவித் துண்டில் துடைத்தபடி நின்றார் மௌனகுரு சார். சாமியாரானாலும் அவர் தன் வீட்டிலேயே ஒரு அறையைத் தனக்காக ஏற்படுத்திக் கொண்டு பள்ளி நேரம் தவிர பூஜையிலும் படிப்பிலும் கழித்தார் அப்புறம். குடும்பத்தோடு இருந்தும் பந்தத்தை முற்றும் துறந்த மௌனகுரு சுவாமிகள் இலக்கண வகுப்பில் மட்டும் மௌனகுரு அடிகளாக, எல்லா முதுகிலும் இடிமுழக்கத்தைத் தொடர்ந்தார். இன்றைக்கும் வெண்பாவுக்கு அலகிட என் மூளைக்குத் தெரியுமோ என்னமோ முதுகுக்கு நன்றாகத் தெரியும்.

# நாற்பத்துமூன்று

**வி.**ஆர்.நாகநாதன் சார் ஆப்ரஹாம் லிங்கனின் கெட்டிஸ்பர்க் உரையை உணர்ச்சிகரமாகச் சொல்லிக்கொடுத்து மனதில் பதித்துவிட்டுப் போனார். 'பேசும் படம்' பத்திரிகைக்கு எழுதிப்போட்டு சிவாஜி கணேசனுக்கு 'நடிகர் திலகம்' பட்டம் கொடுக்க வைத்தவர் அவர்தான். சிவாஜி போல் நவரசம் ததும்பும் குரல் அவருக்கு. அடுத்த ஒரு மணி நேரம் காளிதாசன் சார் அல்ஜீப்ரா எடுக்க வந்துவிடுவார். உலகத்திலேயே சிரிக்கத் தெரிந்த ஒரே கணக்கு வாத்தியார் காளிதாசனாகத்தான் இருக்கும். ஒரு மிரட்டல், உருட்டல், அடிதடி இல்லாமல், ராஜாவில்லையா, தங்கமில்லையா, படிடா தம்பி என்று செல்லமாகத் தட்டிக்கொடுத்தே கணக்கு விளக்கெண்ணெயை லிட்டர் கணக்கில் புகட்டி புத்திக்கு வலிமை தந்தவர் அவரே.

காளிதாசன் சாருக்காகக் காத்திருக்கும்போது ஸ்கவுட் மாஸ்டர் லூர்துசாமி வகுப்பில் நுழைந்து சப் இன்ஸ்பெக்டருக்கு கான்ஸ்டபிள் அடிப்பது போல் பெரிய சல்யூட் வைத்து, சாக்பீஸ் டப்பாவில் கலர் கலராக பள்ளிக்கூட முத்திரை குத்தி இருந்த காகிதத் துண்டுகளைக் குலுக்கினார். 'தம்பி, நாளைக்கு சாயந்திரம் ஸ்கூல் மெயின் ஹால்லே மேஜிக் ஷோ. இருபத்தைந்து காசுதான் டிக்கட். இப்பவே காசு

கொடுத்தா முன்வரிசை சீட் கிடைக்கும். நாளைக்கு காசோட வந்தா ஓரமா நின்னுக்கிட்டுப் பாக்கணும். எப்படி வசதி, சொல்லுங்க' என்று அவர் விசாரிக்க, எந்த நேரமானாலும் பாக்கெட்டில் நாலணா, எட்டணா புழங்கும் கோடீஸ்வரர்கள் உடனே டிக்கட் எடுத்தார்கள். நேரு பஜார், வடக்குவாடி கடைக்காரர்களின் பிள்ளைச் செல்வங்கள் அவர்கள். மேஜிக் ஷோ போன்ற டிக்கட் வசூல் காட்சிக்கு எல்லாம் வீட்டில் காசு பெயராது என்பதால் பொதுவாக ரெட்டைத் தெரு பையன்கள் மவுனம் அனுஷ்டிக்கும் தருணம் இது. மேஜிக் எல்லாம் ஒரு பொழுதுபோக்கில் சேர்த்தியா என்பதுபோல் டிக்கட் எடுக்கிறவர்களை அலட்சியமாகப் பார்த்தபடி வகுப்பில் உட்கார்ந்திருக்க எங்கள் எல்லோருக்குமே அத்துப்படியாகி இருந்தது. இது எனக்கு அலட்சிய நேரம்.

அது முடிந்த கையோடு வகுப்பில் இன்னொரு திடும் பிரவேசம். இந்த முறை சுந்தரகணேசன் சார். எட்டாவது வகுப்போடு அவருடைய அதிகாரம் முடிந்துவிடுவதால் ஒன்பதாம் வகுப்பில் நுழைய வேண்டிய அவசியமே இல்லாதவர். காளிதாசன் சார் வாசலில் காத்திருக்க, சுந்தரகணேசன் அவசரமாகப் படியேறி வந்தது தனியாக இல்லை. ஈஸ்வரனையும் நெட்டித் தள்ளிக்கொண்டுதான். என்னோடு எட்டு வரை படித்து இந்த வருடமும் எட்டாவதிலேயே தங்கி இருக்க விதிக்கப்பட்டவன் ஈஸ்வரன். மிரள மிரள விழித்துக்கொண்டு சுந்தரகணேசன் இழுத்த இழுப்பில் வகுப்புக்குள் வந்து விழுந்தான் அவன். 'நில்லுடா திருட்டுப் பயலே' வாத்தியார் குரலை உயர்த்தினார்.

அடுத்த சில நிமிடங்கள் சுந்தரகணேசன் சார்தான் துப்பறியும் சங்கர்லால் ஆக அவதாரம் எடுத்த கதையைச் சொல்வதில் கடந்து போனது. முந்தின நாள் சாயந்திரம் வடக்குவாடி கடைத்தெருவில் முருகன் ஸ்டோரில் அவர் உட்கார்ந்திருந்ததில் ஆரம்பமானது அது. பள்ளிக்கூடம் முடிந்ததும் வீட்டுத் திண்ணையில் டியூஷன் சொல்லித்தர வேண்டிய அவசியம் இல்லாத ஆசிரியர்கள் காலார நடக்க, கடலைப் பருப்பு வாங்கிக் கொறிக்க, கடைகடையாகப் படியேறி வாய் வார்த்தை சொல்ல என்றுதான் சாயந்திரங்கள் ஊரில் நகர்ந்து போகும். சுந்தரகணேசன் வருடக் கணக்காகக் கடலை சாப்பிடுகிறவர்.

முருகன் ஸ்டோரில் அவர் வந்தால் உட்கார வைக்க என்றே ஒரு பழைய முக்காலி உண்டு. நடுவில் காப்பிக்கொட்டை திரிக்கும் யந்திரம் வைத்திருந்து அதைப் பெயர்த்த அடையாளத்தோடு ஓட்டை விழுந்த அந்த முக்காலியில் உட்கார அனுபவம் தேவை. சுந்தரகணேசனுக்கு அது நிறைய உண்டு.

முருகன் ஸ்டோருக்கு அடுத்த தங்கவேலு பட்டாணி பொரிகடலைக் கடையில், சாயந்திரம் தொடங்கி, ராத்திரி எட்டு வரை இதமான சூட்டில் கொஞ்சம் மணல் நறநறவென்று கூடவே துணைக்கு வர, விளைந்த நிலக்கடலை வறுபட்டுக் கொண்டிருக்கும். ஒன்பது மணிக்கு மேல் அடுப்பில் கருப்பட்டி சேர்த்துக் காய்ச்சிய பால் வியாபாரத்துக்குத் தயாராகக் கொதிக்கத் தொடங்கும். வாத்தியார் கடைவீதிக்கு வரும்போதே ஒரு தூக்குப் பாத்திரத்தோடுதான் வந்து சேருவார். கடலை, அரட்டை எல்லாம் முடிந்து ராத்திரி வீட்டுக்குப் போகும்போது அந்தப் பாத்திரத்தில் இரண்டு குவளை கருப்பட்டிப்பால் சுடச்சுட வாத்தியாரோடு பயணமாகும்.

நேற்றைக்கு சுந்தரகணேசன் சார் தலையைப் பார்த்ததும் தங்கவேலு பட்டாணி பொரிகடலைக் கடை அடுப்பில் ஏற்கனவே வறுத்த நிலக்கடலை இன்னொரு சின்ன வட்டம் சூடு மினுமினுக்க சிவக்கச் சிவக்க காகிதக் கூம்பில் நிறைத்து அவரிடம் நீட்டப்பட்டது. நடந்து முடிந்த சட்டசபைத் தேர்தலைப் பற்றிப் பேசியபடியே அதை ஒவ்வொன்றாகக் கொறித்த வாத்தியார் எல்லாம் முடிந்து காகிதத்தைக் கசக்கி எறிய முற்பட்டபோது அதில் என்னமோ எழுதியிருந்தது கவனத்தை ஈர்த்தது. விளக்கு வெளிச்சத்தில் அந்தக் காகிதத்தைப் பிரித்துக் கவனமாகப் பார்த்தார் அவர்.

போன வாரம் எட்டு பி கிளாசில் அவர் வைத்த சரித்திரப் பாடத்துக்கான பரீட்சை விடைத்தாள் இல்லையா அது? நன்றாக நினைவு இருக்கிறது வாத்தியாருக்கு. முதல் கேள்வி நெபுகட்நேசார் பற்றி. அடுத்தது ஹரப்பாவில் அகழ்வாராய்ச்சி செய்யப்பட்ட வருடம் என்ன என்று வினாவுவது. அதற்கும் அடுத்தது கிருஷ்ணதேவராயரின் அரசவையில் இருந்த அஷ்ட திக்கஜங்கள் என்ற எட்டுப் பெரும் புலவர்கள் யார்யார்,

அவர்கள் ஒவ்வொருவர் பற்றியும் சிறு குறிப்பு வரைக. அல்லசானி பெத்தண்ணா, நந்தி திம்மண்ணா, பிங்களி சூரண்ணா, மால்யகாரி மல்லண்ணா. மீது நாலு பேரும் உண்டு.

கடலைச் சுற்றி வந்த அந்த விடைத்தாள் நாலாவது புலவரோடு முடிந்திருந்தது. பக்கத்தைத் திருப்பிப் பார்க்க, போன வாரத் தேதி போட்டு மாணவனின் பெயரும் வகுப்பும் கூட எழுதியிருந்தது. அவர்தான் திருத்தி மார்க் போட்டு வகுப்பில் இந்த வாரம் திருப்பிக்கொடுக்க வேண்டும். அதற்குள் அது கடலை மடிக்க எப்படிப் போனது? ஏன் போனது? யார் கொண்டு போய்க் கொடுத்தது? எப்போது நடந்தது இது?

வாத்தியார் புலன் விசாரணையில் உடனே இறங்கினார். ஏழெட்டு வயசுப் பையன் ஒருத்தன் முந்தாநாள் ஒரு கிலோ பழைய பேப்பர் கொடுத்துவிட்டு ஈடாகக் கடலையும் பொரியும் வாங்கிப் போனதாக தங்கவேல் கடலைக்கடைக்காரர் வாக்குமூலம் கொடுத்தார். எல்லோரையும் எல்லோருக்கும் தெரிந்த சின்ன ஊர் என்பதால் அடுத்த பத்து நிமிடத்தில் பையன் பிடிபட்டான். ஈஸ்வரனின் தம்பிதான் அவன். அண்ணன் காகிதக் கட்டைக் கொடுத்துக் கடலை வாங்கி வரச்சொன்னதாக அழுதபடியே ஒப்புக்கொண்டான் அவன். இரண்டு நாளாகப் பட்டினி கிடக்கிற குடும்பம். ஈஸ்வரனின் அப்பா ரோடு இஞ்சின் ஓட்டியவர். இஞ்சினோடு ஒரு நாள் வேலைக்குப் போனவர் திரும்பவே இல்லையாம். நாலு வீட்டில் திவசத்துக்குச் சுற்றுக் காரியம் பார்த்து, வீட்டுக்கு விலக்கானால் சமையல் செய்து வைத்து, பிள்ளைகளை ஈஸ்வரனின் அம்மா வளர்த்தாள். ஒரு வாரமாக ரெட்டைத் தெருவில் யாருக்கும் திவசம் இல்லை, யாரும் தூரமாகவில்லை என்பதால் அந்த வீட்டில் அடுப்பு எரியவில்லை. ஈஸ்வரன் பள்ளிக்கூடத்து ஸ்டாஃப் ரூமில் புகுந்து பரீட்சைப் பேப்பர் திருடியது அப்போதுதான்.

சுந்தரகணேசன் கேட்டுக்கொண்டபடி ஈஸ்வரனை எல்லாரும் ஒரே குரலில் சீச்சீ என்று இகழ்ந்தோம். அவர் ஆணையிட்டபடி அவன் வகுப்புக்கு முன்னால் விழுந்து கும்பிட்டு கூனிக்

குறுகி எழுந்து நின்றான். அபூர்வமான காட்சிப் பொருள் போல் அவனை முன்னால் தள்ளிக்கொண்டு சுந்தரகணேசன் அடுத்த வகுப்புக்கு நடந்தார். ஈஸ்வரனைப் பள்ளிக்கூடத்தில் கடைசியாகப் பார்த்தது அன்றைக்குத்தான்.

நான் பேங்கில் வேலைக்குச் சேர்ந்தபோது கோட்டும் சூட்டுமாக ஈஸ்வரன் ஒருநாள் பிரத்தியட்சமானான். அசத்தலான உச்சரிப்போடு இங்கிலீஷ் பேசினான் அவன். துபாயில் எண்ணெய்க் கம்பெனியில் வேலை பார்க்கிறதாகச் சொன்னான். இரண்டு மாதம் கழித்து அவனை ஏதோ மோசடிக்காக மும்பாயில் போலீசார் கைது செய்ததாகச் செய்தி. ஈஸ்வரன் என்ன ஆனானோ தெரியாது. ஊரில் திதியும் திவசமும் ஒரு வாரம் விடுமுறை எடுக்காமல் இருந்து, வீட்டில் அடுப்பு புகைந்திருந்தால் அவன் வாழ்க்கை தடம் மாறிப் போயிருக்காதோ என்னமோ.

# நாற்பத்துநாலு

சிவன்கோவிலைச் சுற்றி இருந்த மூன்று தெருக்களுக்குப் பெயர் வைக்க யாரும் பெரியதாக முயற்சி எடுத்துக்கொள்ளாததன் காரணம் என்ன என்று தெரியவில்லை. சிவன்கோவில் தெற்குத் தெரு, சிவன்கோவில் வடக்குத் தெரு இப்படி இரண்டு தெருவுக்கு எளிமையான பூகோள அடிப்படையில் பெயர். சிவன்கோவில் மேற்குத் தெருவுக்கு திசை எதுவும் குறிக்காமல், சிவன்கோவில் தெரு என்று மட்டும் பெயர். கோவிலுக்குக் கிழக்கே வேலிகாத்தான் புதர்கள் காடு மண்டி பரந்து விரிந்து வெறும் பூமியாகக் கிடப்பதால் அதற்குப் பெயர் வைக்க அவசியம் ஏற்பட்டிருக்கவில்லை.

காந்தி கடைவீதிக்குச் செங்குத்தாக, கோவிலுக்கு இடது பக்கம் கோடு போட்டது போல் ஓடுவது சிவன்கோவில் வடக்குத்தெரு. அது காந்தி வீதியைச் சந்திக்கிற இடத்தில் முதல்வீடு பாட்டியம்மா வீடு. நார்மடிச் சேலை உடுத்த பாட்டியம்மாக்கள் ஒன்றுக்கு நாலு பேர் அங்கே குடியிருந்தார்கள். ஒவ்வொருத்தருக்கும் குச்சு மாதிரி ஒரு தனி அறை. வீட்டின் கூடத்திலும் சமையல் கட்டிலுமாக ஆனந்த பவன் ஓட்டல் சர்வர் ஒருத்தர் வீட்டுக்காரி, நண்டு சிண்டாக நாலு குழந்தைகளோடு குடித்தனம் நடத்திக் கொண்டிருந்தார்.

குறுக்கு நெடுக்காக ஓடுகிற இந்தப் பொடிசுகளின் இரைச்சலை மீறிக்கொண்டு பாட்டியம்மாக்களின் ஆச்சாரக் கூச்சல் எழுந்து வரும்.

‘சொன்னாக் கேளு. ஓடாதேடா மடியாக் குளிச்சுட்டுக் கோவிலுக்குக் கிளம்பறேன். மேலே வந்து விழுந்தா, திரும்பக் குளிக்கக் கிணத்துலே தண்ணி இல்லே, கேட்டியா?’ மேல் ஸ்தாயியில் இந்த டயலாக் நாலு பாட்டிகளில் யாராவது ஒருத்தர் வாயிலிருந்தாவது புறப்படும். தினசரி ஒரு தடவையாவது கேட்கக் கிடைக்கும் இது.

நாகுப் பாட்டி சத்தம் போடத் தவறினாலும், காலை நேரத்தில் மயிலஞ் சந்தைக்கு ஒரு வாக்கிங் போகத் தவறுவதில்லை. திரும்பும்போது கையில் பிடித்திருப்பது அநேகமாக பூசணிக்காய்ப் பத்தையாக இருக்கும். வருடம் முழுக்க பூசணிக்காய்க் கறியோ, குழம்போ சாப்பிட்டும் அலுக்காமல் தினசரி தேடிப்போக அந்தக் காய்மேல் நாகுப் பாட்டிக்கு ஏதோ ஈர்ப்பு இருந்தது. பம்பாயில் இருக்கிற ஒரே மகனோடும் குடும்பத்தோடும் போய் இருக்காமல் சிவன்கோவில் வடக்குத்தெரு பாட்டிகள் வீட்டில் ஒண்டுக்குடித்தனம் இருக்க அந்தப் பூசணிப் பத்தை ஈடுபாடு காரணமோ என்னமோ.

‘விச்சியா இருக்கியா?’ பூசணிப் பத்தையோடு மயிலஞ் சந்தையிலிருந்து திரும்பும் நாகுப் பாட்டி என்னையும் ரெட்டைத் தெருவின் மற்ற இளைய தலைமுறையினரையும் குசலம் விசாரிப்பது இப்படித்தான். விச்சியாக இருப்பது என்றால் செளக்கியமாக இருப்பது என்று கண்ணுச்சாமி பிள்ளை தொடங்கி கார்மேகம் சார் வரை எந்தத் தமிழ் வாத்தியாரும் சொல்லாததால், இது வேறே ஏதோ மொழி வார்த்தையாக இருக்கலாம்.

இரண்டு வருடத்துக்கு ஒருமுறை நாகுப் பாட்டியின் பிள்ளை பம்பாயிலிருந்து வருவார். ‘அங்கே மாடுங்கா ரயில்வே குவாட்டர்ஸ்லே எனக்கு சமுத்திரம் போல பெரிய வீடு. அம்மா வந்து இருக்க மாட்டேங்கிறா. குழந்தைகள் எவ்வளவோ கெஞ்சியாச்சு.’ அவர் சாமராஜு கடை மூக்குப்பொடியை மாமாவோடு பகிர்ந்துகொண்டு சொல்லும்போது எனக்குப்

பொறாமையாக இருக்கும். ரயில்வே உத்தியோகம், மாதுங்காவில் ரெயில் வீடு என்றால் குடும்பத்தில் எல்லோருக்கும் அடிக்கடி ஓசி ரயில் பயணம், ஐ.ஆர்.ஆர் என்று பொறித்த எவர்சில்வர் தட்டில் இலவசமாக ரயில்வே சப்பாத்தி, பூரி மசாலா கிடைக்கும் என்று எனக்கு அப்போதெல்லாம் மனதில் ஒரு தோன்றுதல் உண்டு.

ஒரு சமயம் நாகுப்பாட்டி கையில் பூசணிப் பத்தையோடு ஒரு இங்கிலீஷ் பத்திரிகையும் தட்டுப்பட்டது . இல்லஸ்ட்ரேட்டட் வீக்லி பத்திரிகை அது. தமிழ்ப் பத்திரிகையையே புரட்டாத பாட்டிக்கு இங்கிலீஷ் வீக்லி எதுக்கு? 'அட்டையை கவனிச்சுப் பாரு.' பாட்டி சொன்னபடிக்குப் பார்த்தால் அங்கே ஒரு தமிழ்க் கல்யாணப் புகைப்படம். காசி யாத்திரை போகிற மாப்பிள்ளைக்குக் குடைபிடித்திருப்பது பாட்டியின் பிள்ளைதான். ரயில்வேயில் இருந்தால் இல்லஸ்ட்ரேட்டட் வீக்லியிலும் படம் வரக்கூடும்.

தீபாவளி, பொங்கல் போன்ற பண்டிகை சமயங்களில் பூசணிப் பத்தையும், இல்லஸ்டிரேட்டட் வீக்லியும் இல்லாமல் நாகுப்பாட்டி அவளுடைய எட்டுக்கு நாலு அறையில் கட்டைப் பலகையைத் தலைக்கு வைத்துக் கொண்டு விட்டத்தை வெறித்தபடி கிடப்பாள். தீபாவளிக்கு பட்சணம் சாப்பிடாத துக்கம், மத்தாப்பு கொளுத்தாத சோகம் என்று நான் அர்த்தம் செய்து கொண்ட அந்தத் தருணங்களில் வீட்டிலிருந்து கொடுத்துவிட்ட மைசூர்ப்பாகையும், உக்காரையையும் நாகுப்பாட்டிக்கும் அவளுடைய மற்ற தோழிகளுக்கும் விநியோகம் செய்துவிட்டு 'விச்சியா இரு' வாழ்த்தோடு திரும்ப வரும் பொறுப்பு எனக்குத் தரப்பட்டிருந்தது.

நாகுப்பாட்டிக்கு அடுத்த அறைத் தோழியான சுந்தரிப் பாட்டிக்குக் காது சுத்தமாகக் கேட்காது. ஆனாலும், பாட்டியம்மா குழுவில் நாலு கிளாஸ் படித்திருந்தவள் அவள்தான். மற்ற பாட்டிகள் சார்பில் உறவினர்களுக்கு போஸ்ட் கார்ட் எழுதுவாள் அவள். இந்தக் கடிதங்கள் எல்லாமே குசல விசாரிப்பு, போன மாதம் அனுப்பிய மணி ஆர்டர் வந்து சேர்ந்த விவரம், சகலமானவர்களுக்கும் ஆசிர்வாதம் என்று

அங்கங்கே பெயர் மட்டும் மாற்றி ரேஷன் கார்ட் மனு போல் அமைவதால் சுந்தரிப் பாட்டிக்குக் காது கேட்காதது அவளுக்கும் மற்ற பாட்டிகளுக்கும் குறையாகவே தெரியவில்லை.

சின்னக்குட்டி பாட்டி பெருமாள் கோவில்தெரு ராமவிலாஸ் ஓட்டல்காரர்கள் வீட்டில் மோர் வாங்க, தினசரி காலையில் பீங்கான் ஜாடியோடு போவாள். நாகுப்பாட்டியின் பூசணிப் பத்தை நடைப் பயணத்தை அடுத்து இது நிகழும். சகாய விலைக்கோ, கிட்டத்தட்ட இலவசமாகவோ அதிகமாகத் தண்ணீர் கலக்காத மோரை பாட்டியம்மாக்களுக்கு ஓட்டல்கார வீட்டில் கொடுத்ததால், அவர்கள் மாசாந்தர மணியார்டர் தொகைக்குள் ஏதோ காலத்தை ஓட்ட முடிந்தது. அப்படியாவது பிடிவாதமாக சிவன்கோவில் வடக்குத்தெரு முதல் வீட்டில் தனிக்குடித்தனம் நடத்த அந்த வயதான பெண்மணிகளுக்கு ஊர் மேல் இருந்த பிடிப்பு வலிமையாக இருந்தது.

சின்னக்குட்டிப் பாட்டிக்கு சுபாவமாகவே கட்டைக் குரல். 'நாகுவோட பிள்ளை இன்னிக்குக் காலை போட்மெயில்லே வந்தான்' போன்ற சாதா ரகத் தகவல்கள் கூட பாட்டி கொடுக்கிற அழுத்தத்தில் பரபரப்பான தலைப்புச் செய்திகளாகி விடும். இப்போதும் கேபிள் டிவியில் அழுத்தம் திருத்தமாக செய்தி படிக்கும் பெண்களைப் பார்க்கும்போது அவள் குரல் நினைவுக்கு வரத் தவறுவது இல்லை.

பாட்டியம்மா வீட்டு இன்னொரு வாசியான சிநேகாம்பாள் பாட்டிக்கு பஞ்சாங்கப் பாட்டி என்று பெயர். 'நாளைக்கு பிரதோஷம். சனிக்கிழமை அமாவாசை. வெங்காயம் சமைக்காதே. அடுத்த திங்கள் கிழமை ரதசப்தமி. தலைக்கு எருக்கு இலை வச்சுக் குளிக்க மறக்க வேண்டாம்' என்று ரொட்டீனான அறிவிப்புகள் ரெட்டைத் தெருக்காரர்களுக்கும் பஞ்சாங்கப் பாட்டி தயவால் கிடைத்தன. சிவன் கோவிலில் ரிஷி பஞ்சமிக்கு நாலு தெரு சுற்றிச் சாமி புறப்பாடு நடக்கும்போது, ஊர்வலத்துக்கு முன்னால் ஓலைக் கொட்டானில் குருணையை நிரப்பி எடுத்துக்கொண்டு தெரு ஓரமாக எறும்புப் புற்றுகளில் தூவிக்கொண்டு போவது பஞ்சாங்கப் பாட்டிதான்.

நான் கல்லூரியில் சேர்ந்த வருடம் ரெட்டைத் தெருவிலும்

மற்ற தெருக்களிலும், தெரு ஓரமாக சிமிட்டித்தரையோடு மழைத் தண்ணீர் வாய்க்கால் கட்டியபோது எறும்புப் புற்று ஏதும் இல்லாமல் போனது. ரிஷி பஞ்சமி சாமி புறப்பாடும் அப்போது நின்று போயிருந்தது. பஞ்சாங்கப் பாட்டியும் சிவன் கோவில் வடக்குத் தெரு முதல் வீட்டு மற்ற பாட்டிகளும் அதற்கு வெகுநாள் முன்னால் ஒவ்வொருவராகப் பயணம் புறப்பட்டிருந்தது பம்பாய் மாடுங்கா ரயில்வே குவார்ட்டர்ஸுக்கு இல்லை.

# நாற்பத்தைந்து

ரெட்டைத் தெருவிலிருந்து வடமேற்காக உடையார் ஊருணிக் கரையில் சைக்கிளை குரங்கு பெடல் போட்டு ஓட்டிப் போகும்போது ஆரஞ்சுக் கலரில் அலையடிக்கும் ஊருணித் தண்ணீரும், அதில் முங்கு நீச்சுப் போட்டுக் குளிக்கிறவர்களின் சத்தமும், ஒன்றும் இரண்டுமாகத் தண்ணீர்ப் பரப்பின் மேல் தாழப் பறக்கும் கொக்கு, நாரைகளும், கூடவே எப்போதும் சிலுசிலுவென்று அடிக்கும் காற்றும் சேர, மனசு இறக்கை கட்டிப் பறக்கும். சரசரவென்று ஊருணிக்கரை மேட்டிலிருந்து கீழே இறங்கும்போது ஜிவ்வென்று வானத்தில் பறக்கிற உணர்ச்சி. சைக்கிள் ஹேண்டில்பாரை மட்டும் ஸ்டடியாகப் பிடித்துக் கொண்டால் பெடலை மிதிக்க வேண்டிய அவசியமே இல்லாமல், இறங்கிய வேகத்திலேயே கோகலே ஹால் தெருவில் புகுந்து புறப்பட்டு மறுகோடியில் மேலூர் ரோட்டுக்குப் போய்ச் சேர்ந்து விடலாம்.

ரெட்டைத் தெருவுக்கு வக்கீல்களும் கோர்ட் உத்தியோகஸ்தர்களும் அரசாங்க ஊழியர்களுமாக ஒரு மத்திய வர்க்க அடையாளம் இருந்தது என்றால், கோகலே ஹால் தெரு நாகரிகமும் நாசுக்குமான மேல்தட்டு வாடை சூழ்ந்து நிற்கிற பகுதி. அங்கே ஒவ்வொரு வீடும் விசாலமான

தோட்டத்துக்கு நடுவே கட்டப்பட்டது. எப்போதும் எல்லா வீட்டிலும் யாராவது பாடிக்கொண்டோ, வீணை வாசித்துக் கொண்டோ, குறைந்த பட்சம் ஆகாசவாணியில் கச்சேரி கேட்டுக்கொண்டோ இருப்பார்கள்.

அந்தி சாய, வெதுவெதுப்பான சிவப்பு பூசிக்கொண்ட ஊருணி மேட்டிலிருந்து இறங்கினால் மகிழம்பூ வாசனை வரவேற்கும். கோகலே ஹால் தெருவின் முதல் வீட்டுத் தோட்டத்தில் இருந்து வருவது அது. வாதாமரமும், கொய்யா மரமும், தென்னை மரமும் நடுநடுவே அவரைக்கொடியும் அடர்ந்து பச்சை விரிக்கும் அந்தத் தோட்டத்துக்கு வெகு உள்ளே குட்டி வாத்தியார் வீடு இருந்தது. தோட்டத்தில் கிரிக்கெட் மாட்ச் நடக்கிற சத்தம் காதில் விழும். நடுநடுவே குட்டி வாத்தியாரின் குரல் கேட்டபடி இருக்கும். 'அநாவசியமா ஃபார்வார்டு ஸ்ட்ரோக் எதுக்கு பண்ணி இக்குலே மாட்டறே? பேட்டை ஸ்டடியா ஹாஃப் காக்லே பிடிச்சுத் தட்ட வேண்டியதுதானே?' என்று பேட்ஸ்மேனுக்கு அறிவுரை சொன்ன அடுத்த நிமிடம் 'த்ரோ பண்ணாதேடா கழுதை, பௌல் பண்ணு. முழங்கை தோளோடு சேர்ந்து நீண்டாத்தான் பௌலிங். அது மட்டும் தனியா முன்னாடி வந்தா எறிபந்துதான்' என்று பௌலருக்கு புத்திமதி பறக்கும். குட்டி வாத்தியார் வீட்டில் அண்ணன்கள், தம்பிகள், சகோதரிகள் என்று பெரிய கூட்டுக் குடும்பமாக வசித்ததால், ஒரு முழு கிரிக்கெட் டீமில் இடம் பெறத் தேவையான பையன்கள் அந்தத் தோட்ட வீட்டுக்குள்ளேயே இருந்தார்கள்.

குட்டி வாத்தியார் வீட்டுக்குப் பத்து அடி தள்ளி பப்ளிக் பிளீடர் மாணிக்கசுந்தரம் வீடு. வாத்தியார் வீட்டில் ஆறு ஏழு குடும்பங்கள் கட்டி நிறுத்திய கிரிக்கெட் அணிக்கு எதிர் அணியை பப்ளிக் பிளீடர் மற்றும் அவர் தம்பி குடும்பங்கள் இங்கே தயார் செய்திருந்தன. இப்படியாக அசலான கிரிக்கெட் கோகலே ஹால் தெருவுக்கு மட்டுமான, அங்கேயும் குறிப்பாக இரண்டு வீடுகளுக்கு நடுவே விளையாடும் ஒன்றாகப் போனதால், ரெட்டைத்தெரு பட்டாளமும் மற்ற தெருப் பையன்களும் சிவன்கோவில், பெருமாள் கோவில், ஃபண்ட் ஆபீஸ் சுவர்களில் கோடு கிழித்து ரப்பர் பந்து வைத்து

விளையாடும் தெருவோரக் கிரிக்கெட்டோடு திருப்தி அடைய வேண்டிப் போனது.

குட்டி வாத்தியார் வீடும் தோட்டமும் கிரிக்கெட் கூச்சலில் மூழ்கியிருக்க, எதிரே ஹிந்தி பண்டிட் வீட்டுத் திண்ணையில் இந்தி, இங்கிலீஷ், தமிழ், சயன்ஸ், வரலாற்றுப் பாடங்களின் டியூஷன் மும்முரமாக நடந்துகொண்டிருக்கும். பெரிய மர மேஜையில் லொட்டு லொட்டென்று பிரம்பால் தட்டியபடி இந்தி பண்டிட் கதர் வேட்டியும், மேலே கையால் தைத்த கதர் பனியனுமாக உட்கார்ந்து எதிரே ஏழெட்டுப் பிள்ளைகளுக்கு அஷ்டாவதானமாக இத்தனை சப்ஜெக்ட்டிலும் பாடம் சொல்லிக்கொண்டிருப்பார். இதில் கவனிக்க வேண்டிய இரண்டு சங்கதி உண்டு. முதலாவது, பண்டிட்ஜிக்கு காது சரியாகக் கேட்காது. அடுத்தது, இந்த டியூஷன் ஒன்றுக்குக் கூடக் கால் காசு கட்டணம் வசூலிக்கவில்லை அவர். பக்கத்துக் கொட்டகுடி, அங்கமுத்தன் தெருக்களிலிருந்து வரும் வசதி குறைந்த வீட்டுப் பிள்ளைகள் அவர்கள் எல்லோரும்.

கோகலே ஹால் தெரு கற்பூர விநாயகர் கோவிலுக்கு முன்னால் காளிதாசன் சார் வீடு. அடித்து உதைத்துத் திட்டாமல் பிரியமும் சிரிப்புமாகக் குழைத்து எடுத்துக்கொண்டு வகுப்பு வகுப்பாக நுழைந்து கணக்குப் பாடத்தைப் பள்ளியில் எல்லாருக்கும் புகட்டி விட்டு, வீட்டுத் திண்ணையில் ஓய்வாக உட்கார்ந்திருப்பார் வாத்தியார். வழுவழுப்பாகச் சிவப்பு சுண்ணாம்பு பூசிய அந்தத் திண்ணை முழுக்க தோட்டத்து மரங்களிலிருந்து உதிர்ந்த வேப்பம்பூ சிதறிக் கிடக்க, வாசல் கதவைத் திறந்துகொண்டு நுழைகிற அடுத்த சிநேகிதருக்காக கன்னக் கதுப்பில் சிரிப்பை ஒதுக்கிக்கொண்டு காளிதாசன் சார் போனவாரக் கல்கியில் மூழ்கியிருக்கும் நேரம் அது.

கற்பக விநாயகர் கோவில் தலையில் சின்னக் கோபுரம் தவிர மற்றபடி முன்னால் தோட்டம், வாசலில் கம்பி கேட், நடையில் டியூப் லைட் என்று கோகலே ஹால் தெரு வீடுகளை அச்சு அசலாக ஒத்திருக்கும். கம்பீரமாக உட்கார்ந்திருக்கும் பிள்ளையார் சந்நிதியை வலம் வரும்போது சுவர் முழுக்க மடாதிபதிகளும் பீடாதிபதிகளும் பெரிய புகைப்படங்களிலிருந்து உன்னிப்பாகக் கவனித்துக் கொண்டிருப்பார்கள். பின்கட்டில்

வெள்ளை திரைச்சீலைக்கு அந்தப் பக்கம் குழந்தை அழுகிற சத்தமோ ரேடியோவில் செய்தி அறிக்கை வாசிக்கிறதோ கேட்கும். குருக்கள் வசிப்பிடம் பின்னாலும் கோவில் முன்னாலுமாக அமைந்த அந்த வீட்டு வாசலிலும் மலேரியா இலாகா பென்சிலால் சதுரம் போட்டு மாதாமாதம் பரிசோதனை முடித்துப் போன தேதி விவரம் குறித்திருக்கும். ஊரில் யாருக்கும் மலேரியா வராவிட்டாலும் எல்லா வாசல் சுவரும் மலேரியா இலாகாவின் உபயோகத்துக்கானது. விநாயகர் கோவில் உட்பட.

கோகலே ஹால் தெருவின் கடைசி கட்டிடத்துக்கு சைக்கிள் பெடலை மிதிக்காமலேயே தள்ளு காற்றில் வந்தாகி விட்டது. இந்தக் கட்டிடம்தான் கோகலே ஹால். சுதந்திரப் போராட்டத் தலைவர் கோபாலகிருஷ்ண கோகலே ஊருக்கு எப்போதோ சொற்பொழிவாற்ற வந்தபோது இங்கேதான் கொட்டகை கட்டி மேடை அமைத்திருந்தார்களாம். ரெட்டைத் தெருவின் முந்தைய தலைமுறை வக்கீல்களுக்கு அவர் நெருங்கிய நண்பராம். இந்தியா சுதந்திரம் அடைய எங்கள் ரெட்டைத் தெருவும் கோகலேஹால் தெருவும் கூட துரும்பு கிள்ளிப் போட்டிருந்தனவாம், தெரியுமோ?.

கோகலே ஹால் தெரு முதல் வீட்டில் குட்டி வாத்தியார் அண்ட் குடும்பத்தின் கிரிக்கெட் சத்தம் காதைத் துளைக்கும் என்றால் கடைசிக் கட்டிடமான கோகலே ஹாலில் நிசப்தம் நிரம்பி வழியும். நூல் நிலையம் அது. புழுக்கைப் பென்சிலால் சர்க்கார் தஸ்தாவேஜில் பெயர் பதிந்துவிட்டு உள்ளே கால் வைத்தால் அலமாரி அலமாரியாகப் புத்தகங்களின் மாயாலோகம். தமிழ்வாணனின் ‘ஜப்பானில் சங்கர்லால்’ புத்தகத்தை மேல்தட்டிலிருந்து எம்பி எடுத்துக்கொண்டு நாற்காலியில் உட்காரும்போது லைபிரேரியன் கூப்பிடுவார் – ‘தம்பி, சைக்கிள்லே தானே வந்தே? ஆனந்த பவன் வரை போய் ரெண்டு வடை வாங்கிட்டு வர்றியா? ஒரே பசியா இருக்கு. நீயும் ஒண்ணு எடுத்துக்க.’ ‘டயர்லே காத்து இல்லே சார்.’ பொய் சொல்லிவிட்டு டோக்கியோ தெருவில் டாக்சியில் போகிறபோது சங்கர்லால் கறுப்புக் கண்ணாடியோடு சிரிப்பார். லைபிரேரியன்களுக்கு வடை வாங்கி வரவா நூலகத்துக்குப் போகிறது?

கோகலேஹால் நூல்நிலையத்தில் நீள மேஜை வரிசையாகப் போட்டு சகல தமிழ், ஆங்கிலப் பத்திரிகைகளும் கிடக்கும். அவற்றில் ஆர்.கே. கரஞ்சியாவின் பிளிட்ஸ் தவிர மற்ற பத்திரிகைகள் எங்களுக்குப் புரட்டிப் பார்க்கக் கிடைக்கும். பிளிட்ஸின் கடைசிப் பக்கத்தில் வாராவாரம் வந்த வெள்ளைக்காரிகளின் அலங்கோலமான புகைப்படங்களால் கோகலே ஹால் சென்சார் போர்ட் எடுத்த நடவடிக்கை அது. கரஞ்சியா அவ்வப்போது இரானுக்குப் போய் அரசாங்க விருந்தாளியாகத் தங்கியிருந்து அந்த நாட்டின் மன்னர் ஷாவைப் பேட்டி காண்பார். அது முடிந்த கையோடு ஈராக் போய் சதாம் உசைனையும் அப்படியே ருமேனியா பயணம் செய்து அந்த தேசத் தலைவர் செசஸ்க்யூவையும் சந்தித்து அவர் பக்கம் பக்கமாகக் கட்டுரைகளை எழுதித் தள்ளினதாகக் கேள்வி. அவற்றை எல்லாம் நாங்கள் படிக்க முடியாமல் சதி செய்த அந்த அழகிகளின் இன்றைய (இருந்தால்) புகைப்படம் ஏதாவது கிடைத்தால் பார்க்க ஆசையாக இருக்கிறது.

# நாற்பத்தாறு

அவர் பார்க்கவே விநோதமாக இருந்தார். எங்களை மாதிரி, சரி வேண்டாம், போலீஸ் ஏட்டையா மாதிரி முழங்காலுக்கு இறங்கும் காக்கி நிஜார் போட்டவர். அதே ஸ்டைலில் காலில் பாலீஷ் போடாத ஷூவும் உண்டு. ஏட்டையா மாதிரியே உயரம். மிடுக்கான நரைத்த மீசை. ஏட்டையாவிடமிருந்து இவரை வேறுபடுத்திக்காட்டியதை எல்லாம் பட்டியல் போட்டால் அதில் முதலில் இடம் பெறுவது நிஜாருக்கு மேல் தரித்திருந்த கருப்பு ஓவர் கோட். ஏ.பி.நாகராஜன் எடுத்த புராணப் படங்களில் வரும் முனிவர்கள் மாதிரி கையில் ஒரு *Y* வடிவக் கொம்பு. இதற்குத் தண்டம் என்று பெயர் என்பதை என் குரு குண்டுராஜு அறியப்படுத்தினான். 'இவர் ஏண்டா ஈஸ்ட்மேன் கலர் முனிவர் மாதிரி தண்டம், கூடவே நேரு மாதிரி கோட்டிலே ரோஜாப் பூ வச்சிருக்கார்?' அவனை நான் திரும்பப் படுத்தியபோது அவனுக்கும் பதில் தெரிந்திருக்கவில்லை.

'கங்காணித் தாத்தா' மேலே சொன்ன தினுசில் எங்களுக்கு அறிமுகமானது ஒரு மார்கழி மாத விடிகாலையில். எத்தனை சொன்னாலும் அலுக்காத மாதம் அது. விடிகாலையில் நாலு

மணி சுமாருக்குச் சிவன் கோவிலில் விநாயகர் சன்னிதிக் கோபுரத்தில் நாலு திசையையும் பார்க்கக் கட்டிய கூம்பு வடிவ ஒலிபெருக்கிகள் உயிர் பெறும். தொடர்ந்து எம்.எல். வசந்தகுமாரியின் இதமான குரலில் திருப்பள்ளி எழுச்சி. அது திருப்பெருந்துறையுறை சிவபெருமானையும் எங்களையும் துயில் எழுப்பும். ஒரு பாட்டு மெதுவாக ஆலாபனையோடு விருத்தமாக, அடுத்தது தாளமும் பக்கவாத்தியமுமாக வேகமாக என்று திருப்பள்ளி எழுச்சி முன்னேறும்போது, கேட்டபடி புரண்டு, மார்கழிக் குளிருக்கு இதமாகப் போர்வையை இழுத்துப் போர்த்திக் கொள்ளும் ஆனந்தம் அலாதியானது. அரைவருடப் பரீட்சை முடிந்து பள்ளிக்கூடம் விடுமுறை விட்டதில் ஆரம்பமாகும் மகிழ்ச்சி அது.

பத்து திருப்பாவையில் நாலு இப்படிப் போனதும் படுக்கையைச் சுற்றி வைத்துவிட்டு எழுந்திருந்தாக வேண்டும். இல்லாவிட்டால் வாசலில் இரைச்சலாக எல்லா வீட்டிலும் பெண்கள் கோலம் போட ஆரம்பித்திருப்பார்கள். மற்ற மாதங்களில் காலையில் வீட்டு வாசல் பெருக்கிக் கோலம் போடுவதற்கும் மார்கழிக் கோலத்துக்கும் ஏகப்பட்ட வித்தியாசம் உண்டு. மார்கழிக் கோல ஏற்பாடுகள் மாதம் பிறக்க இரண்டு நாள் முன்னால், வீட்டு வாசல் சமச்சீராக்கப்படுவதில் தொடங்கும். குண்டு குழி எல்லாம் மணல் போட்டுச் சமனப்படுத்தி, புல் பூண்டு இருந்தால் பிடுங்கிச் சீராக்குவதோடு, அண்டை அயல் வீட்டு வாசல் எல்லைகள் வரையறுத்துக் கொள்ளப்படுவதும் இப்போதுதான். ‘இந்தச் சுவரிலே தொடங்கி நாலு செண்டிமீட்டர் கிழக்கே நகர்ந்து நேரே கோடு போட்டா வருது இல்லே, அங்கேதான் எங்க வீட்டு வாசல் முடியறது’ என்பது போன்ற துல்லியமான கணிப்புகளும், ‘அது நாலு செண்டிமீட்டர் இல்லே, ரெண்டு செண்டிமீட்டர்தான்’ போன்ற வாதப் பிரதிவாதங்களும் அரங்கேறி மத்தியஸ்தம், மேல் முறையீடுவரை போகும். இந்த எல்லைக்கோட்டுப் பேச்சுவார்த்தைகளில் வீட்டு ஆண்கள் பங்கு பெறுவது கட்டாயமாக விலக்கப்பட்டிருந்தது.

மார்கழி பிறந்ததும் இதெல்லாம் சுமுகமாக முடிவுக்கு வந்து எல்லா வீடுகளிலும் கூட்டுறவு முறையில் ஒரே நேரத்தில் வாசல் பெருக்கி, வாளி வாளியாகத் தண்ணீரை சீராக வீசியடித்துத்

தெளித்துக் கோலங்களின் அணிவகுப்பு தொடங்கும். சாதா நாட்களில் விடிந்து வெகு நேரம் கழித்து மூணு புள்ளி நாலு வரிசை என்று வீட்டு வாசல் நடுவில் ஒப்புக்கு அவசர அவசரமாகப் இழுக்கப்படும் கோலங்கள் சினிமாஸ்கோப் வடிவத்தில் நூறு புள்ளி ஐம்பது வரிசை என்கிற மாதிரி பெரிய பட்ஜெட்டில் அரங்கேறும் வேளை இது. முணுக் முணுக்கென்று வாசலில் ஜீரோ வாட் பல்ப் வெளிச்சம் போதாமல், வீடு வீடாக வாசல் மாடத்தில் அகல் விளக்கை ஏற்றி வைத்துவிட்டுக் கோல ஆலாபனைகள் தொடங்கும். இப்படிப் பெரிய தோதில் போடும்போது டிசைன் சிக்கல் எழுந்தால், கூப்பிட்ட குரலுக்கு ஓடிவந்து அங்கங்கே புள்ளிகளை இடம் மாற்றி, இணைப்புக் கோடுகளை ஷார்ட் சர்க்யூட் செய்து கோலத்தை முடிக்கிற அண்டை அயல் பெண்கள் ஒரு வாரம் முன்னால் எல்லைப் பேச்சுவார்த்தைகளில் எதிரும் புதிருமாக வாதாடியதை எல்லாரும் மறந்திருப்பார்கள். அங்கங்கே கலர்பொடி தூவி, கோலத்துக்கு நடுவே மஞ்சள் மின்னும் பரங்கிப் பூக்களை வைத்து அழகுபடுத்தி, ஒரு வீட்டுக் கோலம், கச்சிதமாக வீட்டு எல்லையில் முடிகிற அடுத்த வீட்டுக் கோலத்தோடு நேர்த்தியான நகாசு வேலை மூலம் இணைக்கப்படும். விடிவதற்கு முன் இந்தக் காட்சி ஏகப்பட்ட சிரிப்பும் கும்மாளமும் இரைச்சலுமாக நடைபெறும். விடிந்தபிறகு பார்த்தால் ரெட்டைத் தெரு முழுக்க விதவிதமான வேலைப்பாட்டோடு தெருவுக்கு இரண்டு பக்கத்திலுமாக இரண்டு பிரம்மாண்டமான ரத்தினக் கம்பளங்கள் கோலம் போட்ட தரையில் விரிந்து கிடக்கும். அவற்றை மிதித்துக் கொண்டு நடக்கவே மனது வராது. அந்த ஈர மண்ணின் வாசனையை முகர்ந்தபடி லேசாக மேலே எழும்பி மிதக்க வேண்டும் என்று தோன்றும்.

கங்காணித் தாத்தா கோலத்தை மிதித்துக்கொண்டு மெதுவாக கோவிலை நோக்கி நடக்கிறவராகத்தான் அறிமுகமானார். வக்கீல் குமாஸ்தா நல்லகண்ணு பிள்ளையின் மூத்த சகோதரர் என்று கேள்விப்பட்டோம். சின்ன வயதிலேயே இலங்கையில் மலைப் பிரதேசத்தில் தேயிலைத் தோட்ட வேலைக்குப் போனவர். படிப்படியாக முன்னேறி, நூறு இருநூறு தோட்டத் தொழிலாளர்களை மேற்பார்வை பார்க்கிற கங்காணி

ஆனவராம். ஊரில் அவரைத் தெரிந்த மூத்த தலைமுறை பெரிசுகள் சிலபேர் உண்டு. அவர்களைச் சந்தித்தபோது கையில் இருந்த Y கம்பை அகட்டி விரிப்பார். நடுவே ரெக்சின் துணியோடு அது ஒரு ஆசனமாக மாறும், அதைத் தெருவில் யார் வீட்டுக் கோலத்திற்கு நடுவிலாவது ஊன்றி உட்கார்ந்து உற்சாகமாகக் கதைக்க ஆரம்பிப்பார் கங்காணித் தாத்தா. பின்னணியில் வீட்டுப் பெண்கள் கோலத்தையும் வாசலையும் நாசம் செய்வதற்காக அவரை முணுமுணுவென்று சபிப்பார்கள்.

வந்த ஒரு வாரத்திலேயே எல்லோருக்கும் நண்பராகிப் போனார் கங்காணித் தாத்தா. Y கம்பை வீட்டிலேயே விட்டுவிட்டு எப்போதும் முகத்தில் நேசமான சிரிப்போடு அவர் வளைய வந்ததால் வீட்டுப் பெண்களுக்கும் பிரியமானவரானார். மார்கழிக் காலையில் எங்களை முந்திக்கொண்டு கோவிலில் அவர் ஆஜராகிவிடுவார். சுப்பையா ஓதுவார் தேவாரம் பாடும் முன்னால் ‘தென்னாடுடைய சிவனே போற்றி’ என்று தொடங்கும் போது ‘என்னாட்டவர்க்கும் இறைவா போற்றி’ என்று பதில் குரல் கொடுப்பதை அவர்தான் தொடங்கி வைத்தார். ஓதுவார் முடிக்கும் போது தாளத்தைக் கண்ணில் ஒற்றிக்கொண்டு ‘திருச்சிற்றம்பலம்’ என்று சொன்னதும் ‘சிவசிதம்பரம்’ என்று திருப்பச் சொல்ல எங்கள் எல்லோரையும் பழக்கியவர் கங்காணித் தாத்தாதான்.

மார்கழிப் பகல் நேரங்களில் ரங்கன் வாத்தியார் வீட்டுத் திண்ணையில் எங்கள் பொதுக்குழு தினசரி கூடும். அப்போது கௌரவ அழைப்பாளராக அவ்வப்போது தலைகாட்டி இலங்கையில் அதுவும் மலையகமான நுவரலியா பகுதியில் தோட்டத் தொழிலாளர்கள் படும் துயரங்களை அறிய வைத்து முகம் தெரியாத அந்த இந்திய வம்சாவளியினர் மேல் பரிவு கொள்ளச் செய்தவர் கங்காணித் தாத்தா. லால்பகதூர் சாஸ்திரியும் இலங்கைப் பிரதமர் சிரிமாவோ பண்டாரநாயகாவும் செய்து கொண்ட ஒப்பந்தப்படி, இலங்கைக் குடியுரிமை கிடைக்காத இந்தத் தொழிலாளர்கள் காலமெல்லாம் உழைத்துக் களைத்து கையில் ஒரு காசு மீதம் இல்லாமல் இந்தியாவுக்குத் திரும்பிய சோகக் கதைகள் அனேகம். அவர் கதை மாதிரி.

தை மாதம் பிறந்ததும் கங்காணித் தாத்தா நிஜாரிலிருந்து தட்டுச் சுற்று வேட்டிக்கு மாறினார். ஓவர்கோட்டும் ரோஜாப் பூவும் காலில் ஷூவும் போன இடம் தெரியவில்லை. நேரு பஜார் கோடி அரசு மருத்துவமனை பக்கம் ஒரு டீக்கடை நடத்த ஆரம்பித்தார் அவர். ‘திருச்சிற்றம்பலம்’ என்று சொல்லியபடி அழுக்கான வேட்டியோடு அவர் நீட்டிய தேநீரை ‘சிவசிதம்பரம்’ சொல்லி வாங்கிக் கொண்டோம், ‘நுவரெலியா தேத்தண்ணி இன்னும் மணமா இருக்கும்’ என்றார் தாத்தா சிரித்துக் கொண்டே.

# நாற்பத்தேழு

வெள்ளிக்கிழமை பிற்பகல் பள்ளிக்கூடத்தில் டீ பார்ட்டி. அது முடிந்ததும் மீட்டிங். தலைக்கு இரண்டு ரூபாய் ரைட்டர் சோமய்யாவிடம் கட்டி ரசீது வாங்கிக் கொள்ள வேண்டும். அதைக் காட்டிவிட்டு பார்ட்டியில் டீ குடிக்க வரிசையில் உட்காரலாம்.

தலை போகிற இந்த உத்தரவை நான் சாயந்திரம் வீட்டுக்கு வந்து பரபரப்பாக அறிவித்தபோது யாரும் நம்பத் தயாராக இல்லை. டிரான்ஸ்பர் ஆகிப் போகிற ஆர்.டி.ஓ, பி.டி.ஓ, பி.எச்.ஓ என்று ஊரோடு ஓ போடுகிற அரசாங்க மேலதிகாரிகளுக்காக கீழே வேலை பார்க்கிறவர்கள் நடத்தி காராபூந்தி சாப்பிட்டு, காப்பி குடித்து, நாலு வார்த்தை உபசாரமாகப் பேசி, மாலை போட்டு வழி அனுப்புகிற விஷயம் இந்த டீ பார்ட்டி. ஏழாம் கிளாஸ் பசங்களுக்கும் அதற்கும் என்ன சம்பந்தம்?

கிளாஸ் வாத்தியாரிடமிருந்து துண்டு சீட்டில் டீ பார்ட்டியின் நோக்கம், அதில் இடம் பெறப் போகும் ஐட்டங்களின் விவரம், தொடர்ந்து கூட்டத்தில் யார் யார் எதைப் பற்றிப் பேசுகிறார்கள் இன்னோரன்ன விஷயங்களை எழுதி வாங்கி வந்து மேல் முறையீடு செய்யும்படி வீட்டுப் பேரவை ஒருதலைப்

பட்சமாகத் தீர்ப்பளித்தது. அந்த மகா சோகத்தோடு சாயந்திரம் விளையாடப் போக, ரெட்டைத்தெரு முழுக்க வீடுவீடாக அதே ரீதியிலான நடவடிக்கை பற்றிய தகவல்கள் வரிசையாக வர ஆரம்பித்தன.

எட்டாம் வகுப்பு வாத்தியார் ஆசீர்வாதம் சார் கங்கராஜ் ஸ்டோரில் வழக்கம்போல் பெப்ஸ் இருமல் மாத்திரை வாங்க சைக்கிளை நிறுத்தி, காலில் சலங்கை மாதிரிக் கட்டியிருந்த வளையங்களை எடுத்து கைப்பையில் வைத்தபடி படி ஏறினதைப் பார்த்தது அப்போதுதான். சைக்கிள் சக்கரக் கம்பிகளுக்கு இடையே தொளதொள பேண்ட் சிக்கி உருட்டித் தள்ளிவிடாமல் இருக்க இப்படி இரண்டு காலிலும் பேண்டைக் காலோடு சேர்த்து நாட்டியமாடும் பெண்கள் மாதிரி கட்டிக்கொள்வது பேண்ட் போட்டு சைக்கிள் ஓட்டுகிறவர்கள் வழக்கமாகச் செய்வது. கங்கராஜ் கடையில் இந்த இரும்பு வளையங்கள் கூட விலைக்குக் கிடைத்தன.

குண்டுராஜு வீட்டு வாசலில் எங்கள் டீபார்ட்டி கோரிக்கையை விவாதித்துக் கொண்டிருந்த பெற்றோர் சங்கம் அன்போடு கையசைக்க, ஆசீர்வாதம் சார் திரும்பச் சலங்கை மாட்டிக்கொண்டு சைக்கிளில் ஏறி நாலு அடி ஓட்டி நிறுத்தினார். அவையினர் கேட்டுக்கொண்டதற்கு இணங்க, சைக்கிளில் இருந்தபடிக்கே வரும் வெள்ளிக்கிழமை பள்ளிக்கூடத்தில் இங்கிலீஷ் அசோசியேஷன் தொடங்குகிறதாகவும், உள்ளூர் காலேஜில் இங்கிலீஷ் லெக்சரராகப் புதிதாக வந்திருக்கிற சுந்தரம் என்கிற துடிப்பான இளைஞர் 'பியூட்டி ஆஃப் இங்கிலீஷ்' பற்றி லெக்சர் கொடுக்கப் போவதாகவும், அதற்கு முந்தி அவரைக் கவுரவிக்கவே டீ பார்ட்டி என்றும் விளக்கினார். இந்த இனிய திருப்பத்தால் அடுத்தநாள் எல்லோரும் பார்ட்டிக்குக் கட்ட வேண்டிய ரெண்டு ரூபாயும் கையுமாகப் பள்ளிக்கூடம் போனோம்.

வெள்ளிக்கிழமை பிற்பகல் டீ பார்ட்டிக்கு மொத்தம் மூன்று குத்தகைதாரர்கள். ஷண்முகம் ஸ்வீட் ஸ்டால் மைசூர்ப்பாகும், பஜ்ஜி ராயரின் காரசாரமான வாழைக்காய் பஜ்ஜியும் டீக்கடை மாயழகு சப்ளையில் பார்ட்டிக்கு பெயர்

கொடுக்கும் டீயும் வழங்க ஏற்பாடானது. எல்லோருக்கும் முன்னால் டீ பாய்லர், எருமை மாடு, டீத்தூள் பொட்டலம், கண்ணாடிக் குவளை என்று சகலவிதமான முஸ்தீபுகளோடும் ஆஜராகிப் பள்ளிக்கூடத்துக்குள்ளேயே பிராஞ்ச் டீ ஸ்டால் திறந்துவிட்டார் மாயழகு. வேலையை முடித்து ஏறக்கட்டி மச்சினன் மகள் பூப்புனித நீராட்டு விழா சடங்குக்குப் போக அவர் அவசரப்பட்டதால், எங்கள் எல்லோரையும் வரிசையாக உட்கார்த்தி மூணு மணி சுமாருக்கு சுடச்சுட டீ வழங்கப்பட்டது. வழக்கமாக செங்கல் ஏற்றிப் போகும் இரட்டை மாட்டு வண்டியில் ஷண்முகம் ஸ்வீட் ஸ்டால் மைசூர்ப்பாக் வந்து இறங்கியது அதற்கும் அரை மணி நேரம் கழித்து. அந்தப் பதார்த்தத்தோடு நாங்கள் போராடிக் கொண்டிருந்தபோது, மேஜிஸ்ட்ரேட் கோர்ட், சப் கோர்ட் தினசரி விநியோகத்தை முடித்து பஜ்ஜி ராயர் பழநியின் குதிரை வண்டியில் ஜல்ஜல்லென்று வந்து இறங்கினார். வண்டி, குதிரை, பழநி, ராயர் என்று சகலமும் சுட்டெண்ணெய் வாடை அடிக்க சுடச்சுட வாழைக்காய் பஜ்ஜி பரிமாறப்பட்டதோடு டீ பார்ட்டி முடிவுக்கு வந்தது.

இங்கிலீஷ் அசோசியேஷன் பள்ளிக் கலையரங்கத்தில் தொடங்கும்போது அரங்கம் முழுக்க அமர்க்களமான பஜ்ஜி வாடை. சிறப்புச் சொற்பொழிவாளர் சுந்தரம் நெடுநெடுவென்று உயர்ந்து வெளுத்து மெலிந்த இளைஞர். ஹெட்மாஸ்டர் அவரை வரவேற்கிற சாக்கில் வேர்ட்ஸ்வொர்த்தின் ‘சைல்ட் இஸ் தி ஃபாதர் ஆஃப் தி மேன்’, கென்னடியின் ‘நாடு உனக்கு என்ன செய்தது என்று எதிர்பார்க்காதே’, நேருவின் ‘நடுராத்திரியில் உலகம் உறங்கும் போது நாம் விழித்திருக்கிறோம்’ என்று இங்கிலீஷ் பாடத்தை விஸ்தாரமாக நடத்திவிட்டு, மேற்கொண்டு நேரம் இல்லாத காரணத்தால் முடித்துக் கொண்டு புரபசர் சுந்தரத்தைப் பேச அழைத்தார். அவர் மாதிரி நாங்களும் ஆங்கிலத்தில் புலமை பெற்று அந்த மொழியில் சொற்பொழிவாற்றும் ஆற்றல் பெற இப்போதே உழைக்கத் தொடங்க வேண்டும் என்று வலியுறுத்தினார். தினசரி டீ பார்ட்டி கொடுத்தால் அதெல்லாம் முயற்சிக்கலாம்தான்.

கிட்டத்தட்ட ஒரு மணி நேரம் ‘பியூட்டி ஆப் இங்கிலீஷ்’ பற்றி

பேசினார் அந்த சுந்தரம். பாதிக்கு மேல் புரியவில்லை. ஆனாலும் வாத்தியார்கள் கைதட்டும்போது கைதட்டி, சிரிக்கும்போது பலமாகச் சிரித்து பேச்சாளரை உற்சாகப்படுத்தினோம். மாலை ஆறு மணிக்கு ஜனகணமனவோடு நிகழ்ச்சி நிறைவேறியது என்று இதை இங்கே முடிந்திருந்தால் நன்றாக இருக்கும். துரதிர்ஷ்ட வசமாக அப்படிச் செய்ய இயலாமல் போய்விட்டது. புரபசர் சுந்தரத்தின் துரதிருஷ்டம் அது.

டீ பார்ட்டிக்கும் பியூட்டி ஆஃப் இங்கிலீஷ் சொற்பொழிவுக்கும் இரண்டு மாதம் கழித்து ஒரு சாயந்திரம் ரெட்டைத் தெரு பட்டாளம் பியூட்டி ஆஃப் கிரிக்கெட்டில் ஆழ்ந்து பண்ட் ஆபீஸ் சுவரில் விக்கெட் கோடு கிழித்து பந்தும் மட்டையுமாக விளாசிக்கொண்டிருந்தபோது, காந்திவீதி முனையில் பஸ் இறங்கி ஒரு சின்ன ஊர்வலம் கிழக்கிலிருந்து மேற்காக ரெட்டைத்தெருவைக் கடந்து போனது. முன்னால் நாலு போலீஸ்காரர்கள் பாரா கொடுக்க, பின்னால் இரண்டு பேர் துப்பாக்கியைத் தூக்கிக்கொண்டு தொடர, நடுவில் கையில் விலங்கு மாட்டி ஒருத்தரைக் கூட்டிப் போய்க்கொண்டிருந்தார்கள். அது போன மாதம் பள்ளிக்கூடத்தில் சிறப்புச் சொற்பொழிவாற்றிய புரபசர் சுந்தரம். போலீஸ் ஸ்டேஷனில் முடிந்த ஊர்வலம் அது.

முழு விவரமும் தெரிய அடுத்த இரண்டு நாள் பிடித்தது. சுந்தரம் புரபசரோ, லெக்சரரோ, டியூட்டரோ ஆகத் தகுதியாக குறைந்த பட்சம் பி.ஏ கூடப் பாஸ் ஆகவில்லை. ஆனாலும் கொச்சியில் எப்படியோ ஏற்பாடு செய்து எம்.ஏ இரண்டாம் வகுப்பில் தேறியதாக மோசடியாகப் பட்ட மேற்படிப்பு சான்றிதழைத் தயாரித்து இங்கே காலேஜில் வேலைக்குச் சேர்ந்து விட்டார். கான்வெண்ட் ஸ்கூலில் இங்கிலீஷ் படித்த காரணத்தால் சரளமாகப் பேசுகிற தோரணை அவருக்கு உத்தியோகம் கிடைக்கவும், ஊரில் நிறைய சிநேகிதர்களைச் சம்பாதிக்கவும், பள்ளிக்கூடத்தில் சிறப்பு டீ பார்ட்டி நடத்தி சொற்பொழிவாற்றவும் ஒத்தாசை செய்தது. கல்லூரியில் ஆடிட் வந்தபோது இவரைப் பற்றி சந்தேகம் எழ, சுந்தரம் ஒரு மாதம் லீவு போட்டுவிட்டுக் காணாமல் போய்விட்டார். போலி சர்ட்டிபிகேட் என்று உறுதியானதும் போலீசார் வலைவீசித்

தேடி ஆலப்புழைப் பக்கம் ஒரு கிராமத்தில் அவரைக் கைது செய்ததாக நம்பகமான வட்டாரங்கள் தகவல் தெரிவித்தன.

அப்புறம் ஒரு நாள் கோகலே ஹால் நூல்நிலையத்துக்கு போலீஸ் ஸ்டேஷன் வழியாகப் போனபோது ஸ்டேஷன் உள்ளே இருந்து ஒரு குரல் கேட்டது - ‘படிக்க ஏதாவது புஸ்தகம் கொடுங்க சார், ப்ளீஸ்.’ சுந்தரம் குரல் தான். ‘திருட்டுப் பயலுக்கெல்லாம் எதுக்குடா இங்கிலீசுப் புத்தகம்? ஓரமாப் போய் உட்காரு. மொகரையைப் பேத்துடுவேன்.’ ஆங்கிலத்தின் அழகு தெரியாத ஏட்டையாவின் கோபக் குரல் அது.

வேண்டிய அளவு தண்டனை அனுபவித்து முடித்துவிட்டு வெளியே வந்து, ஆலப்புழையில் டியூட்டோரியல் காலேஜ் நடத்திக்கொண்டிருக்கிறார் எழுபது வயது முதியவரான சுந்தரம் என்று இதை முடிக்க ஆசைதான். அப்படியும் இருக்கலாமோ?

# நாற்பத்தெட்டு

**வீ**ர வள்ளுவன் சார் கோவலனையும் கண்ணகியையும் மதுரைக்குப் போகும் வழியில் நிறுத்தி வைத்தார். எங்கள் சகபாடி பெருமாள்கோவில் தெரு நாகராஜன்தான் காரணம். ‘கோவலனும் கண்ணகியும் புகார் நகர் நீங்கி காந்தி அடிகளோடு மதுரைக்குப் பயணமானார்கள்’ என்று அவன் வீட்டுப் பாடம் எழுதி வந்திருந்தது வாத்தியார் கண்ணில் பட்டதால் கோவலனால் முன்னால் நகர முடியவில்லை.

‘இளங்கோ அடிகள் சிலப்பதிகாரத்தை எழுதினது இரண்டாம் நூற்றாண்டு. காந்தியடிகள் மனிதருள் மாணிக்கமாக வாழ்ந்து காட்டினது இந்த இருபதாம் நூற்றாண்டு. இவங்க எப்படிச் சந்திச்சிருப்பாங்க? சிந்திக்க வேணும் தம்பி. பாடத்தை உருப் போட்டா மட்டும் போதாது. நாட்டு நடப்பு, வரலாறு, அரசியல், கலை, இலக்கியம் இப்படி எல்லாம் தெரிஞ்சிருந்தா கவுந்தியடிகளை காந்தியடிகள் ஆக்கி என்னைத் துன்பப்படுத்தியிருக்க மாட்டீங்க. அது போகுது. செம்மீன் பார்த்தீங்களா?’ வீர வள்ளுவன் மதுரையிலிருந்து மலையாளப் படத்துக்குத் தாவினார்.

செம்மீனா? நாங்கள் ஒருத்தரை ஒருத்தர் பார்த்துக் கொண்டோம். கிரிதரன் என்னைப் பார்த்து விஷமமாகச் சிரித்துவிட்டு வீர வள்ளுவன் முறைக்க, நோட்டுப் புத்தகத்தில் ஏதோ கிறுக்க ஆரம்பித்தான். காந்தி வீதி கடை ஒன்று இரண்டு பேர் நினைவிலும் ஒரு வினாடி வந்து போனது. சேது கடை என்று பெயர் அதற்கு. பெட்டிக்கடைக்கு இலக்கணமாக பச்சை பெயிண்ட் அடித்த ஒரு மரத் தடுப்பு. மேலே வரிசையாக ஆரோகணித்த கண்ணாடி போத்தல்கள். கடலை அச்சு, முறுக்கு, ஆரஞ்சு மிட்டாய், சூட மிட்டாய், விரல் விரலாக சீரக பிஸ்கெட் என்று பாட்டில்கள் முக்காலுக்கு நிரம்பி வழியும். ஓரமாக அசோக ஸ்தூபி மாதிரி நிறுத்தி அதில் தண்ணீரில் நனைந்த வெற்றிலை கொத்துக் கொத்தாக அடுக்கி இருக்கும். பக்கத்தில் சீவல், சுண்ணாம்பு.

இதெல்லாம் எல்லாப் பெட்டிக் கடைக்கும் வழக்கமான சமாச்சாரங்கள்தான். ஆனால், சேது கடையை மற்ற கடைகளிலிருந்து பளிச்சென்று வேறுபடுத்திக் காட்டும் ஒரு விஷயம் உண்டு. பரபரப்பான செய்தி தரும் பத்திரிகைகள் ஊரில் கிடைக்கும் ஒரே இடம் சேது கடைதான். கட்சி பேதமில்லாமல் சகல கட்சிப் பத்திரிகைகளும் சேதுவிடம் விற்பனைக்கு வரும். முரசொலியும், ஜெயபேரிகையும், ஜனசக்தியும், விடுதலையும், தீக்கதிரும் கடைக்கு முன்னால் பந்தலில் கட்டி வைத்த கயிற்றில் ஒய்யாரமாக ஒரே வரிசையில் அசைந்தாடும்போது, கண்ணாடி பாட்டில்களுக்குக் கீழே அந்தப் பத்திரிகைகளின் பேனர்கள் காற்றில் படபடக்கும்.

காந்தி வீதி வழியாகப் போகும்போது சேது கடை கண்ணாடிப் பாட்டில்கள் அடியில் விரிந்திருக்கும் இந்தப் பத்திரிகை பேனர்கள் கண்ணில் படாமல் போகாது. இவையெல்லாவற்றையும் விட சுவாரசியமான இன்னொரு பத்திரிகை பேனர் உண்டு. இந்துநேசன் என்ற பத்திரிகையுடையது அது. அந்த பேனர்கள் படித்துத் தெரிந்து கொண்ட வார்த்தைகளில் ஜல்சாவும் ஒன்று. வேறு எங்கேயும் பார்க்க, கேட்க, பயன்படுத்த முடியாத அந்த வார்த்தை தந்த கிளர்ச்சி பதின்மூன்று வயதுக்கே உரியது.

ஜல்சா தவிர இந்துநேசன் பேனரில் நடிகைகளை வர்ணிக்கிற

தலைப்புகளும் தட்டுப்படும். கண்ணழகி, கூந்தல் அழகி, இடுப்பழகி என்ற அடைமொழிகளோடு அந்த நடிகைகள் கிசுகிசுக்கப்படுவார்கள். நடிகை ஷீலா பெயரைப் பார்த்தால் மட்டும் கண்ணை உடனே திருப்பிக் கொள்ள வேண்டும். அவருக்குக் கொடுத்த அழகி அடைமொழி உடம்பில் பெயர் சொல்லக் கூடாத அங்கம் பற்றியது. இவ்வளவுக்கும் தமிழும், கொஞ்சம் மிச்ச சொச்ச மலையாளமும் புழங்கும் எங்கள் வீட்டில் அது நிச்சயம் கெட்ட வார்த்தை இல்லை. அம்பலப்புழையிலிருந்து அத்தையின் நாத்தனார் கைக்குழந்தையோடு வந்தபோது சீரங்கத்தம்மா குழந்தைக்கு கோரோஜனை கொடுப்பது பற்றி ஆலோசனை தர வந்தார். “கொஞ்சம் இருங்க, குஞ்ஞுக்கு கொடுத்துட்டு வந்துடறேன்’ என்று மார்பைக் குறிக்கும் அந்த ரெட்டை எழுத்துச் சொல்லை அந்த மாமி சொன்னபோது சீரங்கத்தம்மா அதிர்ந்தே போனார்.

இந்த ரெட்டை எழுத்து அங்க அழகியான ஷீலா நடித்த படம் வீர வள்ளுவன் எங்களைப் பார்க்கச் சொல்லி சிபாரிசு செய்த செம்மீன். அதைப் பார்க்க சின்னப் பசங்களை அனுமதிப்பார்களா? படம் பார்க்க எல்லா வீட்டிலும் என்னத்தைச் சொல்லிக் காசு கேட்பது? வாத்தியார் சும்மா கிண்டல் செய்கிறாரா எங்களை?

‘நிசமாத் தாண்டா சொல்றேன். நேத்து நம்ப டூரிங் டாக்கீசில் செம்மீன் பார்த்தேன். தகழின்னு உன்னதமான ஒரு மலையாள எழுத்தாளர் எழுதின நாவலைப் படமாக்கி இருக்காங்க அத்தனை அழகா. மலையாளக் கரையிலே குட்டநாடு கடல் பிரதேசம். மீனும், படகும், கடலுமா ஷீலாவும் மத்தவங்களும் வாழ்ந்து காட்டின படம்டா.’

குட்டநாடு என்றதுமே பாட்டியம்மா படம் பார்க்க அனுமதி கொடுத்ததோடு, தானும் வருவதற்குத் திட்டம் தீட்ட ஆரம்பித்து விட்டாள். அவள் இதுவரை டூரிங் தியேட்டருக்கு எல்லாம் படம் பார்க்க வந்ததில்லை. மணலும், தூசியும், கீத்துக் கொட்டகை இரைச்சலும், மூத்திர வாடையும் அவளுக்கு உகந்ததில்லை. என்றாலும், ‘எங்க அம்பலப்புழைப் பக்கத்து ஊர் ஆச்சே கடப்புறம். எத்தனை முக்குவ குடும்பம் எங்க

அம்மா காலத்துலே தாயாச் சேயா பழகிட்டிருந்தது ஊர்லே". அவள் பழைய நினைவில் ஆழ்ந்தபோது முக்குவன் என்றால் என்ன என்று கேட்டேன். செம்படவன் என்றாள்.

'ரவிக்கைக்கு மேலே மூடாம பொண்ணுகள் வர சினிமா எல்லாம் வேணாம்' என்று மற்ற எல்லா வீட்டிலும் அனுமதி மறுக்கப்பட்டது. எனவே நானும் சிவகாசியிலிருந்து வந்த மாமாவும் மட்டும் ரெட்டைத்தெரு பிரதிநிதிகளாக செம்மீன் பார்க்க அமிர்தா டூரிங் டாக்கீசுக்கு சாயந்திர வேளையில் சாத்தப்பன் ஊருணிக்கரை ஓரமாக நடந்து போனோம். பாட்டி காய்ச்சலில் விழுந்திருந்ததால் அவளை சாவகாசமாக இன்னொரு சமயம் கூட்டிப் போக முடிவானது. டூரிங் டாக்கீஸ் வாசலில் ஷீலா கடற்கரையில் படகு பக்கம் நிற்கிற போஸ்டர். இந்துநேசன் தலைப்பு உடனடியாக நினைவுக்கு வர தியேட்டர் உள்ளே நுழையவே எனக்கு வெட்கமாக இருந்தது. ஷீலா புடவை கட்டிக் கொண்டால் என்ன குறைந்து போய்விடும்?

உள்ளே எங்கள் கூட செம்மீன் பார்க்க வந்தவர்களைப் பார்த்ததும் எனக்கு வெட்கம் போய் பிரமிப்பு வந்தது. அவர்கள் பின்னாளில் என் குருநாதர்களானவர்கள். தமிழ்ப் புதுக்கவிதை, முற்போக்கு இலக்கியம், மலையாள இலக்கியப் படைப்புகளின் மொழிபெயர்ப்பு என்று சாதனை புரிந்து தமிழகம் முழுக்க அறியப்படும் அவர்களின் பெயர், மன்னிக்கவும், சொன்னால் ஊரைக் கண்டுபிடித்துவிடக் கூடும்.

செம்மீன் படம் முழுக்க ஷீலா முண்டும் பிளவுசுமாகத்தான் வந்தார். அவர் மட்டுமில்லை, கடற்கரையில் நடந்த பெண்கள் எல்லாரும் அதே போல்தான். அது ஒரு வினாடி கூட மனதில் உறுத்தாமல் ஷீலா பார்வையிலிருந்து மறைந்து கருத்தம்மா ஆனார். நல்ல பொண்ணு, செம்பங்குஞ்சு, பரீக்குட்டி, பழநி என்று அசல் மனிதர்களாக அடூர் பவானியும், கொட்டாரக்கர சீதரன் நாயரும், மதுவும், சத்யனும் அடுத்த இரண்டரை மணி நேரம் திரையில் வாழ்ந்து காட்டினார்கள். செம்மீனுக்கும் எனக்கும் நடுவே மொழியோ, இந்துநேசன் தலைப்போ குறுக்கிடவே இல்லை.

செம்மீனை கிளாசிக் என்று புகழ்கிற பாராட்டுரைகளிலிருந்து,

'ராமு கரியாத் பாத்திரங்களை கேமிராவைப் பார்த்துப் பேச வைத்து ரியலிசப் பின்னணியில் மேடை நாடகமாக்கி விட்டார்' போன்ற கடுமையான விமர்சனங்கள், 'சலீல் சௌத்ரியின் இசை மலையாளத்துக்கு அந்நியமானது. முக்குவன் பாடும் சங்கீதம் இல்லை அது' என்பது போன்ற ஆராய்ச்சிகள், 'அரயத்திப் பொண்ணு பிழச்சுப் போயி' என்ற பாட்டு வரிகளுக்கு சாதி அடிப்படையிலான எதிர்ப்பு என்று இந்த நாற்பது வருடத்தில் எத்தனையோ பார்த்தாகி விட்டது. செம்மீனையும் குறைந்தது முப்பது முறையாவது பார்த்திருக்கிறேன். ஆனாலும் அதில் ஒருமுறை கூட அசல் குட்டநாட்டுக்காரியான பாட்டியம்மாவோடு இல்லை என்பது துக்கப்பட வைக்கிறது. அப்புறம் இந்த மனசு - ஷீலா பெயரை இப்போது கேட்டாலும் அது ஒரு வினாடி தறிகெட்டு இந்துநேசனுக்கு ஓடுகிறது. ஷீலா சேச்சி, ஈ கொச்சு அனியனெ ஒண்ணு க்ஷமிக்கணெ.

# நாற்பத்தொன்பது

பொழுது விடிந்தது முதல் பொழுது சாய்ந்து அது ராத்திரி வெகு நேரமாக நீண்டு முடிவது வரை அரண்மனை வாசல் பரபரப்பாக இருக்கும். இடத்துக்குப் பெயரைக் கொடுத்த அரண்மனை இருநூற்றுச் சொச்சம் வருடம் பழையது. எப்போது பார்த்தாலும் பூட்டி வைத்த பிரம்மாண்டமான கதவுகளுடன் காணப்படும் அரண்மனையின் உயர்ந்த திண்ணைகளில் தேசாந்தரியாக வந்த யாராவது ராத்தங்கி இருப்பார்கள். அல்லது உள்ளூர்ப் பெரிசுகள் ஆர அமர உட்கார்ந்து பொட்டாசியம் சல்பேட் உரம் விலை உயர்ந்ததைப் பற்றி ஆழ அகல அலசியபடி மதுரைப் பக்கம் போகிற பஸ்ஸுக்காகக் காத்திருப்பார்கள். பத்து அடி நடந்தால் பஸ் ஸ்டாண்ட். என்றாலும் பஸ் ஸ்டாண்டு போகிற, அங்கே இருந்து புறப்பட்டு வரும் பஸ் எல்லாம் அரண்மனை வாசலில் மறக்காமல் நின்று பயணிகள் ஏறி இறங்க வசதி செய்து தரும்.

அடைத்துப் பூட்டிய அரண்மனை அருகே அரசாங்க அலுவலகங்களில் காலை நேரத்தில் பரபரப்பு ஆரம்பித்துவிடும். என்னத்துக்காகவோ அங்கே சதா நிறையப் பேர் கையில் வெள்ளைப் பேப்பரில் எழுதிய மனு, மக்கின சர்க்கார் நமூனாவில் விண்ணப்பம் என்று கையில் பிடித்துக்கொண்டு

காத்திருப்பார்கள். இந்தச் சமாச்சாரங்களை முழுக்க ஒரு வார்த்தை பிசகாமல் எழுதித் தர, கணக்குப் பிள்ளை மேஜை போட்டு தனியார் எழுத்தர்கள் அரண்மனை வாசலில் குடைநிழலில் உட்கார்ந்திருப்பது வழக்கம். லாரி புக்கிங் ஆபீஸ், சீட்டுக் கம்பெனி, அப்புறம் என்ன கடை என்றே தெரியாமல் வாசலில் ஒரு பெஞ்சில் நாலைந்து பேர் உட்கார்ந்து பேசிக்கொண்டிருக்கிற ஒரு இடம் (தரகுக்கடை என்று அப்புறம் தெரியவந்தது) என்று அரண்மனை வாசல் பரபரப்புக்கு ஒத்தாசை செய்யும் இதர விஷயங்களும் உண்டு. இங்கே புகுந்து புறப்படுகிற கூட்டத்தின் சாப்பாடு, டீ, காப்பி, வெற்றிலை பாக்கு தேவைகளைப் பூர்த்தி செய்ய அரண்மனை வாசலில் ஏழெட்டுக் கடை எப்போதும் மும்முரமாக இயங்கிக் கொண்டிருக்கும். எல்லாவற்றையும் பார்த்துக்கொண்டு நடுவில் ஒரு சதுக்கத்தில் பச்சை பெயிண்ட் அடித்த நேதாஜி சுபாஷ் சந்திரபோஸ். லெப்ட் ரைட் போடத் தயாரான கோலத்தில் சிலையாக நிற்பார் அவர்.

சாயந்திரம் ஆனதும் அரண்மனை வாசலுக்கு ஒரு தனிக்களை வந்துவிடும். நவராத்திரி காலத்தில் அரண்மனைக் கதவுகள் சற்றே திறந்து உள்ளே ராஜேஸ்வரி அம்மன் கோவிலில் ஆராதனை நடக்கும்போது அந்த இடம் முழுக்கப் பெண்கள் சாம்ராஜ்ஜியமாகிவிடும். அரண்மனைக்குள் பெரியவர்கள் கையைப் பிடித்துக் கொண்டு நுழையும்போது உயரமான விதானத்தில் தலைகீழாகத் தொங்கும் வவ்வால்கள் ஜிவ்வென்று டைவ் அடித்து மேலே முட்ட வருகிறதுபோல் போக்குக் காட்டி சட்டென்று திரும்ப மேலே உயர்வதில், அமிர்தா டூரிங்க் தியேட்டரில் திகில் படம் பார்த்த மாதிரி இதயத் துடிப்பு அதிகமாகும். அம்மன் கோவிலுக்குள் பழைய வாள், கேடயம் எல்லாம் பளபளவென்று துடைத்து பூஜைக்கு வைத்திருப்பது கண்ணில் படும். வெள்ளைக்காரனை விரட்ட இது எல்லாம் உபயோகமாச்சு என்பாள் பாட்டி. எந்த வருடம், யார் யாரோடு சண்டை போட்டார்கள் என்பது அவளுக்குத் தெரியாது.

'நாவிற்கு இனிய பொரட்டா' சுட்டுத் தள்ளுகிற கடைகள் அரண்மனை வாசலைக் கோலாகலமாக்குவது சாயந்திரத்தில் தான் தொடங்கும். பகல் நேரத்தில் பொரட்டா சாப்பிடக்கூடாது

என்று ஏதோ எழுதாத தடைச்சட்டத்தை எல்லோரும் முழுமனதோடு அமல் செய்தது போல், சூரியன் அஸ்தமிக்கும் வரை காப்பி கடைகளில் காய்ந்துபோன இட்டலியும், தோசையும் தான் விற்கப்படும். கொஞ்சம் தள்ளி நேருபஜார் முகப்பில் கஜலட்சுமி விலாஸில் ‘சாப்பாடு ரெடி’ போர்ட் உத்தேசம் காலை ஏழரை மணிக்கே மாட்டப்படும் என்றாலும் அங்கே படி ஏறுகிற கூட்டத்தை அரண்மனைவாசல் அங்கத்தினர்களில் சேர்க்க முடியாது. கடைவீதிக் கும்பல் அது.

ராத்திரி ஏழு மணி சுமாருக்கு பெட்ரோமாக்ஸ் விளக்கைக் கொளுத்திப் பக்கத்தில் வைத்துவிட்டு, சுபாஷ் சந்திரபோசுக்கு முதுகைக் காட்டிக்கொண்டு வல்லாரை லேகிய விற்பனையாளர் அரண்மனை வாசலில் கடை பரத்தி விடுவார். கண்டதையும் சப்ஜாடாகத் தின்று காலையில் வயிறு ரிப்பேராகிற துன்பம், வல்லாரை லேகியம் ஒரு கரண்டி விழுங்கினால் அரை மணி நேரத்தில் கலகலவென்று அதே வயிறு குஷியாக சகஜ நிலைக்கு வரும் அதிசயம் என்று குரலில் சப்த ஜாலங்களும், முகத்தில் நவரசமுமாக அவர் பேசுவதைக் கேட்கவே அங்கே கூட்டம் கூடும். ஆவாரங்காடு முத்து வாத்தியாரை வல்லாரை லேகிய ரசிகர் கூட்டத்தில் அடிக்கடி பார்க்கலாம். ஹெட்மாஸ்டருக்கு அவர்தான் லேகிய சப்ளை என்று கேள்வி. வல்லாரை லேகியம் தீர்ந்த நாட்களில் ஹெட்மாஸ்டர் பிரம்புக்கு வீரியம் அதிகம் என்றும் நம்பிக்கை.

வல்லாரை லேகியக்காரர் வராத நேரங்களில் சுபாஷ் சந்திரபோசுக்குத் துணையாக மயில் தைலம் விற்கிற கும்பல் வந்திருக்கும். பஞ்சு அடைத்துப் பாடம் பண்ணிய ஒரு மயிலைப் பக்கத்தில் நிறுத்தி வைத்துவிட்டு, பச்சை நிற பாட்டிலில் ஏதோ திரவத்தைக் காட்டிக் காட்டி விற்பனைக்காரர் பேசுவார். ஜெமினி கணேசன் அவர் தோளில் கைபோட்டுச் சிரித்தபடி நிற்கிற ஒரு படம் மயிலுக்குப் பக்கமாகச் சுவரில் சாய்த்து வைத்திருக்கும். அது சும்மா போட்டோ ட்ரிக் செய்து எடுத்த படம் என்றும், ஜெமினிக்கு மயில் எண்ணெய் தேவையில்லை, சாம்பார் போதுமென்றும் பொதுக் கருத்து நிலவியது. அந்த மயில் எண்ணெய் எதுக்கு, யார் வாங்கினார்களோ தெரியாது.

அரண்மனை வாசலுக்குக் கூடுதல் கலகலப்பைக் கொடுப்பது அரசியல் கட்சிக் கூட்டங்கள் தான். குதிரை வண்டியில் லவுட் ஸ்பீக்கர் கட்டி, அல்லது ஓட்டைக் காரில் மைக்செட் வைத்து ஊரில் ஒரு தெரு விடாமல் பொதுக்கூட்ட அழைப்பு விடுக்கப்படும். 'இன்று மாலை சரியாக ஏழு மணிக்கு' என்று எல்லா அறிவிப்பும் சொன்னாலும், ஏழு மணிக்கு அரண்மனை வாசலுக்குப் போனால் அங்கே மேடை போட்டு மைக் டெஸ்டிங் பண்ணிக்கொண்டு நாலைந்து பேர் அலைவதையோ, பொரட்டாக் கடையிலிருந்து ஒயர் இழுத்து டியூப் லைட் எரியவைக்க மும்முரமான முயற்சி நடப்பதையோதான் பார்க்க முடியும். சாவதானமாக எட்டு மணி சுமாருக்குக் கூட்டங்கள் தொடங்கும்போது ரெட்டைத்தெருக் கோடி வறுகடலை நிலையக்காரர் தள்ளுவண்டியில் நிலக்கடலை, பட்டாணி சகிதம் ஆஜராகி இரும்புச் சட்டியில் மணலை வறுத்தபடி பழைய பத்திரிகைகளைக் கிழித்து வைப்பது கண்ணில் படும். பட்டாணி கொறிக்காமல் எந்த அரசியல் கட்சிக் கூட்டமும் நிச்சயம் களைகட்டாது.

பேச்சாளர்களில் தீப்பொறி ஆறுமுகம், குலதெய்வம் ராஜகோபால், குத்தூசி குருசாமி போன்றவர்கள் வருடாவருடம் வருகிறவர்கள். இவர்கள் இந்த வருடம் சார்ந்திருந்த கட்சி அடுத்த வருடம் வரும்போது மாறி இருப்பது வாடிக்கை. தோழர் பாலன், பி.ராமமூர்த்தி போன்ற கம்யூனிஸ்ட் தலைவர்கள் பேச வந்தால் கூட்டம் குறைவாக இருந்தாலும் கட்சி வேறுபாடு இல்லாமல் ஊர்ப் பெரியவர்கள், கல்லூரி புரபசர்கள் எல்லாரும் ஆஜராகிவிடுவார்கள். பெரியார், காமராஜ், அண்ணா, கலைஞர் கூட்டம் என்றால் அரண்மனை வாசல் நிரம்பி வழிந்து பஸ்கள் வேற்றுப் பாதையில் பெரியநாயகி கோவிலை பிரதட்சணம் செய்து பஸ் ஸ்டாண்ட் போகும். இதே போல கூட்டம் வந்தது ஜெயகாந்தன் காங்கிரஸ் பொதுக்கூட்டத்தில் பேசியபோதுதான். எம்.ஜி.ஆர் கூட்டம் நடத்த அரண்மனை வாசல் மட்டுமில்லை, பள்ளிக்கூட மைதானம் கூடப் போதாது என்பதாலோ என்னமோ அவர் ஊருக்கு வராமல் போக, அவரை ஜெயராம் தியேட்டர் சினிமாவில் மட்டும் பார்த்து வலிக்க வலிக்கக் கைதட்டினோம்.

ஆச்சரியத்திலும் ஆச்சரியமாக அரண்மனை வாசலில் இலக்கியக் கூட்டம் நடப்பது உண்டு. நவராத்திரியை ஒட்டி ஒருமுறை நடந்த பட்டிமன்றத்தில் மேடை போட்டு கற்பில் சிறந்தவர் யார் என்பது பற்றி வெளியூர்ப் பேச்சாளர்கள் பொறிபறக்க மோதிக்கொண்டிருக்க, நேதாஜி சிலைக்குப் பின்னால் மயில் எண்ணெய்க்காரர் உரக்கக் கூவி அழைத்து ரதி வசியத் தைலம் விற்றுக்கொண்டிருந்தார். சுடச்சுடப் பட்டாணி கொறித்தபடி இரண்டு இடத்திலும் கூட்டம் நின்றது.

# ஐம்பது

**வி**நோதமான நிகழ்ச்சிகள், நபர்களுக்கும் ரெட்டைத் தெருவுக்குமான தொடர்பு வலுவானது. தெரு மட்டுமில்லை, மொத்த ஊருக்குமே இப்படி ஒரு பந்தம் இருந்தது. குடும்பத்தோடு குடியிருந்த தமிழ் வாத்தியார் மவுனகுரு அடிகள், இலங்கையிலிருந்து ஓவர்கோட்டும் அதில் ரோஜாப்பூவுமாக வந்து சேர்ந்து நேரு பஜாரில் டீக்கடை போட்ட கங்காணி போன்றவர்கள் கொஞ்ச காலம் அதிசயமாகப் பார்க்கப்பட்டு, அப்புறம் சாதாரணமாகிப் போவார்கள். இது தவிரவும் அவ்வப்போது சிறப்பு நிகழ்வுகள் அரங்கேறி ஊரில் பரபரப்பாகப் பேசப்பட்டு தினசரி வாழ்க்கையை சுவாரசியமாக்கும்.

ஒரு தீபாவளி நேரத்தில் இப்படித்தான் மின்சார வாரிய லைன்மேன் ஒருத்தருக்குச் சாமி ஏறிவிட்டது. வீட்டில் எப்போதாவது கரண்ட் போய், எலக்ட்ரிசிட்டி போர்ட் ஆபீஸ் ரிஜிஸ்தரில் எழுதிவைத்து விட்டு வந்த பதினாறாவது மணி நேரத்தில் காக்கி நிஜாரும், சட்டைப் பையில் ப்யூஸ் வயருமாக சைக்கிளில் வந்து இறங்குகிறவர் அவர். அவர் தெரு விளக்குக் கம்பத்தில் ஏறி ப்யூஸ் பெட்டிகளைக் குடைவதைத்தான் பார்த்திருக்கிறோம். அவர் மேல் ஏறிய சாமி அவரைக் கொண்டு விட்டது தெப்பக் குளக்கரை பிள்ளையார் கோவில்

வாசலுக்கு. 'ராத்திரி கனவில் வந்து பிள்ளையார் கூப்பிட்டார். இனிமே இங்கேதான்' என்று லைன்மேன் கோவில் வாசலில் உட்கார்ந்துவிட்டார். என் வயதில் ஒரு சின்னப் பையன், ஒரு குட்டிப் பெண், கைக்குழந்தையோடு வீட்டுக்காரம்மா என்று வந்து அழுதுகொண்டே அவரை வீட்டுக்கு வரச்சொல்லிக் கூப்பிட மனுஷன் அசைந்து கொடுக்கவில்லை. தீபாவளி நேரத்தில் அவர் மேல் ஏறிய அந்த சாமிமேல் எனக்குக் கூடக் கோபம் வந்தது. பண்டிகை சந்தோஷத்தைக் கெடுத்துக்கொண்டு இப்போது வராமல் லைன்மேன் ப்யூஸ் போட வருகிற சாவகாசத்தோடு அது தாமதமாக அவர் மேலே ஏறி இருக்கக் கூடாதா?

இரண்டு வேளை பூவன்பழம், நாட்டு வாழைப்பழம் சாப்பிட்டு கோவில் வாசலே கதியாக உட்கார்ந்திருந்தது அந்தச் சாமி. அடக்கி அடக்கிப் பார்த்து முடியாமல் போக, சாயந்திரத்தில் தெப்பக்குளப் பக்கம் பொதுக் கழிவறைக்குப் போய்விட்டுக் குளத்தில் கால் கழுவியானதும் கோவில் வாசலுக்குத் திரும்பியது. ராத்திரியில் சுடச்சுட தோசையும், புதினா துவையலுமாக சாமி வீட்டு மாமி டிபன் கேரியரோடு வந்து சேர, சாமி அவள் முகத்தைப் பார்க்காமல் கேரியரை வாங்கிக்கொண்டது. மூன்றாம் நாள் சாயந்திரம் கைக் குழந்தையைத் தோளில் சுமந்துகொண்டு பிள்ளையின் கையைப் பிடித்தபடி, வீட்டுக்காரம்மா காலி டிபன் கேரியரோடு பின்தொடர சாமி வீட்டுக்கு மலை ஏறிவிட்டது. 'பிள்ளையார் இப்போதைக்கு வீட்டில் இருக்கச் சொன்னார்' என்று சுருக்கமான தகவல் தெரிவித்தானது. அவர் லைன்மேன் சாமி என்று அழைக்கப்பட்டதோடு இன்னொரு குழந்தைக்கும் இன்ஷியலைக் கொடுத்தது பிற்பாடு நடந்தேறிய ஒன்று. அப்புறம் ப்யூஸ் போட மட்டும் கம்பம் ஏறி இறங்கினார் அவர்.

லைன்மேன் சாமி இப்படி என்றால் பாஸா-ஃபெயில் சாமி இன்னொரு தினுசு. வக்கீல் குமாஸ்தா நாகராஜனுடைய தம்பி அவர். சின்ன வயதிலேயே அவரும் குடும்ப பந்தத்தைத் துறந்தாலும், மௌனகுரு அடிகள் போல் வீட்டிலேயே தங்கிய சந்நியாசி. வீட்டுக்குள் சுரங்கம் மாதிரி பூமியடியில் நாலு படி இறங்கிப் போய்த் தங்கிக்கொள்ள தாடிக் கொத்தனார் இவருக்கு பூஜை அறை அமைத்துக் கொடுத்ததாகச் சொல்லப்பட்டது.

வெங்காய சாம்பார், பூண்டு ரசம் தவிர்த்து வீட்டிலிருந்து தினசரி சமையல் சாமியாருக்கும் கிடைக்கும். பெரிய அங்கியை மாட்டிக் கொண்டு தாடி மீசையோடு இவர் தெருவில் போகிறபோது எதிர்ப்படுகிற பிள்ளைகள் ‘பாஸா ஃபெயிலா?’ என்று வழிமறித்துக் கேட்பார்கள். ‘நீயும் பாஸ், நானும் பாஸ்’ என்ற அவருடைய பதிலில் எல்லோருக்கும் சந்தோஷம். அவர் என்ன பாஸ் செய்தார் என்று யாரும் கேட்கவில்லை என்றாலும் அது ஏதோ சாமி விஷயம் என்று புரிந்தது. குருசாமி டைலர் கெட்டியான வெள்ளைத் துணியைப் பரப்பிப் போட்டுக்கொண்டு தையல் மிஷினில் தைத்துக் கொண்டிருந்தால் எங்களுக்குத் தெரிய வருவது - பாஸா-ஃபெயில் சாமிக்குப் புது அங்கி தயாராகிக் கொண்டிருக்கிறது. குருசாமி கைவண்ணத்தில் அந்த அங்கி ஒரு குறிப்பிட்ட வடிவம் இல்லாமல் தொளதொளவென்று நாலு திசையிலும் வழிந்தாலும், டெய்லருக்கும் சாமியார் பாஸ் மார்க் கொடுத்து விடுவார்.

வடநாட்டிலிருந்து கிளம்பி அங்கங்கே கோவில் குளம் என்று தரிசனம் செய்தபடி ராமேஸ்வரம் போய்க்கொண்டிருந்த ஒரு சாமியார் என்ன காரணத்துக்காகவோ எங்கள் ஊரில் ரயில் இறங்கினார். இவ்வளவுக்கும் ஊர் ஒன்றும் பாடல் பெற்ற ஸ்தலம் எல்லாம் இல்லை. சாமியார் டிக்கட் இல்லாமல் வந்ததால் இறக்கிவிடப்பட்டதாகப் பின்னால் தெரிந்தது. அவர் ஊருக்குள் நுழைந்து சிவன் கோவில் தெரு நாராயணியம்மாள் வீட்டுத் திண்ணையில் ஏதோ முன்கூட்டி நிச்சயம் செய்ததுபோல் உட்கார்ந்து கையில் வைத்திருந்த தண்டத்தை ஊன்றிக் கொண்டார். பத்து நாள் அவர் முன்னிலையில் பாராயணம், பஜனை என்று ஊரே திரண்டு அமர்க்களப் படுத்தினார்கள். சாமியார் அதற்கு அப்புறமும் இடத்தைக் காலி செய்யாமல் ஸ்திரமாக டேரா போடுகிற முடிவோடு தென்பட, நாராயணியம்மாள் பாடு திண்டாட்டமானது. தெருப் பெரிசுகள் ஆலோசனைப்படி ஏட்டையா தரிசனத்துக்கு வந்துவிட்டுப் போன அடுத்தநாள் காலை நாராயணியம்மாள் வீட்டுத் திண்ணை காலியாக இருந்தது.

சாமி லைன்மேன் மேல் ஏறாமல், சாமியார் நாராயணியம்மாள்

வீட்டுத் திண்ணையில் ஏறாமல் அடுப்படியில் கெரசின் ஸ்டவ்வுக்கு சந்நதம் வந்து குறி சொல்ல ஆரம்பித்தது இன்னொரு ஸ்பெஷல் விநோதம். ரெட்டைத் தெருவில் ஒரு வீடு பாக்கியில்லாமல் எல்லா ஸ்டவ்களும் இப்படி ஒரு ஆகஸ்ட் மாதத் தொடக்கத்தில் ஜோசியம் சொல்லத் தொடங்கின. சமையல்கட்டிலிருந்து தினசரி வீட்டுக் கூடத்துக்கு இடம்பெயர்ந்தன அவையெல்லாம். அவசர அவசரமாக சமையல் முடித்துவிட்டுத்தான் அது நடந்தது.

இதற்காக அனுஷ்டிக்கப்பட்ட வழிமுறைப்படி அடுப்புக் காரியம் முடிந்ததும் வீடுகள் தோறும் ஸ்டவ்கள் ஈரத் துணியால் பளிச்சென்று துடைக்கப்பட்டன. மண்ணெண்ணெய் பாதி அளவுக்கு நிறைத்து, அவை வீட்டுக் கூடத்துக்கு எடுத்து வரப்பட்டு, மெழுகிச் சுத்தப்படுத்திய இடத்தில் கோலத்துக்கு நடுவே இருத்தப்பட்டன. அடுத்தாற்போல், வடக்கு நீங்கலாக மற்ற திசைகளைப் பார்த்து வீட்டுக்கு வீடு மூன்று பேர் ஸ்டவ்வைத் தொட்டுக்கொண்டு உட்கார வேண்டும். பெண்களுக்கு முன்னுரிமை. சகலரும் குளித்துச் சுத்த பத்தமாக இருப்பது அவசியம்.

கிழக்குத் திசை நோக்கி இருக்கப்பட்டவர் கேள்வி கேட்க ஸ்டவ் பதில் சொல்லும். அதாவது, ‘இந்தப் பிள்ளை நாளைக்கு சயன்ஸ் கிளாஸ் டெஸ்டில் எத்தனை மார்க் வாங்குவான்?’ என்று கேட்ட அடுத்த நிமிஷம் ஸ்டவ் ஒரு பக்கம் உயர்ந்து இன்னொரு பக்கம் தாழ்ந்து, தரையில் லொட்லொட் என்று சின்ன சத்தத்தோடு தட்டும். அது தட்டத் தட்டச் சரியாக எண்ணிக் கொண்டு மூன்று திக்கிலும் அதை விழுந்துவிடாமல் தொட்டுக் கொண்டு இருக்க வேண்டிய பொறுப்பு உதவியாளர்களுக்கு உண்டு.

என் விஷயத்தில் ஸ்டவ் சொன்னது பொய்த்துப் போனது. அது எட்டுத் தடவை அடித்து என் சயின்ஸ் டெஸ்ட் மதிப்பெண்ணைச் சொல்ல முன்ஜாக்கிரதையாகக் காய்ச்சலில் விழுந்து பள்ளிக்கூடம் போகாமல் தப்பித்தேன். குண்டுராஜு கணக்கு மார்க் கேட்டபோது எத்தனை தூண்டியும் அவர்கள் வீட்டு ஸ்டவ் அசையாமல் இடிச்சபுளியாக இருந்ததாகச் செவிவழிச் செய்திகள் அறிவித்தன. பயந்தாங்குளி ஸ்டவ் அது.

மூன்று பக்கத்திலும் ஒவ்வொரு திசையில் கொடுக்கிற அழுத்தம் சமமாக இல்லாத காரணத்தால் ஸ்டவ் நகர்கிறது என்று சயன்ஸ் வாத்தியார் விளக்கியதை நான் வீட்டில் ஒலிபரப்பியபோது, அது யாருக்கும் தேவைப்படாத தகவலாகப் போனது. தொடர்ந்து இந்த ஸ்டவ் ஜோசியம் இரண்டு வாரம் மும்முரமாக நடந்த பிறகு ‘அடுப்பு நாச்சியாரை ஆரூடம் சொல்ல வைத்தால் வீட்டுக்குக் கெடுதல்’ என்ற அடுத்த தகவலை வேறு யாரோ பரப்ப, ஸ்டவ்கள் நிரந்தரமாக சமையலறைக்கு இடம் மாறின. அந்த இரண்டு வாரத்தில் எல்லோர் வீட்டிலும் எல்லாரும் தினசரி இரண்டுவேளை குளித்ததால் ரெட்டைத் தெரு சின்னப்பா ஸ்டேஷனரி மார்ட்டில் சோப் விற்பனை அதிகரித்தது. சின்னப்பா வீட்டு ஸ்டவ்தான் முதலில் பேசியது என்று நினைவு.

# ஐம்பத்தொன்று

ஏடி ஆபீஸ் என்று ஒரு அலுவலகம். எங்கிருந்தோ அது ரெட்டைத் தெருவில் ராமநாதன் வக்கீல் வீட்டுக்குக் குடிபெயர்ந்தது. இருபது பேர் தினசரி காலை பத்து மணிக்கு வந்து ராத்திரி ஏழு மணி வரை அங்கே இருந்து, பெரிய மேஜைகளில் காகிதக் கட்டுகளைப் பரப்பி வைத்து உட்கார்ந்து எழுதித் தள்ளிக் கொண்டிருப்பார்கள். டைப் அடிப்பார்கள். எப்போதாவது அங்கே போன் ஒலிக்கும்போது எடுத்து பத்து நிமிடம் பேசிவிட்டு, 'ஆமாங்க, ஏடி ஆபீஸ்தான் இது' என்று உரக்கச் சொல்வார்கள். அத்தனை நேரம் பேசிவிட்டு அதற்கு அப்புறம் ஏடி ஆபீஸ் என்று இருக்கிற இடத்தை உறுதிப்படுத்த என்ன அவசியமோ தெரியாது.

ராமநாதன் வக்கீல் இருந்தவரை அந்த இடம் கலகலப்பாகத்தான் இருந்தது. சுதந்திரப் போராட்டத்தில் ஈடுபட்டு சிறைக்குப் போனவர் ராமநாதன் வக்கீல். ராஜாஜி, காமராஜ் போன்ற தேசியத் தலைவர்களுக்கு நெருக்கமானவர். அவர். தியாகி பென்ஷன் வேண்டாம் என்று பிடிவாதமாக வாங்க மறுத்து விட்டார். வக்கீல் ஆபீஸ் வீட்டு மாடியிலும், கீழே வீடுமாக ராமநாதன் வக்கீல் வைத்திருந்தார். வக்கீல் ஆபீசில் அவருடைய குமாஸ்தாக்கள் ஒன்றுக்கு இரண்டு பேராக

எதிரும் புதிருமாக உட்கார்ந்து கட்டைப் பேனாவால் மசிப் புட்டியில் தொட்டுத்தொட்டு எழுதுவார்கள். எழுதி முடித்ததும் ஞாபகமாக அதை நீளவாக்கில் மடித்து வைப்பார்கள். அப்போது அந்தக் காகிதத்துக்கு கேஸ் கட்டு என்ற கவுரவமான பெயர் கிடைத்துவிடும்.

வக்கீலுக்கு ஒரு விசேஷ குணம் உண்டு. மூக்குக்கு மேல் கோபம் தான் அது. அவருடைய கூச்சலுக்கு வழக்கமாக ஆளாவது அவருடைய குமாஸ்தாக்கள் மற்றும் குடும்ப அங்கத்தினர்கள், தவிர விசேஷ விருந்தாளிகளான கட்சிக்காரர்கள். காலை நேரங்களில் ராமநாதன் வக்கீலுக்கு உலகத்தில் சகலரோடும் எதற்காகவோ விரோதம் தோன்றிவிடும். ராஜாஜியோ காமராஜோ அவரைப் பார்க்க அந்த நேரத்தில் வந்து சேர்ந்தால் கூட வக்கீல் அவர்களிடமும் கடுகடுத்திருப்பார். காலை ஏழு மணிக்கு வக்கீல் சத்தம் வீட்டுக்குள் இருந்து உரக்கக் கூச்சல் கேட்டால் அடுத்த நிமிடம் அவருடைய பேரன் ஜவஹர் உள்ளே இருந்து பூஞ்சிட்டாகப் பாய்ந்து வெளியே ஓடி ராஜு£த் தெருவில் தஞ்சம் புகுவான். ரெட்டைத் தெரு வானர சேனையில் யாராவது அந்தப் பாவப்பட்ட சகபாடிக்கு ஒத்தாசையாக வக்கீல் வீட்டு வாசலை வழிமேல் விழிவைத்துப் பார்த்தபடி இருப்பார்கள். ராமநாதன் வக்கீல் வீட்டிலிருந்து ஆபீசுக்கு மேல்மாடி ஏறுவதை எதிர்பார்த்துக் காத்திருந்து ராஜு£த் தெரு முனையில் காத்திருக்கும் ஜவஹருக்கு வீடு திரும்ப 'ஆல் கிளியர்' சிக்னல் தருவது இவர்கள்தான். எதிர் வீடு என்பதால் நானும் அடிக்கடி இந்தக் கடமையைக் கவனத்தோடு நிறைவேற்றியிருக்கிறேன்.

வக்கீல் மாடி ஏறியதும் அடுத்த யுத்த காண்டம் ஆரம்பமாகும். அநேகமாக இது குமாஸ்தாக்களின் மேல் வார்த்தை மழையாக இருக்கும். குமாஸ்தாக்கள் ஜவஹர் மாதிரி இல்லைதான். ஐந்து நிமிடம் வக்கீல் பேசிக்கொண்டு முன்னால் நிற்க, அவர்கள் பாட்டுக்கு கேஸ் கட்டு தயாரித்துக்கொண்டிருப்பார்கள். அவர் பேசி முடித்துவிட்டு உள்ளே போக, மாடி வராந்தாவில் நின்று நிதானமாக வெற்றிலையில் சுண்ணாம்பு தடவி வாயில் போட்டுக் கொள்வார்கள். வக்கீலுடைய இரைச்சல் கேட்டதும் வெற்றிலை போட்டுக்கொள்ள வேண்டும் என்று ஏற்கனவே

அவர்கள் தீர்மானித்து வைத்திருப்பார்களோ என்னமோ. சத்தம் இல்லாத நாட்களில் குமாஸ்தாக்கள் வெற்றிலை போட எழுந்து பார்த்ததில்லை நாங்கள் யாரும்.

குமாஸ்தாக்களுக்கு முந்திக்கொண்டு வக்கீல் அய்யாவை கேஸ் நடத்தச் சொல்லித் தேடிவரும் கட்சிக்காரர்கள் சில தடவை அவருடைய அர்ச்சனைக்கு ஆளாவதுண்டு. அசட்டுச் சிரிப்போடு மாடிப் படி இறங்கி அவர்கள் போகிற இடம் பெரும்பாலும் சாமராஜு பொடிக்கடையாக இருக்கும். கேஸ் விஷயமாக வக்கீல் ஆபீஸ் படி ஏறுகிறவர்கள் எல்லாம் மூக்குப் பொடி போடுவது ஏன் என்பது புரியாத விஷயம்.

சாப்பிட்டு விட்டு, சுருதியைக் கொஞ்சமும் தணிக்காமல் குதிரை வண்டியேறி கோர்ட்டுக்குப் போகும் ராமநாதன் வக்கீல் சாயங்கால வேளைகளில் முழுக்க வேறு மனிதர் ஆகிவிடுவார். சிரிப்பும் கலகலப்புமாக எல்லோரிடமும் சகஜமாகப் பேசிக் கொண்டு அவர் வாசல் திண்ணையில் உட்கார்ந்திருக்கும்போது காலையில் முகத்தில் வெடித்த எள்ளும் கொள்ளும் சுத்தமாக துடைத்து நீக்கப்பட்டிருக்கும். 'வக்கீலுக்கு காந்தி மாதிரி வெள்ளை மனசு. அதான் சட்டுனு கோபம் வந்துடுறது' என்றாள் பாட்டியம்மா ஒரு தடவை. இத்தனைக்கும் அவள் காந்தியைப் பார்த்ததில்லை. காந்திக்கும் தினசரி காலையில் கோபம் வருமா என்பதும் யாரும் சொல்லாத விஷயம்.

கவர்மெண்ட் சினிமா காட்டுகிற வேன் எப்போதாவது தெருவுக்கு வந்தால் ராமநாதன் வக்கீல் வீட்டு வாசலில்தான் நிற்கும். அவர் வீட்டிலிருந்து ஒயர் இழுத்து கனெக்ஷன் கொடுத்து வேனில் திரை மாட்டி, சிறுசேமிப்பின் அவசியம், ஐந்தாண்டுத் திட்டத்தில் பீகாரில் ஏற்பட்ட வளர்ச்சி என்று டாக்குமெண்டரி படங்களைத் திரையிட அவர்கள் வக்கீலைச் சந்திப்பது கட்டாயம் சாயந்திரத்துக்கு அப்புறம்தான். வாங்கடா பசங்களா என்று சர்க்கார் உத்தியோகஸ்தர்கள் அன்போடு அழைத்தாலும் ரெட்டைத் தெரு பட்டாளம் கவனமாகத் தவிர்த்து விடும் விஷயம் இந்த ஓசி சினிமா. நியாயமாக இப்படி நாலு படங்களைத் தொடர்ந்து பார்த்தால் கோபம் வந்து கூச்சல் போடத் தோன்றும். ஆனாலும் ராமநாதன் வக்கீல்

பொறுமையாக உட்கார்ந்து அதையெல்லாம் பார்க்கிறபோது அவர் தியாகி என்பதும் அது காலை நேரமில்லை என்பதும் நினைவு வரும். வக்கீலுக்குத் துணையாக தெருப் பெரிசுகளும் சினிமா பார்க்கக் கூடுவார்கள்.

கோபம் இல்லாத ஒரு காலை நேரத்தில் வக்கீல் வீட்டைக் காலி செய்து பக்கத்து வீட்டுக்கு (அதுவும் அவர் வீடுதான்) குடியேற முன்னால் குறிப்பிடப்பட்ட ஏடி ஆபீஸ் அங்கே வந்து சேர்ந்தது. கீழ்த்தளத்தில் அந்த ஏடி ஆபீஸ் இயங்க, மேல் மாடியில் வழக்கம்போல் வக்கீல் ஆபீஸ் தொடர்ந்ததால் வக்கீல் காலையில் மாடி ஏறி இரைய, குமாஸ்தாக்கள் வெற்றிலையில் சுண்ணாம்பு தடவ சௌகரியமாக இருந்தது.

ராத்திரி நேரங்களில் ஏடி ஆபீசில் ஒரு கொம்பு மீசை வாட்ச்மேன் தட்டுப்படலானார். மலேயாவிலிருந்து வந்தவர். அங்கே மனிதர்களும், அவர்களுக்கும் அதிகமான எண்ணிக்கையில் பேய் பிசாசுகளும் இருப்பதாக அவர் நம்பகமான தகவல் தெரிவித்தார். பல ராத்திரிகளில் ஏடி ஆபீஸ் வாசல் பெஞ்சில் உட்கார்ந்து அவர் சொன்ன மலேயாப் பிசாசுக் கதைகளைக் கேட்க ரெட்டைத் தெரு பட்டாளம் ஆர்வம் காட்டியது. கவர்மெண்ட் சினிமா மாதிரி இல்லாமல் சுவாரசியமானவை அவை.

'இந்தக் கட்டிடத்துக்குள்ளே கூட மோகினி நடமாட்டம் இருக்கு' அவர் ஏடி ஆபீஸ் உள்ளே காட்டிச் சொன்னார் ஒரு தடவை. நம்பத்தான் முடியவில்லை. வாட்ச்மேன் தாத்தா சுருட்டுக் குடிக்க ராஜுத் தெருமுனைக்குப் போயிருந்த ஒரு ராத்திரியில் தைரியமாக ஏடி ஆபீசுக்குள் நாங்கள் படையெடுத்தோம். உள்ளே டைப் சத்தம் கேட்டது. நாற்காலி இழுபடும் சத்தம் அடுத்துக் கேட்டது. டைப்பிஸ்ட் அக்கா சீட்டில் உட்கார்ந்தபடிக்கே சிரித்துக்கொண்டிருந்தாள். ஜெமினி கணேசன் போல் அரும்பு மீசை வைத்த பக்கத்து சீட் மாமா நெருங்கி வந்து டைப்பிஸ்டுக்கு ஒரு அவசர முத்தம் கொடுத்து விட்டுத் தன் சீட்டுக்குத் திரும்பினார். திரும்ப டைப் அடிக்கிற சத்தம்.

ரெண்டு மாதம் கழித்து ஒரு ராத்திரி வாட்ச்மேன் தாத்தாவிடம் மோகினி பற்றிக் கேட்டோம். 'அதுக்கு இப்போ கல்யாணம் ஆகி. வேறு ஆபீசுக்குப் போயிடுத்து' என்றார் அவர். அடுத்த நாள் ராத்திரி வாட்சுமேன் தாத்தா சுருட்டு குடிக்கப் போன போது ஏடி ஆபீஸ் வாசலில் அவரை எதிர்பார்த்து உட்கார்ந்திருந்தோம். டைப்பிஸ்ட் அக்காவும் அவரைக் கல்யாணம் செய்துகொண்ட பக்கத்து சீட் ஜெமினி கணேசனும் அங்கமுத்தன் தெரு ஸ்டோர் வீட்டில் வாடகைக்கு இருப்பதாக குண்டுராஜு அப்போது தகவல் அறிவித்தான். 'பீகாரில் ஐந்தாண்டுத் திட்டத்தின் பயனாக விளைந்த நன்மை இது' என்று சர்க்கார் சினிமா ஸ்டைலில் அவன் சொன்னபோது, ராமநாதன் வக்கீல் மாடிப்படி ஏறி தன் ஆபீசுக்கு ராத்திரியில் ஏதோ கேஸ் கட்டு தேடப் போய்க் கொண்டிருந்தார். 'பாடம் எல்லாம் படிச்சு முடிச்சாச்சோ எல்லோரும்?' என்று விசாரிக்க ஜவஹர் தொடங்கி நான் வரைக்கும் சமர்த்தாகத் தலையாட்டினோம்.'அப்ப சத்தம் போடாம அரட்டை அடியுங்களேண்டா, அதுக்குத்தான் நான் இருக்கேனே' என்று சிரித்தபடி குண்டுராஜுவின் முதுகில் செல்லமாகத் தட்டினார் அவர்.

# ஐம்பத்திரண்டு

**சா**யந்திர நேரத்தில் வக்கீல் பலராம ஐயங்காரின் வீட்டுப் படியேறிக்கொண்டிருந்தார் சுப்பையா கான்ஸ்டபிள். அந்தக் கால மலையாள நகைச்சுவை நடிகர் பகதூர் மாதிரி கெச்சலான தேகம் சுப்பையாவுக்கு. காக்கி நிஜார், கூம்புத் தொப்பி, மட்கார்ட் இல்லாத ஹெர்குலிஸ் சைக்கிள், காரியரில் சடம்பு போட்டுக் கட்டி வைத்த லாட்டிக் கம்பு, மூக்குப்பொடி வாடை என்று அறுபதுகளின் அடையாள கான்ஸ்டபிள்.

அரண்மனை மாதிரி ஐந்து படி ஐயங்கார் வீட்டுக்கு. ஐந்தும் ஒரு தொகுதியாக வீட்டோடு தொக்கிக்கொண்டு நிற்கும். படிவரி கட்டாததால் பஞ்சாயத்து போர்ட் சிப்பந்திகள் இடித்து அப்புறம் ஐயங்கார் மேல் பரிதாபப்பட்டோ என்னமோ அப்படியே விட்டுவிட்டுப் போனது. மேல்படியிலிருந்து கொஞ்சமாக எம்பிக் குதித்தால் வீட்டுத் திண்ணைக்குப் போய்ச் சேர்ந்துவிடலாம். குதித்திருக்கிறோம்.

முந்தைய இரண்டு தலைமுறையில் பிரசித்தமான வக்கீல்களாக இருந்த சீனியர் ஐயங்கார்கள் பிரம்மாண்டமாக எழுப்பின வீடு, செங்கலும் காரையும் பெயர்ந்து, பலராம ஐயங்காரின் பிராக்டிஸ் போல் லொடலொடத்துக் கிடக்கிறது. வீட்டுக்குப் பின்னால்

தென்னை, வாழை, மாமரம் என்று தோட்டம். மாடியில் குடிவைத்த நாலைந்து பிரம்மச்சாரி சர்க்கார் உத்தியோகஸ்தர்கள். தோட்டமும் என்.ஜி.ஓக்களும் கைகொடுத்ததால் பெருமாள் புண்ணியத்தில் ஐயங்கார் குடும்பம் நடந்தது.

நிழல் மாதிரி அவருக்கு சதா ஒத்தாசையாக இருக்க அம்பி என்ற சைவனை அனுப்பி வைத்தது சிவபெருமானாக இருக்க வேண்டும். அம்பி சாப்பிடுவான். தலையில் வைத்துத் தூக்கிப்போய் நேரு பஜார் தேங்காய்க் கடையில் வீட்டு மரத்துத் தேங்காயும், வாழைக்காயும் அவ்வப்போது டெலிவரி செய்வான். எண்ணிப் பார்க்கத் தெரியாமல் காசை அப்படியே சட்டைப் பையில் போட்டுக்கொண்டு வருவான். என்.ஜி.ஓக்களின் சைக்கிளைத் துடைப்பான். மிச்ச நேரத்தில் ஐயங்கார் வீட்டுத் திண்ணையில் படுத்து சுகமாகத் தூங்குவான். இது போக ஏதும் அம்பிக்குத் தெரியாது.

சமயங்களில் விடிகாலையில் ஐயங்கார் வீட்டுத் திண்ணையில் மூத்திரச் சண்டை அமர்க்களப்படும். மாடி போர்ஷன் என். ஜி.ஓக்கள் நடுராத்திரியில் படியிறங்கித் தோட்டத்துக்குப் போகச் சோம்பல்பட்டு, பக்கத்தில் ரிடையர்ட் ஸ்டேஷன் மாஸ்டர் நாயுடு வீட்டுக் கைப்பிடிச் சுவரை லகுவாகக் கடந்து அவருடைய மொட்டை மாடியில் குத்த வைத்ததாக நாயுடுவின் குற்றச்சாட்டு. அதன் பேரில் வாக்குவாதம் எழும்.

குடிக்க மண்கூஜாவில் வைத்திருந்த தண்ணீரைக் கொட்டும்போது நாயுடு வீட்டு மாடியில் கொஞ்சம்போல அது தெறித்திருக்கலாம் என்று என்.ஜி.ஓக்கள் கட்சி கட்டி நிற்பார்கள். ‘அம்பி, அங்கே போய் மோந்து பார்த்துட்டு வாடா’ என்று ஐயங்கார் அடுத்த வீட்டு மொட்டை மாடி ஈரத் தரையில் மோப்பம் பிடித்துப் புலன் விசாரணை செய்ய அனுப்புவது அம்பியைத்தான். பக்தவத்சலம் சர்க்கார் போல் இல்லாமல் எப்போதும் என். ஜி.ஓக்களுக்கு ஆதரவாகத்தான் அம்பி தீர்ப்புச் சொல்வான்.

ஐயங்கார் நம்ப சுப்பையா கான்ஸ்டபிள் தலையைப் பார்த்ததும் அம்பியைத்தான் கூப்பிட்டார். ‘திருப்பாச்சி அருவாளைத் தூக்கிண்டு வாடா அம்பி என்ற அந்த முழக்கத்தைத் தொடர்ந்து அம்பி அரிவாளும், தோட்டத்து இளநீருமாக வந்தான்.

இளநீரை வெட்டிக் கொடுத்து, திண்ணை பெஞ்சில் உட்கார்ந்திருந்த சுப்பையா கான்ஸ்டபிளுக்கு உபசாரம். வேடிக்கை பார்த்துக் கொண்டு ரெட்டைத் தெரு பட்டாளம். நிஜாரை இடுப்பில் நழுவி விடாமல் பிடித்தபடி நானும் அதில் அடக்கம்.

சுப்பையா கான்ஸ்டபிள் யாரையோ எதிர்பார்க்கிற மாதிரி அவ்வப்போது வாசலைப் பார்த்தார். ஐந்து நிமிடம் கழித்து இன்னொரு ஹெர்குலிஸ் சைக்கிள் வாசலில் வந்து நின்றது. போஸ்ட் ஆபீசில் தந்தி அடிக்கிற குமாஸ்தா அவர். ஏனோ அவர் முகத்தில் கலவரம். இளநீர் வெட்ட அரிவாளோடு அம்பியைப் பார்த்து இன்னும் பயந்து போனார்.

‘ஐயங்கார் சாமிகளே, ரகோத்தமன்னு உங்க வீட்டுலே யாராவது உண்டா?’

சுப்பையா கான்ஸ்டபிள் விசாரணையை ஆரம்பித்தார்.

‘ஆமா, மாடியிலே குடியிருக்கிற பிள்ளாண்டான். பி டபுள்யூ டியிலே டென் ஏ ஒன் கிளார்க்கா இருக்கான். அப்பப்ப ஊஸ்ட் பண்ணி உத்தியோகத்திலே சேர்த்துப்பா.’

ஐயங்கார் ஏதோ புரியாத மொழியில் பேசிவிட்டு, அந்தப் பையன் தப்புத் தண்டாவுக்கு எல்லாம் போறவன் இல்லையே என்று முடித்தார். சுப்பையா கான்ஸ்டபிள் தந்தி குமாஸ்தாவைப் பார்க்க, அவர் சட்டைப் பையில் நாலாக மடித்து வைத்திருந்த காகிதத்தை கான்ஸ்டபிளிடம் நீட்டினார்.

‘அந்த ரகோத்தமன்கிற நபர் இப்போ எங்கே சாமிகளே?’

‘ஆபீஸ் முடிஞ்சு வர்ற நேரந்தான். ஆனந்தபவன்லே காப்பி குடிச்சிண்டிருப்பான்.’

ஐயங்கார் முடிக்கும் முன்னால் இன்னும் நாலைந்து ஹெர்குலிஸ் சைக்கிள்கள் வந்து நின்றன. அறுபதுகளின் உலகம் ஹெர்குலிஸ் சைக்கிள்களால் ஆனது.

ரகோத்தமனும் மற்ற என்.ஜி.ஓக்களும் சைக்கிளை ஸ்டாண்ட் போட்டு நிறுத்திவிட்டு கலகலப்பாகப் பேசியபடி படி தாவிக் குதித்து வீட்டுக்குள் நுழைந்தார்கள்.

'உன்னைத் தேடிண்டு வந்திருக்கார்ப்பா'. ஐயங்கார் ரகோத்தமனை கான்ஸ்டபிளிடம் கைகாட்டினார். சுப்பையா கான்ஸ்டபிள் நேரடியாக விஷயத்துக்கு வந்துவிட்டார்.

'நீர்தான் ரகோத்தமனா?'

'ஆமா, அதுக்கென்ன?'

'ஒண்ணுமில்லே. காலையிலே போஸ்ட் ஆபீசுக்கு தந்தி கொடுக்கப் போனீரா?'

'ஆமா, போனேன்'.

'என்ன தந்தி கொடுத்தீர்?'

தந்தி குமாஸ்தா கான்ஸ்டபிள் கையிலிருந்த காகிதத்தைத் திரும்ப வாங்கி, சாய்வாகப் பிடித்துப் படித்தார். 'ஒன் மோர் ஃப்ரீ பர்ட் காட் இன் தி நெட். கன்கிராஜுலேஷன்ஸ்'.

'இதுதான் நீர் அனுப்பின தந்தியா?'

'ஆமா, அதுக்கென்ன?'

'யாருக்குப் போக வேண்டியது இது?'

'என் சிநேகிதன் மெட்ராசிலே இருக்கான்.'

'என்ன விஷயமாத் தந்தி?'

'இதுக்கு அவசியம் பதில் சொல்லணுமா?'

என்.ஜி.ஓ ரகோத்தமன் கோபத்தோடு எகிற பலராம ஐயங்கார் திகிலோடு பார்த்தார். போலீஸ்காரனை முறைத்துக் கொள்கிறான் இந்தப் பிள்ளை. தரதரவென்று இழுத்துப் போய், ஸ்டேஷனில் வவ்வால் மாதிரித் தலைகீழாகத் தொங்கவிட்டு விடுவார்கள் என்ற திகில் அது. எங்களுக்கும் அது அழுத்தம் திருத்தமாக உறைத்தது.

'போலீஸ்காரன் கேட்டா பதில் சொல்லித்தான் ஆகணும்'. சுப்பையா கான்ஸ்டபிள் விறைப்பாகச் சொன்னார். லாட்டிக் கம்பை உருட்டியபடி இருந்தார் அவர்.

'என் பிரண்டுக்கு நாளைக்குக் கல்யாணம். வாழ்த்து அனுப்பினேன்.'

'வாழ்த்தா? பேர்ட்னு ஏதோ போட்டிருக்கீர். அது பட்சி இல்லியா? கல்யாணத்துக்கும் பட்சிக்கும் என்னய்யா சம்பந்தம்?'

'அது மட்டுமில்லே. பறவை வலையிலே பிடிபட்டாச்சுன்னு வேறே இருக்கு'. தந்தி குமாஸ்தா குரல் நடுங்கச் சொன்னார். கான்ஸ்டபிள் தொப்பியை மடியில் வைத்தபடி ரகோத்தமனைப் பார்த்த பார்வை அடுத்த வீட்டு நாயுடு பார்க்கிற மாதிரி இருந்தது.

'கல்யாண வாழ்த்துலே என்னத்துக்கய்யா பட்சியை வலையிலே பிடிச்சேன்னு சொல்லணும்? இது ஏதோ கள்ளக் கடத்தல்காரன் சரக்கு வந்தாச்சுன்னு முதலாளிக்கு அனுப்பற தகவல் மாதிரி இல்லே இருக்கு?'

'ஆமா, போஸ்ட் மாஸ்டர் இதை அனுப்பக் கூடாதுன்னு சொல்லிட்டார். அவர் சொல்லித்தான் போலீஸ் ஸ்டேஷன்லே கம்ப்ளெயிண்ட் செய்தது.'

தந்தி குமாஸ்தா விளக்க ஆரம்பிக்க ரகோத்தமன் தலையைக் கையில் பிடித்துக் கொண்டு உட்கார்ந்துவிட்டான்.

'சார், பட்சி மாதிரி சுதந்திரமா இருந்த பிரம்மச்சாரிப் பையனுக்குக் கல்யாணம்னு கால்கட்டு போட்டு வலையிலே மாட்டிவிட்டாங்கன்னு கிண்டல் அது.'

'கல்யாணத்துக்கு வாழ்த்து அனுப்பறபோது எதுக்குக் கிண்டல்னேன்? ஆயிரங்காலத்துப் பயிர்னு பெரியவங்க சொன்ன காரியத்துலே சிரிப்பாணி என்னத்துக்கு? எனக்கு என்னமோ சந்தேகமா இருக்கு. நீர் கீழக்கரை, ராமேஸ்வரம் போனீரா சமீபத்திலே?'

வழக்கு மும்முரமாக நடக்க, சுப்பையா கான்ஸ்டபிள் கீழ் வாசல்படியில் நின்ற எங்கள் கும்பலைப் பார்த்தார். 'சின்னப் பசங்களுக்கு இங்கே என்னடா வேலை? வீட்டுக்கு ஓடி ஹோம் ஒர்க் பண்ணுங்கடா. எச்.எம் கிட்டே கம்ப்ளெயிண்ட் செய்யணுமா?'

விட்டால் அவர் முதல் மந்திரி பக்தவத்சலம் ஆபீசுக்கே போய் எங்கள் மேல் புகார் கொடுத்து விடுவார் என்று

தோன்றியதால் மெல்ல நழுவினோம். ரகோத்தமன் எழுதிய வாழ்த்துத் தந்தியும் அதில் இருந்ததாகச் சொல்லப்பட்ட சிரிப்பும் சரியாகப் புரியவில்லை அப்போது. நகைச்சுவையாக எழுதினால் புரியாமல் மிரட்டிக்கொண்டு இலக்கிய வீதியில் வலம் வரும் சிலரைப் பார்த்தால் லாட்டிக் கம்பும் கையுமாக சுப்பையா கான்ஸ்டபிள்தான் இப்போது உடனடியாக நினைவு வருகிறார்.

# ஐம்பத்துமூன்று

ரயில் ஒரு குலுக்கலுடன் நிற்கிறது. பெரிய ஸ்டேஷன் ஜன்னல் வழியாக வெளியே தெரிந்த பெயர்ப் பலகையைப் பார்க்கிறேன். எழுத்துகள் குழம்பித் தெரிகின்றன. மூக்குக் கண்ணாடி எங்கே போனது? தேட நேரம் இல்லாமல் பக்கத்தில் இருந்த சக பயணியை விசாரிக்கிறேன். என்ன ஊர் இது? அவர் சொல்கிறார். எங்க ஊர்தான்.

நேப்சாக்கைப் பின்னால் பாரம் சுமக்கிற மாதிரி மாட்டிக்கொண்டு அவசரமாக இறங்குகிறேன். சட்டைப் பையில் தேட, டிக்கட்டோடு மூக்குக்கண்ணாடியும் தட்டுப் படுகிறது. அணிந்த பிறகு அந்த ரெயில்வே ஸ்டேஷன் கண்ணில் தெளிவாகக் காட்சிப்படுகிறது. இல்லை, இது எங்க ஊர் ரயில்வே ஸ்டேஷன் இல்லை. அங்கே நெரிசலும் பரபரப்பும், இரைச்சலும், பிளாட்பாரம் முழுக்க வேய்ந்த சிமெண்ட் கூரையும் கிடையாது. செம்மண் தரிசுக்கு நடுவே இரண்டு ஜதை தண்டவாளங்கள், ஒரு சிமெண்ட் பெஞ்ச், தூரத்தில் மடக்கி மடக்கி விரிகிற கைகாட்டி, அண்ணனும் தம்பியுமான இரண்டு போர்ட்டர்கள். எங்கே அவர்கள்? எங்கே அந்தச் செம்மண் தரை?

ஸ்டேஷனுக்கு வெளியே வருகிறேன். பழநியின் குதிரை வண்டி நின்ற இடம் இது. குதிரை வண்டிகள் இல்லாத உலகத்தில் நான் எந்த வண்டியை எதிர்பார்த்துக் காத்திருக்கிறேன்? எங்கே போக? நம்ம வண்டியிலே வாங்க சார். ஆட்டோ டிரைவர் என்னைத்தான் அழைக்கிறார். எப்போதிலிருந்து நான் சார் ஆனேன்? ஏந்தம்பி என்று நீட்டி முழக்கி என்னை அன்போடு கூப்பிட்ட குரல்கள் எந்த உலகத்தில் இப்போது?

ரெட்டைத் தெருவுக்குப் போகணும். நான் சொல்ல, ஆட்டோ டிரைவர் குழப்பத்தோடு பார்க்கிறார். ஊரின் பெயரை அழுத்தம் திருத்தமாகச் சொல்கிறார். இங்கே அப்படி ஒரு தெருவே இல்லே சார். விழித்துக்கொள்கிறேன். நாற்பது வருட நினைவில் பதிந்த அந்தப் பெயரை வலுக்கட்டாயமாகப் பிய்த்தெறிந்து வேறு பெயர் தேடுகிறேன். ரெட்டைத்தெருவுக்கு அலங்காரமாக ஒரு தேசத் தலைவரின் பெயர் வைத்தபோது நான் கல்லூரியில் அடியெடுத்து வைத்திருந்தேன். தெருக்காரர்களுக்கு அந்தப் பெயர் பிடித்திருந்தாலும், பிடிவாதமாக அடைப்புக் குறிக்குள் ரெட்டைத் தெரு என்று மறக்காமல் குறிப்பிட்டுத்தான் எழுதிக் கொண்டிருந்தார்கள். பிராக்கெட்கள் காணாமல் போனதை நான் தான் கண்டுகொள்ளாமல் வந்து இறங்கியிருக்கிறேன்.

ஊருக்கும் ரயில்வே ஸ்டேஷனுக்கும் இடையே சைக்கிளில் போனால் ஒரு மணி நேரமாவது ஆகுமே? உச்சி வெயிலும் வியர்வையும், மிதிக்க மிதிக்க ஈடுகொடுத்து ஓடுகிற சைக்கிளுமாக நீளும் அந்தப் பாதை எப்படி இப்போது ஐந்தே நிமிடத்தில் ஊருக்குள் போய் முடிகிறது? வேலிகாத்தான் புதர்களும், அமிர்தா டூரிங் டாக்கீசும் இங்கே இருந்த தடமே காணோமே. வரிசையாக அடுக்கடுக்காக எழும்பி நிற்கும் கட்டிடங்களில் சுவாசித்துக்கொண்டிருப்பவர்கள் அவற்றைப் பார்த்தது உண்டா?

பழசுக்கு சாட்சி சொல்லிக்கொண்டு சின்னச் சின்னதாக அலையடித்துக்கொண்டு சாத்தப்பன் ஊருணி சௌக்கியமாடா என்று உரிமையோடு விசாரிக்கிறது. இது இன்னும் எங்க ஊர்தான். அந்த நீரில் இறங்கித் திளைத்து செம்மண் கண் இமையிலும் மனதிலும் இதமான ஈரத்தோடு படிய, கரைந்து

கரைந்து காணாமல் போகத் தோன்றுகிறது. பச்சைப் பாசி அங்கங்கே மிதக்க, அந்த ஊருணியும் காணாமல் போய்விட இன்னும் அதிக நாள் இல்லை என்று உள்மனது சொல்கிறது. தூர்த்துவிட்டு பெரிய நிலப்பரப்பாக்கி அடுக்குமாடிக் குடியிருப்புகளாக அது விரைவில் மாறலாம்.

பள்ளிக்கூடத்தின் தெற்கு வாசலைக் கடக்கிறது ஆட்டோ. கொஞ்சம் நிறுத்துங்க. ஆட்டோ டிரைவரைக் கேட்டுக் கொள்கிறேன். நீங்க போக வேண்டிய தெரு இன்னும் வரலே சார். தெரியும் தம்பி. பள்ளிக்கூடத்துக்குப் போகணும். போய்ட்டு உடனே வந்துடறேன். அவன் மௌனமாக வண்டியை நிறுத்துகிறான். பேய்க்கு வாழ்க்கைப்பட்டவன் முகம் இவனுக்கு ஏன் வந்தது? யோசித்தபடி இறங்குகிறேன்.

ஆள் அரவமின்றி அடைத்துக் கிடக்கிறது பள்ளிக்கூடம். சரளைக் கல் இதமாகக் காலில் நெருடி மறந்துட்டியா என்று கேட்கிறது. நூற்று ஐம்பது வருட இளமையோடு கம்பீரமாக நிற்கிற படிகளில் ஏறி நிற்கிறேன். கட்டிடத்தை எல்லாம் கட்டிப் பிடித்துக்கொண்டு யாராவது ஆத்மார்த்தமாகப் பேசிக்கொண்டிருப்பார்களா? எனக்கு முடியும். கைதான் அந்தக் கம்பீரமான கல் மண்டபத்தை அணைத்துப் பிடிக்க அத்தனை தூரம் நீளமாட்டேன் என்கிறது. மவுனகுரு அடிகளும், கார்மேகம் வாத்தியாரும், வி.என்.ஆரும், இந்தி பண்டிட்டும், ஆசீர்வாதம் சாரும் பாடம் எடுக்கிற சத்தம் ஒரு சேரக் கலந்து காதில் விழுகிறது. அந்தக் குரல்கள் விடைபெற்றுப் போய் எத்தனையோ வருடம் ஆகிவிட்டது என்பதை அறிவு சொன்னாலும் மனசு நம்பாது.

சிவன் கோவில் கோபுரம் கண்ணில் படக் கன்னத்தில் போட்டுக் கொள்கிறேன். ஐந்து வினாடிக்குள் சிவன்கோவில் தெருவில் வண்டி திரும்பி காந்தி வீதி முனைக்குப் போயிருக்கிறது. தெருவும் ஊரும் நவராத்திரி கொலுவில் வைத்த பொம்மைகளாகச் சிறுத்துப் போயிருக்கின்றன. என் நினைவுதான் அவற்றைப் பிரம்மாண்டமாக்கிப் பார்த்துப் பழகி நிஜத்தைக் கண்டு மிரண்டு நிற்கிறதோ? எது நிஜம்? எது பிம்பம்?

இதுவா ரெட்டைத் தெரு? இடம் மாறி வந்திருக்கிறேன்.

வரிசையாகத் தெளித்துப் பெருக்கி அழகான கோலம் நிறைத்த வாசல்கள் எங்கே? தார் ரோடு விரிந்து பரந்து கிடக்க, ஓரமாக நிற்கிற இந்த வீடுகள் எல்லாம் யாருடையவை? ரங்கன் வாத்தியார் பட்டாசுக்கடையும், ராயர் பஜ்ஜிக்கடையும், கங்காராஜ் ஸ்டோரும், சாமராஜு பொடிக்கடையும், கர்னாடக சங்கீத மெஸ்ஸும் எங்கே? டைப் இன்ஸ்டிட்யூட் இருந்த இடத்தில் உயர்ந்து நிற்கிற கம்ப்யூட்டர் செண்டரை யார் நடத்துகிறார்கள்? செண்பக லட்சுமிகள் அங்கே கம்ப்யூட்டர் பழக ஆவாரங்காட்டிலிருந்து வருகிறார்களா?

தாடியும் முன் வழுக்கையுமாக என்னை நிறுத்தி எப்படிடா இருக்கே என்று கேட்கிற அந்த அரைக் கிழவன் குரல் என்னை அசையாமல் நிறுத்துகிறது. குண்டுராஜு தான். முடிந்தவரை கட்டிப் பிடித்துக் கொள்கிறேன். என்னை அறியாமல் கண்கள் நனைகின்றன. வாய் சிரிக்கிறது. முழுத் தெருவையும் இப்படித்தான் கட்டிப் பிடித்து ஒரு நிமிடம் அழுது மறு நிமிடம் சிரித்து பழையதைப் பங்கு வைத்திருக்க வேண்டும்.

இன்னும் ரெட்டைத் தெருவுக்கு சாட்சியாக அவன் மட்டும் இருக்க நாங்கள் எல்லோரும் கால வெள்ளத்தில் சிதறி எங்கெங்கோ துரும்பாகத் தத்தளித்து வாழ்க்கையோடு சமாதான உடன்படிக்கை ஏற்படுத்திக்கொண்டு நகர்வதை குண்டுராஜுவோடு நடக்கும்போது உணர்கிறேன். ஏண்டா, செம்மீன் பார்க்க நானும் உன்னோடு வந்தேனே, ஞாபகம் இல்லியா என்கிறான் குண்டுராஜு. அவன் இதைப் படிக்கிறான். சீதரனும் கிரிதரனும் தட்சிணா ஆச்சாரியார் மகனும் கூடத்தான். படித்துவிட்டு அவ்வப்போது தொலைபேசுகிற அவர்கள் குரல்கள் இன்னும் பத்து வயதிலேதான் நிற்கின்றன. அவர்கள் யாரும் என்னை சார் என்பதில்லை. நானும்தான்.

நெம்பர் நாற்பது, ரெட்டைத் தெரு இருந்த இடத்தில் குண்டுராஜு ஒரு வினாடி தயங்குகிறான். கண்ணைத் தாழ்த்திக் கொண்டு உடம்பெல்லாம் அசதியாக உணர அப்படியே நிற்கிறேன். அப்பாவும், அம்மாவும், மாமாவும், பாட்டியம்மாவும் எனக்குள் இருந்து என்னை அமைதியாகப் பார்க்கிறார்கள். என்னால் அவர்கள் பார்வையைச் சந்திக்க முடியவில்லை.

தவிர்க்க முடியாத சூழ்நிலையில் என் உயிர் போன்ற அந்தப் பரம்பரை வீட்டை விற்றது தப்பு தப்பு என்று மனம் கதறுகிறது. உறவும் பாசமும் அவசரங்களும் சேர்ந்து செய்ய வைத்த தவறு அது. சலிக்காமல் என் கால் மிதித்து நடந்து, தரையில் படுத்து உருண்டு, உயரம் குறைந்த நிலைப்படியில் தலை இடித்து வலித்து, சுவரில் கிறுக்கி அழித்து, கிணற்றில் வாளியை நழுவவிட்டு, கூடத்தில் கொலு வைத்து, தீபாவளிக்கு நல்லையா குணேகா செண்ட் தெளித்த பத்திரிகை கொண்டுவந்து திண்ணையில் எறியக் காத்திருந்து வினாடி வினாடியாக இன்னும் மனதின் ஆழத்தில் பதிந்திருக்கும் அந்த வீடு இருந்த இடத்தில் வேறு ஒரு புதிய கட்டிடம் எல்லா வர்ணமும் பளிச்சிட எழும்பி நிற்கிறது. கதவு இலக்கமும் மாறிவிட்டது. ஒரு கறுப்பு வெளுப்பு புகைப்படம் கூட இல்லாமல் நினைவுகள் மட்டும் மிச்சம் இருக்க, என் நெம்பர் நாற்பது, ரெட்டைத் தெரு காலமாகி விட்டது.

உளறாமல் வாடா. குண்டுராஜு அதட்டுகிறான். அவன் கண்களில் ஒரு பனிரெண்டு வயதுப் பையன் சிரிக்கிறான். இதை எழுதுகிற ஐம்பத்து நாலு வயது சோடாபுட்டி கண்ணாடிக் காரனுக்கு வேண்டுமானால் அவன் அன்னியமாக இருக்கலாம். ஆனால், இதுவரைக்கும் தொடர்ந்து பேசிக்கொண்டிருந்த பத்து வயதுப் பையனின் உற்ற சிநேகிதன் அவன்.

காலம் அறுபதுகளில் திரும்பப் போய் நிற்கிறது. மகிழ்ச்சியும் குதிப்பும் கும்மாளமுமாக ரெட்டைத் தெரு திரும்ப எழுகிறது. தொளதொள நிஜார்களோடு பையன்கள் கும்பல் ஒன்று இரைச்சலோடு வந்து கொண்டிருக்கிறது. அதில் பின்வரிசையில் கரும்பை உயர்த்திப் பிடித்தபடி நான்.

பொங்கல் சந்தையிலே இருந்து திரும்பிக்கிட்டு இருக்கோம் சார்.

# ஐம்பத்துநாலு

**வா**ரச் சந்தை பிரதி புதன்கிழமையும் தவறாது நடைபெறும் என்றாலும் பொங்கலை ஒட்டி அது கொஞ்சம்போல் நாள் மாறி வரும். சரியாகச் சொன்னால், அந்த வருடம் போகிப் பண்டிகை எந்த தினத்தில் வருகிறதோ அதற்கு முந்திய நாள் பொங்கல் சந்தை. ஊர் பஞ்சாயத்து போர்ட் நிர்வாகத்தில் இருந்து முனிசிபாலிட்டிக்கு மாறினாலும், இந்த ஏற்பாடு வழக்கம் போலவே நடந்தது. சந்தைக்கும் சர்க்காருக்கும் உள்ள தொடர்பு தெரியவேண்டுமானால் சந்தை கூடும்போது நகரசபை வரிவசூல் செய்யும் வேலாயுதத்தைப் பின்தொடர வேண்டும். நடந்து இல்லை. சைக்கிளில்.

வாரச் சந்தை மைதானத்துக்குக் கிழக்கிலும் மேற்கிலுமாக இரண்டு நுழைவு வாசல். முதலாவது பள்ளிக்கூடத்துக்கு எதிரே உள்ளது. அடுத்தது காந்தி வீதியிலிருந்து கிளை பிரிவது. இரண்டு பக்கத்தில் இருந்தும் சந்தையில் கடைபோட மாட்டு வண்டிகளிலும் கைவண்டியிலும் காய்கறிகளை நிறைத்து எடுத்துக் கொண்டு ஊருக்குச் சுற்றிலும் இருக்கும் கிராமங்களிலிருந்து விவசாயிகள் கிளம்பி வந்துவிடுவார்கள். கிழக்கு வாசலில் மீனும் கருவாடும் விற்கிற நாலைந்து மாட்டு வண்டிகள். வண்டியைப் பிரித்துப் போட்டு காளை மாடுகளைப் பக்கத்து மரத்தில் கட்டி

வைத்துவிட்டு, கடையை வண்டியிலேயே பரத்தி விடுவார்கள் இந்த வியாபாரிகள். காய்கறி, தேங்காய், பழம் விற்கிற மற்றவர்கள் வண்டிகளை வரிசையாக நிறுத்திவிட்டு சந்தை முழுக்க பாய் விரித்துக் கடை போட்டு உட்கார்ந்திருப்பார்கள். எல்லோரும் நகராட்சிக்கு சந்தைவரி கட்டியாக வேண்டும். கடையின் அளவைப் பொறுத்து மாறுபடும் இந்த வரியின் அளவை நிர்ணயிப்பதும் வசூல் செய்வதும் வேலாயுதம்தான். கிழக்கிலும் மேற்கிலும் இருந்து சரக்கு ஏற்றிய வண்டிகள் சந்தைக்குள் நுழையும்போதே ஜரூராகப் பணத்தைக் கறந்து விடுவார் வேலாயுதம். இரண்டு வாசலிலும் இதை நடத்தியாக வேண்டும் என்பதால் அவருடைய சைக்கிள் ஐந்து நிமிடத்துக்கு ஒரு முறை சந்தைக்கடை பிரதேசம் வழியாகக் கிழக்கு மேற்கு நடுவே சதா பயணம் செய்தபடி இருக்கும். பத்து கத்திரிக்காயைக் கூறு கட்டி உட்கார்ந்து வியாபாரம் நடத்தும் ராக்கி அப்பத்தா கூட வேலாயுதத்தின் கிஸ்தி வசூலிப்புக்கு ஆளாகத் தவறுவதில்லை. அப்பத்தாவிடம் பத்து நயாபைசா வாங்கிக்கொண்டு முழநீள கவர்மெண்ட் அனுமதிப் பத்திரத்தை நீட்டும்போது வேலாயுதம் முகத்தில் கடமையைச் செவ்வனே செய்யும் திருப்தி புலப்படும். அப்பத்தாவுக்கு அநாவசியச் செலவு அது.

பொங்கல் சந்தை விசேஷமானது. சந்தை வாசலில் அறிவிப்புப் பலகைகள் புதிதாக முளைத்து சாக்பீஸ் எழுத்தில் ஸ்பெஷல் சந்தை கூடும் தினத்தைச் சொல்லும். கூடவே, ஊர் முழுக்க தமுக்கு அடித்து மெகபோனில் யாராவது படிக்க இந்தச் செய்தி ஒலிபரப்பப்படும். இம்மாதிரியான நல்ல விஷயங்களுக்கும் தட்சிணா சவுண்ட் சர்வீஸைப் பயன்படுத்திக்கொள்ளலாம் என்று ஏனோ யாருக்கும் தோன்றவில்லை. இதெல்லாம் இல்லாவிட்டாலும், பொங்கல் சந்தைக்கான தினம் தீர்மானமான இரண்டு மணி நேரத்தில் ஊரிலும் சுற்றுவட்டாரத்திலும் செய்தி போய்ச் சேர்ந்து விடும்.

ஜோதிலட்சுமி கடை கொஞ்சம் முன்னால் நகர்ந்து மேற்கு வாசல் வழியாக நுழைந்ததும் முதலில் கண்ணில் படுகிற மாதிரி இருப்பது பொங்கல் நேரத்தில்தான். கடை அளவும் பெரியதாகி இருக்கும். அடுக்கி வைத்த மஞ்சள் கொத்துகளுக்கு நடுவில் தலையில் மஞ்சள் ஐவ்வந்திப் பூவோடு அவள்

உட்கார்ந்து வியாபாரம் செய்யும் நேர்த்தி பொங்கல் சந்தைக்கே உரியது. புகையிலை போடுவதைத் தாற்காலிகமாக நிறுத்தி வைத்திருப்பாள் ஜோதி. பக்கத்தில் துப்ப இடம் இல்லாமல் போனதே காரணம். வழக்கத்தைவிட ஜோதி கடையில் கூட்டம் அதிகமான நேரமும் இதுதான்.

ராவுத்தர் தேங்காய்க்கடை முழு மூச்சோடு இயங்க, அங்கே இளநீரும் கொடிக்கால் வெற்றிலையும் கூட பொங்கலுக்காக விற்றுக்கொண்டிருப்பார்கள். ‘கருப்போட்டக் காய்’ என்று பெரிசுகள் தேங்காய்க் குவியலுக்குள் கைவிட்டு ஒவ்வொரு காயாக எடுத்துத் தட்டித் தட்டிப் பார்த்துத் தேடுவதை ஒரு புன்சிரிப்போடு பார்த்துக் கொண்டிருப்பார் ராவுத்தர். ‘தட்டிக் கொட்டி உள்ளே எப்படின்னு தெரிஞ்சுக்க முடியாத ரெண்டு விஷயம் உண்டு அண்ணே. ஒண்ணு மனுஷ மனசு. மத்தது தேங்காய்’ என்பார் அவர். அதைக் கேட்டுத் தலையாட்டிக் கொண்டே தேடல் தொடரும்.

காய்கறிக் கடைகளின் அணிவகுப்பு முடிந்து ஆரம்பமாகிற மீன் கடைகள் கிழக்கு வாசல் மதில் சுவருக்குப் பக்கமாக நகர்ந்து கருவாட்டு வண்டிகளை நெருக்கியபடி இருக்கும். காலியான இடம் முழுக்க கரும்புத் தோப்பு மாதிரி பச்சைத் தோகை அசையக் கரும்பு குவியல் குவியலாக நின்றிருக்கும். விற்கிறவர்கள், வாங்குகிறவர்கள் என்று எல்லோருக்கும் சந்தோஷத்தைக் கொடுக்கிற பொருள் இது. இருப்பதிலேயே நீளமான கரும்பை வாங்க, ரெட்டைத்தெரு பட்டாளத்தில் அவ்வப்போது கடும் போட்டி நிலவினாலும், ‘அவனவன் தூக்கிட்டுப் போக முடியற சைஸுக்கு வாங்குங்கடா’ என்ற குண்டுராஜுவின் கட்டளை அமலாக்கப்படும்.

பொங்கல் சந்தையில் பார்த்துப் பார்த்து வாங்கும் மஞ்சள், இஞ்சி, பிஞ்சுக் கத்தரிக்காய், இளசு வெண்டைக்காய் என்று எல்லாவற்றுக்குமே ஒரு தனி மணம் உண்டு. மார்கழி மாதக் காலைப் பொழுதின் குளிர்ச்சியும், பொங்கல் பற்றிய மகிழ்ச்சி கலந்த எதிர்பார்ப்புகளும், இது எல்லாம் போக தொடர்ந்து நாலு நாள் பள்ளிக்கூடம் பொங்கல் விடுமுறை என்று அடைத்துப் பூட்டப்படுவதும் சேர்ந்து கொடுக்கிற மணம் அது. விடுமுறை

சர்க்குலரோடு வகுப்பு வகுப்பாக நடந்து வரும் ஸ்கூல் ப்யூன் அழகு கூட தேவதூதன் மாதிரிக் கம்பீரமான களையோடு தெரியும் நேரம். அழகு முன்னால் வர, அட்டெண்டர் ராஜு பின்தொடர ஹெட்மாஸ்டர் வேட்டியை மடித்துக் கட்டிக் கொண்டு சந்தையில் எங்களைப் போலவே கரும்பு வாங்கும் கூட்டத்தில் கலந்து நிற்பார். அதைப் பார்க்கும்போதே இனம் புரியாத மகிழ்ச்சி ஏற்படும். எச்.எம் கால் மண்ணில் பதிகிற அபூர்வமான கணங்கள் அவை. மற்ற வாத்தியார்களும் காய்கறி நிறைத்த துணிப்பையும் புன்சிரிப்புமாகக் கடக்கும்போது உற்சாகம் இன்னும் கூடும்.

பொங்கல் சந்தையில் புகுந்து புறப்பட்டு வெற்றிகரமாக வீடு திரும்பும்போது அடுத்த மகிழ்ச்சி காத்துக்கொண்டிருக்கும். ஒரு வாளியில் சுண்ணாம்பும், மற்றதில் காவியும் தண்ணீர் விட்டுக் குழைத்து வீடு தோறும் வைத்திருப்பார்கள். பரணில் இருந்து தரையிறங்கிய தேங்காய் மட்டை பிரஷ்களும் கட்டைப் பலகையும் இவற்றுக்குத் துணையாக இருக்கும். 'காலை ஆகாரத்தை முடிச்சுட்டு மட்டையைப் பிடியுங்கடா' என்று கூச்சல் எழுந்தாலும், கடமையே கண்ணாக நாங்கள் வாளிகளை எடுத்துக் கொண்டு வாசலுக்கு வருவோம். திண்ணைச் சுவர்கள் வாங்க தம்பி என்று வரவேற்கும்.

வெளிவாசல் சுவரில் கீழே இருந்து கால்வாசி உயரத்துக்கு வெள்ளைச் சுண்ணாம்பு அடிப்பது முதல் வேலை. சொல்வதற்கு சுலபமாக இருந்தாலும் இதைச் செய்து பார்த்தால்தான் சிரமம் புரியும். சுண்ணாம்பு அங்கங்கே திட்டு திட்டாக நிற்காமல் சீராகப் பரவ வேண்டும். அதில் கலந்த தண்ணீரின் அளவு, சுவரின் சமமான பரப்பு போன்றவை இப்படிச் சீராக சுண்ணாம்பு அடிக்கப்படுவதைத் தீர்மானித்தாலும், தேங்காய் மட்டை பிரஷ்ஷைப் பிடித்த கைவாகும் வீட்டு வாசல் அலங்காரமாவதில் முக்கியப் பங்கு வகிக்கும். கிரிக்கெட் மட்டை போல இதிலும் லாகவம் அவசியம்.

சுண்ணாம்பு அடித்த சுவர் தனி வாடையைச் சுற்றும் சூழப் பரப்பிக் கொண்டு வெயிலுக்கு முதுகைக் காட்டியபடி உலர்ந்துகொண்டிருக்கும்போது கட்டைப் பலகை கிடை

மட்டத்தில் சுவரில் நிறுத்தப்படும். சரியான இடைவெளி விட்டு பலகையின் இரண்டு ஓரத்தையும் ஒட்டி நீளமான காவிக் கோடுகள் அடுத்தடுத்து நிற்க வைப்பது அடுத்த வேலை. இதுவும் முடிந்ததும், காவியைக் குழைத்த வாளி முன்னுக்கு நகரும். தேங்காய் மட்டை பிரஷ் இப்போது காவி பூண்டு சுவரில் கோடுகளுக்கு நடுவில் அந்த நிறத்தை அழுத்தமாக நிரப்பும். கோட்டுக்கு வெளியே காவி வழியாமல் கச்சிதமாக நடுவில் பட்டையாக விழுந்து பளிச்சிடும்போது திண்ணையும், வீடும் ஏன் தெரு முழுக்கவும் பொங்கல் களைகட்டி விடும்.

குளித்துப் பசியாறி, மார்கழி மாத விசேஷப் பொருட்களான சிவன்கோவில் வெண்பொங்கல் பிரசாதமும், பெருமாள் கோவில் புளியோதரை பிரசாதமும் ஒரு பிடி பிடித்துவிட்டு நாங்கள் கூடும் இடம் முருகேசன் படக்கடை. அழகான காலண்டராக சாமி படம் கைக்குக் கிடைத்தால் தேதி பார்க்க அதை மாட்டி வைப்பது இரண்டாம் பட்சமாக இருந்த காலம் அது. அந்த வண்ணப் படங்களை மரச் சட்டத்துக்கு நடுவில் வைத்து, மேலே கண்ணாடி பொருத்தி விபூதியும் குங்குமமுமாக வீட்டு பூஜை அறையில் குடியேற வைப்பது தலைபோகிற காரியமாகக் கருதப்பட்டது. சைக்கிள்கடை ரங்கராஜு வீட்டில் எம்.ஜி.ஆர் படங்களும் இப்படி ஆராதிக்கப்பட்டன. காலண்டர்களை கண்ணாடிச் சட்டம் பொருத்தி புனிதமாக்கும் வேலை முருகேசன் படக்கடையில் நடக்கும். புதுக் காலண்டர் கிடைக்கும் ஜனவரியில் முருகேசன் கடைக்கு ஊரின் எல்லா திக்குகளில் இருந்தும் பக்திப் படையெடுப்புகள் நிகழ்வது வாடிக்கை. ஊதுபத்தி மணக்க கடைக்கே தனியான புனிதம் வந்திருக்கும் அப்போது.

மார்கழியில் முருகேசன் கடையில் பொங்கல் வாழ்த்து விற்பனையும் மும்முரமாக இருக்கும். நடிகர் முத்துராமன் சாயலில் தலையில் முண்டாசோடு ஏர் உழவன், தலையில் பானையோடும் முகத்தில் சரோஜாதேவி சாயலோடும் நடக்கிற அவன் மனைவி, ஓரமாகச் சாய்ந்து சரிந்து பொங்கிக் கொண்டிருக்கும் பொங்கல் பானை, பின்னால் உழவு மாடுகள், கரும்பு என்று பட்டியல் வைத்துக்கொண்டு வரைந்த வார்னிஷ் வாடைப் படங்கள் எல்லாப் பொங்கல் வாழ்த்திலும் இடம்

பெற்றிருக்கும். வாழ்த்தைப் பிரித்தால், வீர வள்ளுவன் சாரோ, கார்மேகம் வாத்தியாரோ எழுதிக் கொடுத்த மாதிரி கவிதையும் இல்லாமல் உரைநடையும் இல்லாமல் கலவையான மொழியில் உலகத்தில் இருக்கப்பட்ட சகலருக்கும் பொங்கல் பொங்கட்டும் என்று எட்டு வரியில் வாழ்த்தி அச்சடித்திருப்பது கண்ணில் படும். இதெல்லாம் பார்க்கவும் படிக்கவும் மூக்குக்குப் பக்கத்தில் பிடித்து வாசனை முகரவும் சவுகரியமாக இருக்குமே தவிர காசு கொடுத்து வாங்கவோ யாருக்காவது அனுப்பவோ தேவையில்லாத சமாச்சாரங்கள் என்று ரெட்டைத் தெருவில் பொதுக் கருத்து நிலவியது. ஆனாலும் அப்பாவுக்கு வருடம் தவறாமல் போஸ்ட்மேன் சின்னகிருஷ்ணன் பொங்கல் நேரத்தில் ஒரு வாழ்த்தை டெலிவரி செய்வார். நெற்குப்பை என்ற ஊரிலிருந்து அவருடைய சிநேகிதர் அனுப்பிய அந்த வாழ்த்தில் எல்லா வருடமும் ஏரிக் கரையில் நடந்துபோகிற பசுமாடுதான் கண்ணில் படும். நெற்குப்பையில் அந்த ஒரு பொங்கல் வாழ்த்து மட்டும் எல்லா வருடமும் விலைக்குக் கிடைத்திருக்கலாம்.

முருகேசன் கடையில் பொங்கல் வாழ்த்துகளை ஒரு தடவை பார்வையிட்டானதும், அடுத்த வேலை. இது கிரிதரனுக்கு ஒத்தாசையாகக் கோவில் கட்டுவது. செங்கல்லையும் கருங்கல்லையும் அடுக்கி சிமிட்டி குழைத்துப் பூசி தாடிக் கொத்தனார் செய்கிற கட்டிட வேலை இல்லை. கிரிதரன் நேருபஜார் கோடியில் பெரிய ஆஸ்பத்திரியில் ஒரு கம்பவுண்டரைப் பிடித்து அவர் மூலம் காலியான கண்ணாடி சிரிஞ்சுகளை சப்ஜாடாக வாங்கி வந்திருந்தான். நானூறு ஐநூறு ஊசி மருந்துக் குப்பிகள் அவை. எல்லாவற்றையும் வென்னீரில் சுத்தமாகக் கழுவி உலர வைத்து கிரிதரன் சொன்ன வரிசையில் அடுக்கி கோவில் அமைக்க வேண்டும். கோகலே ஹால் தெருவில் அவனுடைய சிநேகிதர்கள் கற்றுக்கொடுத்த வித்தை அது. ரொம்பவே பிகு பண்ணிக் கொண்டு எங்களையும் வேலைக்கு எடுபிடிகளாகச் சேர்த்துக் கொண்டான் அவன். ‘பொங்கலுக்கு முன்னாடி கோவில் ரெடியாகிடணும்டா’. அவன் கட்டளையை சிரமேற்கொண்டு எல்லோரும் செயல்பட்டோம். அதன் பகுதியாகத்தான் முருகேசன் கடைக்கு இப்போது வந்தது.

கண்ணாடிக் குப்பிகளை வரிசையாக ஏழெட்டுத் தளங்களில் அடுக்கத் தோதாக கண்ணாடிப் பட்டைகளை முருகேசன் அடி ஸ்கேலால அளந்தார். அப்புறம் ஒரு கூர்மையான கத்தியை எடுத்தார். 'இது முனையிலே என்ன இருக்கு தெரியுமா? அசல் வைரம். அதுதான் கண்ணாடியை அறுக்கும்'. அவர் காட்டிய அந்த வைரக்கத்தியை மரியாதையோடு பார்த்தோம். மொத்தம் பனிரெண்டு தடவை கத்தி ஏறி இறங்க, கண்ணாடிப் பலகைகள் எங்கள் கைகளை நிறைத்தன.

கண்ணாடி விழுந்துவிடாமல் பத்திரமாக ஏந்திப் பிடித்தபடி நாங்கள் நுழைந்த அடுத்த இடம் சந்திரகாந்தன் வளையல்கடை. சாயந்திரங்களிலும் ராத்திரியிலும் இங்கே நுழைய முடியாது. பெண்கள் கூட்டம் ஒரு செண்டிமீட்டர் விடாமல் ஆக்கிரமித்துக் கொண்டு வளையல் போடக் கையை நீட்டியபடி காத்திருக்கும். அதுவும் பொங்கலுக்குப் புது கண்ணாடி வளையல் வாங்க ஊர்ப் பெண்கள் திரண்டு வரும் நேரம் இது. வளைகாப்பு ஆன கிருபாகரனின் பெரிய அக்கா மாதிரி இரண்டு கைமுழுக்க கலர் கலராகக் கண்ணாடி வளையல்கள் கலகலக்க செண்பக லட்சுமி டைப் இன்ஸ்டிட்யூட்டுக்கு தட்டச்சு பழகப் போனதை நேற்றைக்குப் பார்த்தோம்.

சந்திரகாந்தன் கடையில் எங்களுக்கு வளையல் தேவையில்லை. வஜ்ரப் பசைதான் வேண்டியிருந்தது. காலி ஊசி மருந்துக் குப்பியின் அடியில் அதைத் தடவினால்தான் அது செங்குத்தாக கண்ணாடிச் சட்டத்தில் ஒட்டிக்கொண்டு நிற்கும். இப்படி நாலு வரிசை சிரிஞ்ச் தூண்களை நிறுத்தி மேலே அடுத்த கண்ணாடிச் சட்டத்தை வைத்தால் கோபுரம் ஒரு நிலை பூர்த்தியாகும். மொத்தம் ஏழு நிலை எழுப்ப வேண்டும்.

கோபுர நிர்மாணம் மும்முரமாக நடந்தபோது நல்லையா வரவு நிகழ்ந்தது. விகடன் விநியோகமாகும் நாள் அது. மாவட்டச் சிறப்பிதழ்களை ஆனந்த விகடன் வெளியிடத் தொடங்கிய காலம். தஞ்சை மாவட்டச் சிறப்பிதழாக, அமுல் பேபி மாதிரி கொழுகொழுவென்று தரையில் கிடந்த ஆனந்த விகடனை ஆசையோடு பார்த்தோம்.

ஜாக்கிரதையாகக் கைகழுவி, துடைத்து வந்து விகடனைப் பிரிக்க தஞ்சை மாவட்டத்தின் பயணம் போய் ராத்திரி நேரத்தில் ஒரு கிராமத்தில் இறங்கி வழிகேட்டது பற்றிய கட்டுரை இன்னும் நினைவில் இருக்கிறது. ‘அச்சு வெல்லம்’ என்று சொன்னால் கோபப்படும் ஒரு பெரியவரை அவருடைய மனைவி இறந்ததைச் சொல்லிக் கூப்பிட்டு வருவதாக சிறப்புச் சிறுகதை – தி.ஜானகிராமன் தேர்ந்தெடுத்தது என்று போட்டிருந்தது. அப்புறம், எம்.ஜி.ஆர் எழுதிய ‘நான் ஏன் பிறந்தேன்’ வாழ்க்கை வரலாற்றுத் தொடர். அது கூட அந்த இதழில்தான் தொடங்கியதாக நினைவு.

போகிப் பண்டிகைக்கு காய்கறி நறுக்க அம்மாவுக்கு ஒத்தாசை செய்து, வீட்டில் இருந்த குப்பை கூளத்தை எல்லாம் பெரியவர்களுக்கு உதவியாக இருந்து எடுத்து வாசலில் குப்பைத் தொட்டியில் போட்டு, வீடு முழுக்க அலம்பித் துடைத்துக் கோலம் போட்ட பின்னால் கூடத்தில் ஜமுக்காளம் விரித்துப் படுத்துக் கொண்டபோது ராத்திரி ஒன்பது மணி. ஆகாசவாணியில் மெல்வில் டிமெல்லோ வெள்ளைக்கார உச்சரிப்பில் செய்தி படித்துக் கொண்டிருந்தார். கட்டைப் பலகையைத் தலைக்கு உசரமாக வைத்தபடி பாட்டியம்மா தூங்கப் போய் ஒரு மணி நேரம் ஆகிவிட்டிருந்தது.

நாளைக்குப் போகி. அப்புறம் பொங்கல். காலையிலே எட்டுலே இருந்து ஒன்பதுக்குள்ளே வைக்கறதுக்கு நல்ல நேரமாம். எப்பவும் போல் கொல்லப்புறத்திலே சுத்தப்படுத்தி, பொங்கல் பானை ஏத்திட வேண்டியதுதான். பால்பண்ணையிலே நல்ல பசும்பால் சொல்லியிருக்கு. ஞாபகமா விடிகாலையிலேயே போய் வாங்கிக்கணும்.

அம்மாவும் அத்தையும் மாமாவும் பேசியதைக் கேட்டபடி கண்ணை மூடுகிறேன். நாளை போகிப் பண்டிகை. பழையன கழியும். புதியன புகுந்து வரும். அதில் முதலாவதாக வரப்போவது புது அரிசியும் புதுப் பாலும் புது வெல்லமும் இனிக்க இனிக்கத் திரண்டு பொங்கும் புதுப் பொங்கல். ஒரே ஒரு நாள் மட்டும் காத்திருக்க வேண்டும்.

நான் கண் அயரும்போது கண்ணாடிக் குப்பிகள் வரிசையாக நிற்க எழுந்த கோபுரத்திற்கு நடுவில் பளபளப்பாக எல்லா நிறமும் வழிந்து ததும்ப பொங்கல் வாழ்த்து ஒன்று சினிமா திரை மாதிரி அசைகிறது. தலைப்பாகை கட்டிய எம்.ஜி.ஆரும் அவரோடு கூட பானுமதியும் ‘காடு வெளையட்டும் பெண்ணே, நமக்குக் காலம் இருக்குது பின்னே’ என்று பாடியபடி நடந்து போகிறார்கள். பொழுது புலர காலம் இன்னும் இருக்குது.

*(முற்றும்)*

www.ingramcontent.com/pod-product-compliance
Lightning Source LLC
LaVergne TN
LVHW060223051026
849517LV00005B/1501